'चाळिशीनंतरची वाटचाल' या पुस्तकासंबंधी वाचकांकडून आलेले अभिप्राय

१

सांगली येथे विविध वयोगटांतील स्त्री-पुरुषांसाठी योगासनांचे वर्ग घेणारे व तेथील मध्यवर्ती कारागृहात कैद्यांचे मानसिक आरोग्य सुधारण्यासाठी योगवर्गांचे आयोजन करणारे श्री. हर्षद भडकमकर लिहितात,

... तरुणपणी कोणत्याही परिस्थितीत तडजोड न करणाऱ्या स्त्री-पुरुषांनाही चाळिशीनंतर तोल सांभाळण्यासाठी हातात काठी घेऊन तारेवरची कसरत करावी लागणार आहे, याची जाणीव 'चाळिशीनंतरची वाटचाल' या पुस्तकाचे मुखपृष्ठ बघितल्यावरच झाली. पुस्तकाचे मुखपृष्ठ अगदी सार्थ आहे.

आपल्या वागणुकीवरच आपले जीवन कसे जाणार आहे, हे ठरणार असल्याची जाणीव, वानप्रस्थात प्रवेश करणाऱ्या व्यक्तींना लेखकाने आपल्या मनोगतात करून दिली असून त्याबाबत योग्य मार्गदर्शन केले आहे.

उतार वयात होणाऱ्या शारीरिक बदलांची जाणीव लेखकाने करून दिल्यामुळे मनुष्य अवास्तव अपेक्षा न करता, होणारे शारीरिक बदल वाईट वाटून न घेता मान्य करू शकेल व वेळोवेळी योग्य तपासण्या करून घेऊन पुढील धोक्यांबद्दल सावधगिरीने वाटचाल करू शकेल.

ऋतुनिवृत्ती (मेनोपॉज), तसेच कर्करोग, हृदयविकार, मूत्र विसर्जन संस्थेचे विकार व मधुमेह या विकारांची सामान्य माणसाला आवश्यक तेवढी माहिती या पुस्तकात अतिशय सोप्या भाषेत दिली असल्याने, हे रोग होऊ नयेत म्हणून काळजी घेणे शक्य होईल.

'वृद्धाश्रम टाळण्यासाठी' या प्रकरणातील सूचनांचे पालन केल्यास कुटुंबातील ताणतणाव व अडीअडचणी कमी होण्यास मदतच होईल. आजी-आजोबा व नातवंडे यांना एकमेकांचा सहवास व प्रेम लाभून चौकोनी कुटुंबातील आई-बापांची मुलांच्या संबंधातील काळजी व अडचणी कमी होतील व मुलांमध्ये सुरक्षितपणाची भावना निर्माण होईल.

महाराष्ट्रातील वृद्धाश्रमांची माहिती देऊन गरजूंचा मोठा त्रास लेखकाने वाचविला आहे, यात शंकाच नाही.

'नेत्रदान' व 'देहदान' या मार्गाने सामाजिक ऋणातून उतराई होण्याचा व त्यासाठी मानसिक तयारी करण्याचा सल्ला लेखकाने कुशलतेने दिलेला आहे.

हे पुस्तक संग्रहणीय आहे. ■

२

आदरणीय डॉ. सुभाष दांडेकर,

सादर नमस्कार विनंती –

'चाळिशीनंतरची वाटचाल' हे तुमचे पहिलेच पुस्तक... फार सुरेख जुळलेय; अगदी एकशेएक टक्के प्रबोधन घडवू शकेल. मला तर माझ्या उरलेल्या 'बोनस' आयुष्यासाठी या पुस्तकातील तुमच्या विचारांनी 'शिदोरी' दिली आहे. त्या तेवढ्या पाथेयावर मी खूप, मला हवा तेवढा, पल्ला गाठू शकणार आहे!! मनन, चिंतन करत मी ते पुस्तक परत परत वाचणार आहे, पुरेपूर अनुकरण करणार आहे. दैनंदिन नव्हे, क्षणाक्षणाच्या जीवनात हे साधे सोपे बहुउपयोगी ज्ञान अमलात आणणार आहे.

स्नेहांकित

चं. शं. पिलारे

■

३

... या पुस्तकाचे वैशिष्ट्य म्हणजे डॉ. दांडेकर यांनी स्त्री-पुरुषांसमोर उभ्या राहणाऱ्या व्याधींची लक्षणे व उपाययोजना यांची सखोल चिकित्सा केली आहे. 'ऋतुनिवृत्ती', 'स्त्रियांना होणारे कर्करोग' 'चाळिशीनंतरचे कामजीवन' ही स्वतंत्र प्रकरणे लिहिली आहेत, तर पुरुष व स्त्रियांत नेत्राचे आरोग्य, त्यांत येणाऱ्या समस्या याची सखोल माहिती 'मोतिबिंदू' या प्रकरणात दिली आहे. हृदयरोग व मधुमेह या दोन्ही रोगांची लक्षणे, कायिक बदल यांची विस्तृत लक्षणांसहित चर्चा करून त्याचा आहार-विहाराशी अन्योन्य संबंध कसा आहे, भोजन व समतोल आहार कसा असावा, याची सखोल माहिती डॉक्टरांनी दिली आहे. मूत्रविकारांबाबत सुशिक्षित माणसांतही आज अज्ञान आहे. डॉ. दांडेकरांनी मूत्रविसर्जन संस्थेच्या विकारांची अभ्यासपूर्ण चर्चा केली आहे.

या पुस्तकाचे आणखी वैशिष्ट्य म्हणजे शरीराचा, मनाचा व कौटुंबिक स्वास्थ्याचा कसा जवळचा संबंध आहे, हे सांगून आरोग्यामुळे निर्माण होणाऱ्या सामाजिक प्रश्नांचे धोकेही त्यांनी समजावून दिले आहेत. वृद्धत्वाची वाटचाल करण्यापूर्वी उमेदीच्या जीवनात केलेला धनसंचय, आजच्या कुटुंबसंस्थेचे बदललेले स्वरूप, कौटुंबिक भावजीवनात निर्माण झालेले एकटेपण, त्यामुळे शरीर व मन पोखरणारी पोकळी यांची चर्चा करून डॉक्टर दांडेकरांनी वैद्यकीय माहितीला सामाजिक संदर्भ दिले आहेत. 'कौटुंबिक कलह', 'वृद्धाश्रम टाळण्यासाठी', 'आर्थिक तयारी', 'चिता आणि चिंता', 'मृत्युपत्र', 'तयारी मनाची' व 'स्वेच्छामरण व दयामृत्यू' ही स्वतंत्र प्रकरणे लिहून आपली मानसिकता कशी बदलेल, निकोप व निरोगी जीवनाची वाटचाल कशी करायची याची सखोल चिकित्सा करून, कमीत कमी औषधे घेऊन, परावलंबित्व टाळून जीवन ही आनंदयात्रा कशी बनेल, यादृष्टीने नव्या वाटांचा मागोवाही त्यांनी घेतला आहे.

पुरुषोत्तम शेठ
कार्याध्यक्ष,
ज्येष्ठ नागरिक संघ, सातारा.

४

'चाळिशीनंतरची वाटचाल' – प्रत्येक कुटुंबासाठी उपयुक्त पुस्तक

व्रतस्थ भूमिकेतून व्यवसाय करणारे सातारचे एक प्रतिथयश डॉक्टर सुभाष दांडेकर यांनी परिपूर्ण वृद्धत्वाची तयारी करण्याच्या दृष्टीने 'चाळिशीनंतरची वाटचाल' हे अतिशय उपयुक्त मार्गदर्शनपर पुस्तक लिहून एक प्रकारची समाजसेवाच केली आहे. डॉ. सुभाष दांडेकर हे ज्येष्ठ वैद्यकीय व्यावसायिक असून या व्यवसायात त्यांना अनेक बरे-वाईट अनुभव आले. विशेषत: ज्येष्ठ नागरिकांची उर्वरित आयुष्याची वाटचाल सुखकर, समाधानकारक व्हावी म्हणून त्यांना मार्गदर्शनाची नितांत गरज आहे, असे त्यांना वाटले. म्हणूनच मिळालेल्या अनुभवांच्या शिदोरीवर चाळिशीनंतर होणाऱ्या आयुष्याच्या स्थित्यंतरांच्या संदर्भात विविध पातळीवर त्यांनी मनन, चिंतन केले. त्याचा यथार्थ परिपाक म्हणजे 'चाळिशीनंतरची वाटचाल' या पुस्तकाची निर्मिती.

पुस्तकाची मांडणी, छपाई अतिशय आकर्षक. विषयही तेवढेच महत्त्वाचे, म्हणूनच हाती आलेले पुस्तक वाचक शेवटपर्यंत वाचतो, हा माझा स्वत:चा अनुभव. शिवाय गुरुवर्य डॉ. ह. वि. सरदेसाई यांच्यासारख्या विद्वान, व्यासंगी धन्वंतरीची प्रस्तावना म्हणजे दुधात साखरच! थोडक्यात प्रत्येक घरात, कुटुंबात असावे असे हे पुस्तक.

डॉ. उमेशचंद्र तावडे
माजी अध्यक्ष,
इंडियन मेडिकल असोसिएशन रोटरी क्लब, सातारा.

अभिप्राय

मोलाचे मार्गदर्शन

डॉ. दांडेकर यांनी ऋतुनिवृत्ती, मोतिबिंदू, स्त्रियांना होणारे कर्करोग, हृदयविकार, मूत्रसंस्थेचे विकार, मधुमेह, चाळिशीनंतरचे कामजीवन यांचा सविस्तर आढावा घेतला असून कौटुंबिक कलह कसे टाळावेत, वृद्धाश्रम टाळण्यासाठी काय करावे, कोणते छंद जोपासावेत, महाराष्ट्रामधील वृद्धाश्रम कोठे आहेत, त्यांचे पत्ते आदी बाबींचा सखोल ऊहापोह केला आहे.

महाराष्ट्र टाइम्स, २१-४-२००२

चाळीशी सुखाने पार करण्यासाठी

तरुण भारत, बेळगाव, ५-५-२००२

चाळीशी? डोन्ट वरी!

लोकसत्ता, लोकरंग, २६-५-२००२

समाधानी वृद्धत्वाची पूर्वतयारी

दैनिक तरुण भारत, मुंबई, ८-९-२००२

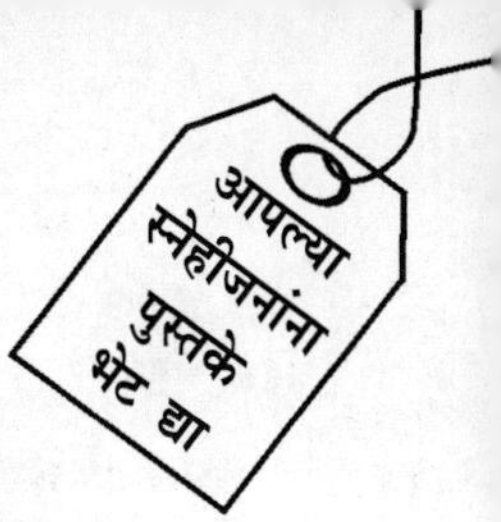

चाळिशीनंतरची वाटचाल

(परिपूर्ण वृद्धत्वाची तयारी)

डॉ. सुभाष दांडेकर
एम.बी.बी.एस.

मेहता पब्लिशिंग हाऊस

Please contact us at **Mehta Publishing House,** Pune 411030.
✆ +91 020-24476924 / 24460313 / Mob. No. 9545000513
Email : production@mehtapublishinghouse.com
Website : www.mehtapublishinghouse.com

CHALISHINANTARCHI VATCHAL by DR. SUBHASH DANDEKAR
चाळिशीनंतरची वाटचाल : डॉ. सुभाष दांडेकर / आरोग्यपर
Email : author@mehtapublishinghouse.com

प्रकाशक : सुनील अनिल मेहता, मेहता पब्लिशिंग हाऊस,
१९४१ सदाशिव पेठ, माडीवाले कॉलनी, पुणे – ४११०३०.
मुद्रक : ट्रिनिटी ॲकॅडमी फॉर कॉर्पोरेट ट्रेनिंग लिमिटेड
प्रकाशनकाल : मार्च, २००२ / जुलै, २००२ / जानेवारी, २००४ /
जुलै, २००६ / डिसेंबर, २००८ / ऑगस्ट, २०१२ /
पुनर्मुद्रण : जुलै, २०१८
किंमत : ₹ २२०
P Book ISBN 9788177667066
E Book ISBN 9788177663280
E Books available on : amazonkindle Apple Books Google Play Books

---

माझे आजी-आजोबा, आई,
मी स्वत: आणि आमची मुले
या चार पिढ्यांना सांभाळून घेणारी,
लग्नापासून माझ्या प्रत्येक पावलाची सहचरी...

माझी पत्नी **सौ. सुतेजास**

हे माझे पहिले पुस्तक
सप्रेम अर्पण

प्रस्तावना

पश्येम शरदः शतम् । जीवेम शरदः शतम् । शृणुयाम शरदः शतम् ।
प्रब्रवाम शरदः शतम् । अदीनाः ख्याम शरदः शतम् । भूयःश्च शरदः शतात् ।।
अथर्व वेद

हजारो वर्षांपासून आपण ही प्रार्थना म्हणत आलेले आहोत. उगवत्या सूर्याचे रक्तगोल पाहणारे अथर्ववेद रचनाकार ऋषी वैश्विक शक्तीपुढे नतमस्तक होऊन म्हणतात, 'हे रोहित सूर्यबिंब आम्हाला शंभर वर्षे दिसू दे. त्यासाठी आम्हाला शंभर वर्षे आयुष्य असावे. या शंभर वर्षात आम्हाला चांगले ऐकता येऊ दे. आमची वाणी स्पष्ट असू दे. आमचे जीवन परावलंबी नसावे. अशा स्थितीत आम्हाला शंभराहून अधिक वर्षे जगू द्यावे.' या प्रार्थनेतील व्यक्त केलेला आशय जीवनाच्या सर्व पैलूंना स्पर्श करून जातो. प्रकृती चांगली असावी. याचा अर्थ केवळ आजार किंवा अपंगत्वाचा अभाव असे नसून शारीरिक, मानसिक, सामाजिक आणि अध्यात्मिक सुस्थिती असावी असे जागतिक आरोग्य संघटनेने आरोग्याची व्याख्या करतांना म्हटलेले आहे.

शतायुषी आणि आरोग्यसंपन्न जीवन मिळविण्याकरता खास प्रयत्नांची गरज असते. शारीरिक सुदृढतेसाठी सकस आहार, योग्य व्यायाम, पुरेशी विश्रांती, अंतर्बाह्य स्वच्छता, शक्य त्या विकारांचे प्रतिबंधात्मक उपाय (उदाहरणार्थ देवी, पोलिओ, धतुर्वात इ. आजारांविरूद्ध लस घेणे.) आपल्या शरीराकडे बारकाईने लक्ष देऊन कोणत्याही विकाराचे लवकरात लवकर निदान करून योग्य उपचार करणे आणि आजारांतून उठल्यावर शरीराच्या विकारी अवयवाचे पुनर्वसन करणे या साऱ्या गोष्टी महत्त्वाच्या असतात. त्याचप्रमाणे मानसिक आरोग्य नीट ठेवण्याकरता आपल्या मनाचे व्यवहार वारंवार तपासून पाहणे, आपल्या अपेक्षा आणि आकांशा व्यवहार्य आहेत ना हे पाहणे. मनाला समाजमान्य पण उच्च अभिरुचीची, मनोरंजनाची साधने वापरून प्रसन्न ठेवणे. आयुष्याचे ध्येय उठविणे, आपल्या जबाबदाऱ्या जाणणे, जबाबदाऱ्या स्वीकारणे, इतरांच्या वेदनांची जाणीव असणे, दुसऱ्यांच्या कष्टांची कणव असणे, आयुष्यांतील आनंदाचे क्षण टिपणे व सर्व उपभोग घेण्याची क्षमता असणे अशा बाबींकडे लक्ष देणे

आवश्यक आहे. सामाजिक आणि अध्यात्मिक आरोग्य यांचा पाया मानसिक आरोग्यातच असतो.

अशा आरोग्यसंपन्न शतायुषी आयुष्याचे नियोजन लहानपणापासूनच होणे आवश्यक आहे. जन्म, अर्भकावस्था, बालपण, पौगंडावस्था, तारुण्य, प्रौढावस्था, वार्धक्य या विविध स्थितींतून आपण केव्हा जातो हे कळतसुद्धा नाही. शाळेत प्रवेश, महाविद्यालयीन शिक्षण, विवाह, संसार, व्यवसाय, निवृत्ती आणि नंतरचा काळ असे आयुष्याचे कालखंड आपण काही घटनांवर ठरवितो. तसेच (चाळिशी या आयुष्याच्या एका बिंदूला आपण एक संदर्भकेंद्र मानतो. तसे मानावयाला काही शारीरिक, मानसिक आणि कौटुंबिक बदल देखील घडतात. या बदलांची जाणीव ठेवत उर्वरित आयुष्याचे नियोजन करणे हाच आजच्या युगातील खरा पुरुषार्थ आहे.)

या दृष्टीने डॉ. सुभाष दांडेकर यांचे 'चाळिशीनंतरची वाटचाल' हे पुस्तक उत्कृष्ठ मार्गदर्शन करते. सुरुवातीची काही प्रकरणे शारीरिक प्रकृतीवर आहेत. त्यांचे विषय आजच्या प्रत्येक बुद्धिजीवी मध्यमवर्गीय सामाजिक घटकाला जिव्हाळ्याचे आहेत. हृदयविकार, कर्करोग, मधुमेह, पुरस्तग्रंथी (प्रॉस्टेट), ऋतुनिवृत्ती (मेनोपॉज), मोतीबिंदू हे विषय प्रत्येक माणसाला अभ्यासण्याजोगे आहेत.) त्याहून महत्त्वाच्या कौटुंबिक स्वास्थ्याकरता केलेल्या साध्या सोप्या व्यवहार्य सूचना स्वागतार्ह आहेत. सहज इतरत्र कोणत्याही पुस्तकांत नसलेली वृद्धाश्रमाबद्दलची माहिती डॉ. दांडेकर यांच्याकडून त्यांच्या या विषयाशी असलेल्या जवळच्या संबंधातून आलेली आहे. स्वेच्छामरण आणि दयामृत्यू, दत्तकविधान आणि मृत्युपत्र ही प्रकरणे तर या पुस्तकाचे वैशिष्ट्य समजली गेली पाहिजेत. या विषयांवर कायदेपंडित बोलतात किंवा लिहितात तेव्हा कायद्याची तांत्रिक भाषा समजणे आपल्यासारख्या माणसाला बोधप्रद होत नाही. या विषयांतील बारकावे साध्या भाषेत मांडणे ही अत्यंत कठीण गोष्ट डॉ. दांडेकरांनी केली आहे. आपली सामाजिक बंधिलकी विसरू नये यासाठी नेत्रदान व देहदान याकरता आवश्यक सर्व माहिती ते देतात. शेवटी आपल्या मनाची तयारी करण्याची आवश्यकता आणि ती तशी करण्याकरता आवश्यक ती तत्त्वज्ञानाची बैठक ते आपल्याला देतात.

सोपी भाषा आणि ओघवते विचार हे या पुस्तकाचे वैशिष्ट्य आहे. ठिकठिकाणी दिलेली उदाहरणे समर्पक आहेत, दैनंदिन व्यवहारांतील आहेत. वार्धक्याचा शरीरावर होणारा परिणाम सांगताना कोवळ्या आणि जून मेथीच्या भाजीचे उदाहरण घेऊन कोवळ्या पेशींची जागा तंतूंनी घेतल्यावर काय होते हे सांगितल्यामुळे सांधे कसे जखडतात. स्नायू कसे आकसतात, अवयवांची लवचिकता कशी कमी होते हे समजणे सोपे होते. काही ठिकाणीची माहिती देखील सहजपणे

सामान्य वाचकाला नसते. उदाहरणार्थ इतर सर्व ठिकाणच्या केसांची वाढ कमी होते पण भुवयांची जास्त होते, इतकी की डोळ्यावर येऊ नयेत म्हणून भुवयांचे केस वरचेवर कापून घ्यावे लागतात. ऋतुनिवृत्तीमुळे बदलती मानसिकता पतीला समजून घेणे आवश्यक आहे. अन्यथा पत्नीच्या संशयी विचारसरणीने पिडलेला नवरा आपल्या पत्नीला मनोरुग्ण ठरविणे कसे शक्य आहे याबद्दलचे त्यांचे विवेचन मार्मिक आहे. पुस्तकात सर्व ठिकाणी सुस्पष्ट रेखाचित्रांच्या आकृत्या काढल्याने विषय समजणे सुलभ झाले आहे. विशेषत: स्तनाचा कर्करोग व स्वत: करण्याची तपासणी, हृदयाचा करोनरी रोहिणी काठिण्याचा विकार आणि CABG (बायपास) सर्जरी, प्रोस्टेट ग्रंथीची रचना इत्यादी आकृत्या समर्पक आहेत.

या शास्त्रीय ज्ञानाइतकेच सामाजिक आणि कौटुंबिक समस्यांचे मार्गदर्शन महत्त्वाचे आहे. टाळी एका हाताने वाजत नाही. वृद्ध व्यक्ती आणि इतर कुटुंबीय दोन्ही बाजूंनी आपापली जबाबदारी समजून घेणे आवश्यक आहे. याकरता वृद्धांनाही सूचना आवश्यक आहेत आणि तरुण पिढीला पण मार्गदर्शन केलेले आहे. शारीरिक व्याधी नीट समजावून न घेतल्यामुळे गैरसमज होणे कसे संभवते याचे विवेचन जागोजागी आहे. विशेषत: श्रवणयंत्रणेतील दोष किंवा विस्मृतीमुळे होणारे घोटाळे यांच्या वर्णनात ते चांगले दाखविले गेले आहेत.

वृद्धाश्रमातील वास्तव्य, आर्थिक नियोजन, निवृत्तीनंतर मन अनुरंजित ठेवून उपयुक्त कालक्रमणा कशी करता येईल, दत्तक घेण्यासंबंधी सामाजिक, वैद्यकीय व कायदेशीर बाजूंनी केलेले विवेचन आणि मृत्युपत्राबद्दल उपयुक्त मार्गदर्शन हे या पुस्तकाचे खास वैशिष्ट्य आहे. ही प्रकरणे पुस्तकांतून वाचली पाहिजेत. त्यांचे चिंतन मनन आणि त्यावर वैचारिक देवाणघेवाण झाली पाहिजे. या इतक्या महत्त्वाच्या गोष्टी असूनसुद्धा त्यावर मोकळेपणाने बोलणे किंवा विचार मांडणे आपल्या समाजात आणि कुटुंबात सहज होताना दिसत नाही. हे पुस्तक वाचून आपण या बाबतीत जरी मोकळेपणे बोलू लागलो, विचार मांडू लागलो, त्या त्या बाबतीत योग्य कार्यवाही करू लागलो तरी या पुस्तकाचे कार्य झाले असे मी मानेन!

असे उपयोगी आणि सर्वांगपरिपूर्ण पुस्तक सोप्या भाषेत लिहून डॉ. दांडेकरांनी मोठेच समाजकार्य केलेले आहे. त्यांचे वृद्धाश्रमाच्या संबंधातील आणि नेत्रपेढीतील कार्य सुपरिचित आहेत. अशी सामाजिक बांधिलकीची जाणीव असणारे व्यावसायिक हे आपल्या समाजाचे भूषण आहे. डॉ. दांडेकर यांचे मन:पूर्वक अभिनंदन करतो आणि उर्वरित आयुष्य त्यांना सुखाचे, शांतीचे, समृद्धीचे, तृप्तीचे, दीर्घायुरारोग्यदायी आणि कर्तृत्वसंपन्नतेचे जावो अशी प्रार्थना करतो!

– डॉ. ह. वि. सरदेसाई

लेखकाचे मनोगत

आपल्या पूर्वजांनी अतिशय विचारपूर्वक आयुष्याचे चार भाग कल्पिले. शंभर वर्षे आयुष्य गृहीत धरून पहिली पंचवीस वर्षे ब्रम्हचर्याश्रम : यात शिक्षण अपेक्षित आहे. २६ ते ५० वर्षे गृहस्थाश्रम : या काळात घर-गृहस्थी, संसार करावा. ५१ ते ७५ वर्षे वानप्रस्थाश्रम : या काळात संसाराशी संपर्क ठेवून पण वनात राहावे, तप करावे, आध्यात्मिक प्रगती साधावी व अखेरची पंचवीस वर्षे संन्यासाश्रम : सर्वसंग परित्याग करून तीर्थाटन करावे, जपजाप्य करावा असे अपेक्षित आहे. शेवटचे दोन आश्रम हे आपले मन ऐहिकापासून परमार्थाकडे लावण्यासाठी आहेत. पुढच्या पिढीने जबाबदारी स्वीकारावी, गरज भासल्यास आपण सल्ला द्यावा. आपल्या जरा, व्याधींचा त्रास इतरांना होऊ नये व परमपुरुषार्थ म्हणजे मोक्षप्राप्तीचा मार्ग सुकर व्हावा, यासाठी ही सर्व व्यवस्था असावी.

कोणत्याही व्यवस्था कालातीत नसतात. कालानुरूप त्यात बदल करावेच लागतात. सद्यस्थितीत काय बदल करावे? –

ब्रम्हचर्याश्रम : यात फारसा बदल करण्याची आवश्यकता नाही. फार तर हा आश्रम ३० वर्षांपर्यंत वाढवावा कारण पदव्युत्तर शिक्षण २५ वयापर्यंत संपत नाही.

गृहस्थाश्रम : हा शिक्षण संपल्यापासून सुमारे २५-६० वयापर्यंत असावा.

वानप्रस्थाश्रम व संन्यासाश्रम : हे जसेच्या तसे पूर्वीप्रमाणे आचरणात आणणे सद्य:स्थितीत अवघड आहेत. त्यांचा जो उद्देश होता तो ध्यानी ठेवून कालानुरूप समाजात, घरात राहूनच पण त्यांचा समाजोपयोगी व पारमार्थिक आशय आचरणात आणला पाहिजे.

गृहस्थाश्रमाचे दोन भाग कल्पावे लागतील. चाळिशीपूर्वीचा व चाळिशीनंतरचा! चाळिशी मी लाक्षणिक अर्थाने म्हणतो कारण पूर्वी चाळिशी लागणे म्हणजे वय वर्षे चाळीस पूर्ण होणे व चष्मा लागणे अशा अर्थी वापरत, वृद्धत्वाची सुरुवात झाली असे मानले जाई. पण वाढते आरोग्यमान, आयुर्मान या दृष्टीने ४५ ते ५० च्या दरम्यानचा टप्पा असे मानावे लागेल. Life begins at forty या वाक्याचा संदर्भही लाक्षणिक अर्थानेच घ्यावा लागेल.

तर या वयापर्यंतचा काळ ही उमेदवारी आहे. आत्तापर्यंत नोकरीधंद्यात स्थिरता आलेली असते. महत्त्वाची प्रमोशन्स, व्यावसायिक उन्नती इथून पुढच्या काळातच

असते. अनुभव पाठीशी असतो, रस्त्यातले खाचखळगे माहिती असतात. सुख व पैसे कसे मिळवावे आणि कसे खर्च करावे याची परिपक्व जाण आलेली असते. आत्मविश्वास आलेला असतो. प्रेमात काय किंवा व्यवहारात काय नवथरपणा, थिल्लरपणा संपलेला असतो. मिळवलेल्या यशाने नम्रता येवू शकते तसेच हे यश डोक्यात चढून उद्धटपणा येऊ शकतो. अपयशाने आणखी जिद्दही निर्माण होऊ शकते किंवा नकारात्मक दृष्टिकोन किंवा व्यसनाधिनता येवू शकते. म्हणूनच चाळिशी हा टप्पा फार महत्त्वाचा आहे. चाळिशी ते साठी हा आयुष्याचा भाग असा आहे की, ज्यावेळी वर्तमान आणि भविष्य खूपसे आपल्या हातात असते.

फॅमिली डॉक्टर ही संस्था आज नष्टप्राय होत चालली आहे. पण ही संस्था अजूनही मानणारे माझे काही रुग्ण आहेत. ज्यांच्या पाळी सुरू होण्याच्या, पौगंडावस्थेची मी काळजी घेतली, त्यांच्याच ऋतुनिवृत्तीबद्दल सल्ला देण्याचे भाग्य मला लाभले. घरातल्या चार पिढ्यांचा अभ्यास मला करण्यास मिळाला, वृद्धाश्रमामुळे वृद्धांच्या समस्यांचा अभ्यास करावयास मिळाला. या अभ्यासातून मला जाणवले की आयुष्याचा चाळिशीनंतरचा टप्पा फार महत्त्वाचा आहे आणि यातूनच पुढील वैयक्तिक व कौटुंबिक सुखाचा पाया घातला जातो.

मी जे अनुभवले, पाहिले ते माझ्याप्रमाणेच मध्यमवर्गीय मराठी कुटुंबांचे प्रश्न! त्यांनी वेळीच विचार करावा व आपले उत्तरायुष्य व आपल्या पुढील पिढीचे ब्रम्हचर्याश्रम व गृहस्थाश्रम आनंदमय करावेत असे वाटले म्हणून जे दिसले, जे अनुभवले, ते लिहिले.

या माझ्या कामात माझे कुटुंबीय, रुग्ण, वृद्धाश्रमातील वृद्ध, सहकारी डॉक्टर्स, माझे मित्र, मैत्रिणी अशा सर्वांचा सहभाग आहे. नावनिशीवार लिहावे तर मुख्य कार्यक्रमापेक्षा आभार-प्रदर्शन मोठे असा प्रकार होईल. पूर्वीचा फारसा काहीही संबंध नसताना डॉ. ह. वि. सरदेसाईंसारख्या थोर व्यक्तीने प्रस्तावना लिहावी यापेक्षा मोठा सन्मान माझा व 'चाळिशीनंतरची वाटचाल' या विषयाचा कोणता असू शकेल?

माझे हे पहिलेच पुस्तक. त्यात म्हातारपण, मृत्यू, मृत्युपत्र, हार्टअॅटॅक, चाळीशीनंतरचे कामजीवन, ऋतुनिवृत्ती, वृद्धाश्रम असे विषय! या विषयांवर उघड चर्चा तर सोडाच पण विचार करणे देखील आपल्या समाजात टाळले जाते. मेहता पब्लिशिंग हाऊसने या विषयावरचे पुस्तक प्रकाशित करण्याचे औचित्य साधले आहे. चाळिशीनंतरच्या वाटचालीतील जास्तीत जास्त खांचखळगे, वळणे, चढउतार या पुस्तकात यावेत यासाठी संपादक श्री. अनिल किणीकर यांनी जे मार्गदर्शन केले ते अमूल्य आहे! हे पुस्तक अत्यंत देखणे आणि सुबक रूपांत सादर केल्याबद्दल श्री. सुनील मेहता यांचा मी अत्यंत ऋणी आहे.

– डॉ. सुभाष ग. दांडेकर

दुसऱ्या आवृत्तीच्या निमित्ताने

छापल्यापासून ३ महिन्यांत १००० प्रतींची पहिली आवृत्ती, तीही लेखकाच्या पहिल्या पुस्तकाची पूर्ण संपावी हे एक रेकॉर्डच असावे!

याचे श्रेय अर्थातच पुस्तकाचा विषय, मेहता पब्लिशिंग हाऊसची वितरण व्यवस्था, सुंदर छपाई, सर्व वृत्तपत्रांनी दिलेली परीक्षणे यांना आहे. माझे कृर्तत्व एवढेच की गेल्या ५० वर्षांत आजीकडून ऐकलेल्या गोष्टींपासून आजवर जे ऐकले, पाहिले, वाचले, त्यातील वृद्धत्वाशी संबंधित संकलित केले.

वाचकांच्या आलेल्या प्रतिक्रिया औरंगाबाद, नागपूर, मुंबई ते बेळगाव अशा महाराष्ट्राच्या सर्व भागांतून आल्या. त्या वाचून मी भारावून गेलो. ज्या सूचना आल्या त्या विषयांवर नवीन लेखन करून या आवृत्तीत समाविष्ट केले आहे. 'चाळिशीनंतरचे कामजीवन' या विषयावर स्वतंत्र पुस्तक लिहावे इतके लिहिण्यासारखे आहे व लिहिण्याची गरजही आहे असे प्रतिक्रियांवरून जाणवले.

मराठी रसिक व अभ्यासू वाचकांनी जो उदंड प्रतिसाद चाळिशीनंतरच्या वाटचालीस दिला त्याबद्दल मी त्यांचा ऋणी आहे!

– डॉ. सुभाष दांडेकर

अनुक्रमणिका

चाळिशीनंतर होणारे शारीरिक बदल

उत्पत्ती, स्थिती आणि लय (जन्म, जीवन आणि मृत्यू; निर्मिती, प्रगती, विनाश) या तीनही अवस्थांमधून प्राणिमात्रांना जावे लागते. एका स्थितीतून दुसरीत होणारे संक्रमण हे अगदी नकळत चोरपावलांनी होत असते. वार्धक्य ही लयाकडे जाणारी मानवी जीवनाची अवस्था होय. वार्धक्यामुळे शरीरात होणारे बदल व आजारांची पूर्वलक्षणे याबाबत योग्य वेळी वैद्यकीय सल्ला घेतला जावा व पुढील गंभीर आजार टाळले जावेत.

मेथीची भाजी कोवळी असेल तर आपण म्हणतो, 'काय लुसलुशीत भाजी आहे!' आणि जून असेल तर म्हणतो, 'काय चोथट आहे भाजी!' मटण खाणारा मांस वातड असेल तर म्हणतो, 'शेळी म्हातारी होती वाटतं?' याचाच अर्थ वाढत्या वयाबरोबर मऊ मऊ मांस पेशींची जागा चिवट तंतू घेऊ लागतात. हे तंतू मूळ पेशींचे काम करू शकत नसल्यामुळे त्या अवयवांचे कार्यबल कमी होते व अवयवांची लवचिकता कमी होत जाते. कोवळी फांदी सहज वाकवता येते, पण जून फांदी? मोडेल पण वाकणार नाही!

आता एक एक अवयवावर होणारे वाढत्या वयाचे परिणाम पाहू या!

त्वचा –

प्रथमत: पटकन दिसणारा व सर्वात मोठा अवयव त्वचा. त्वचेचा तजेला, गुळगुळीतपणा व ओशटपणा कमी होऊ लागतो. बारीक सुरकुत्या व रखरखीतपणा येऊ लागतो. अंगावरील लव, राठ व विरळ होते. डोक्यावरील केस पातळ, पांढरे व कोरडे होऊ लागतात. तीच अवस्था दाढी-मिश्यांची. पाळी गेलेल्या स्त्रियांच्या वरच्या ओठावरील लव जास्त काळी व दाट होते. क्वचित प्रसंगी काही प्रमाणात गालावरील लव दाढीसारखी वाढू लागते. याला कारण स्त्री हॉर्मोन्सचा अभाव. त्वचेच्या खालील चरबीचा थर कमी होतो, रक्तवाहिन्यांचे जाळेही विरळ होते. वयाच्या ७०-८० नंतर मांसल भागही आक्रसू लागतो पण कातडी आहे तेवढीच राहते. त्यामुळे उशीला तक्क्याचा अभ्रा घालावा त्याप्रमाणे

कातडी लोंबू लागते. चेहऱ्यावर मोठमोठ्या सुरकुत्या पडतात. त्वचेखालील मेद व रक्ताभिसरण कमी झाल्यामुळे गारठा व उकाडा दोन्ही सहन होत नाही. कोरडेपणामुळे कातडी तडतडते व खाज सुटते. यासाठी अंगाला वरचेवर तेल अगर क्रीम, लोणी, साय यातील शक्य असेल ते लावावे. एखाद्या भागाची कातडी जास्त खाजणे, लाल किंवा काळपट होणे, जाड होणे असे झाल्यास मात्र वैद्यकीय सल्ला आवश्यक आहे. अंगावर आधीपासून असलेल्या तीळ, मस यांचा आकार वाढणे, खाज येणे, दुखणे, जखम बरी न होणे ही कर्करोग, मधुमेह यांची लक्षणे असू शकतात. वेळीच वैद्यकीय सल्ला घेणे उचित.

डोळे –

कोणाकडेही पाहिले की आपले लक्ष आधी डोळ्यांकडे जाते. वार्धक्यात डोळ्यांच्या खोबणीतली चरबी कमी होते तसेच डोळेही काही प्रमाणात आकसतात. त्यामुळे डोळे टपोरे न दिसता खोल वाटू लागतात. इतर सर्व ठिकाणच्या केसांची वाढ कमी होते पण भुवयांची जास्त होते, इतकी की डोळ्यांवर येऊ नयेत म्हणून भुवयांचे केस वरचेवर कापून घ्यावे लागतात. इतर स्रावांप्रमाणे अश्रूस्रावही कमी होतो. डोळ्यांना कोरडेपणा जाणवतो व पापण्यांची उघडझाप जास्त वरचेवर केली जाते. ८०-९० वर्षांच्या पुढे खालची पापणी ढिली होते व तिची वक्रताही बदलते. तसेच डोळाही आकुंचन पावतो. त्यामुळे खालच्या पापणीत असणाऱ्या अश्रूनलिकांत अश्रू जाऊन ते नाकात सोडणे ही क्रिया होत नाही. साहाजिकच हे अश्रू डोळ्यातून बाहेर येतात व आपण डोळ्यास घळ लागली असे म्हणतो. काही व्यक्तींमध्ये पापणी ढिली न पडता उलट दिशेने आकुंचन पावते व पापणीचे केस डोळ्यावर घासतात. त्यामुळे डोळ्यास टोचते व सारखे पाणी येत राहते.

उपाय –

पापणी ढिली पडली असल्यास खालून वर अशा दिशेने हलका मसाज करावा व डोळे चोळू नयेत. अन्यथा नेत्रतज्ज्ञाचा सल्ला घेणे उचित!

आता जरा डोळ्याच्या आत डोकावू या! या पूर्ण पारदर्शक बर्हिगोल भिंगामुळे डोळ्यापेक्षा मोठ्या असणाऱ्या समोरच्या जगाचे छोटे प्रतिबिंब आपण पाहतो. चाळिशीनंतर दर १-२ वर्षांनी नेत्रतज्ज्ञाचा सल्ला घेणे उचित होय. डोळ्यांच्या नसा वृद्ध होणे, मोतीबिंदूची सुरुवात अशा कारणांनी चष्म्याचा नंबर बदलणे शक्य असते. शिवाय ब्लडप्रेशर, मधुमेह यांचा परिणाम रक्तवाहिन्यांवर काय होतो आहे हे डोळ्याइतके स्पष्ट कोठेच दिसत नाही.

वाढत्या वयाबरोबर होणारा डोळ्यांचा आणखी एक महत्त्वाचा आजार

म्हणजे काचबिंदू. रक्ताभिसरणात येणाऱ्या अडथळ्यांमुळे जसा रक्तदाब वाढतो तद्वतच डोळ्याच्या आतील द्रवाच्या अभिसरणात अडथळा येऊन डोळ्याच्या आतील दाब वाढल्याने काचबिंदू होऊ शकतो. त्यामुळे दृष्टी पूर्णपणे व कायमची अधू होऊ शकते. देवादिकांच्या चित्रात त्यांच्या मस्तकाच्या भोवताली तेजोवलय रेखाटलेले असते. तसे तेजोवलय जर लांबच्या दिव्याभोवती तुम्हाला दिसत असेल तर ताबडतोब नेत्रतज्ज्ञाचा सल्ला घ्या. तुम्हाला काचबिंदू असण्याची शक्यता आहे. डोळ्याला ठणका लागणे हे असे आणखी एक काचबिंदूचे लक्षण असू शकते.

कान –

आता जरा कानाकडे पाहू या. म्हातारपणी कानाच्या नसा कमजोर झाल्याने ऐकू कमी येते, हे तर सर्वांनाच माहीत आहे. स्पष्ट शब्दोच्चार सावकाशपणे केल्यास बऱ्यापैकी ऐकू येते. कर्कश, भरभर बोलणे यामुळे कानात फक्त गोंगाट होतो. सवयीने समोरच्या माणसाच्या ओठांच्या हालचालीवरून बरेचसे समजू शकते. तज्ज्ञाकडून तपासणी करून योग्य ध्वनीलहरीचे श्रवणयंत्र वापरणे सगळ्यात उत्तम. पण रस्त्याने जाताना, क्रॉसिंग करताना आपल्याला कमी ऐकू येते हे सतत ध्यानात ठेवून वावरले पाहिजे. म्हणजे गाडीचा हॉर्न ऐकू न आल्याने होणारे अपघात टाळता येतील. आसपासची माणसे आपल्याबद्दलच सतत बोलत आहेत व आपल्याला ऐकू येत नसल्याचा फायदा घेत आहेत असा संशय सतत मनात येत राहतो आणि याचा मानसिक ताण फार येतो. हे टाळा. इतरांना एकमेकांशी बोलायला तुम्ही सोडून लाखो विषय आहेत, तुमच्याशी बोलायचे तर बोलणारा तुमच्याजवळ येऊन तुमच्याशी बोलेल. शक्य तर जवळ सतत एक पाटी पेन्सिल किंवा कागद पेन बाळगा. कोणी बोलू लागल्यास त्याला लिहून दाखवायला सांगा.

गालांवरची चरबी कमी झाल्यामुळे नाक, गालाची हाडे व कान जास्त पुढे आल्यासारखे भासू लागतात. नाकाच्या वासाची संवेदनाही बोथट होते.

दात –

वाढत्या वयाबरोबर दात विरळ होतात. त्यांच्यातील अंतर वाढते, हिरड्या आक्रसू लागतात. त्यामुळे दातांमध्ये अन्नकण अडकणे, दातांची मुळे उघडी पडणे इत्यादी त्रास होऊ लागतात. वरचेवर दंतवैद्यांना भेटावे. त्यांच्या सल्ल्याने १-२ दात काढले तर तेथे बसणारी अंशत: कवळी वापरणे आवश्यक असते. सगळे दात काढल्यास नीट बसणारी कवळी वापरणे अत्यावश्यक आहे. कवळी न वापरल्यास हिरड्या पूर्ण झिजतात व नंतर कवळी नीट बसत नाही. चर्वण नीट न झाल्याने पचनावर परिणाम होतो. दात गेलेले, हिरड्या झिजलेल्या,

त्यामुळे मऊ मऊ खावे लागते व सर्व पोषक घटक न मिळाल्याने शरीर आणखी दुर्बल होते. दात व हिरड्या यांच्या पोकळीमुळे तोंड मिटले की हनुवटी व नाक यांतील अंतर फारच कमी होते.

दातांच्या निमित्ताने आपण वार्धक्याच्या तोंडात शिरलोच आहोत तर तेथील इतर भागही पाहू या.

जीभ –

इतर भागांप्रमाणेच जिभेची संवेदनाही कमी होते. तोंडाला चव नाही अशी तक्रार आपण करू लागतो आणि मग पथ्यकर पण आपल्याला आळणी वाटणारे पदार्थ सूनबाई आवर्जून आपल्याला देते पण त्याची चव वाटत नाही आणि कोपऱ्यावरच्या हॉटेलातील भजी आपल्याला बोलावू लागतात. हे असं का होतं हे वृद्धांनी आणि सुनांनी समजावून घेणे महत्त्वाचे आहे. जिभेची हालचाल नीट होत नाही. जिभेवर, गालाच्या आतील बाजूस चट्टे पडणे हे तोंडातल्या कॅन्सरचे प्रथम लक्षण असू शकते. मोठा आ वासणे अवघड जाते आहे असे लक्षात आले तर तोंडातल्या आवरणाखाली तंतूमय पदार्थांचे जाळे वाढते आहे. (Submucous Fibrosis) विशेषत: तंबाखू सेवन करणाऱ्यांनी, मिश्री लावणाऱ्यांनी ताबडतोब डॉक्टरला भेटणे आवश्यक आहे.

स्नायू –

आपण हालचाल करतो ती मांसपेशी– स्नायू यामुळे. वार्धक्यात या स्नायू अगर स्प्रिंगमध्ये काय बदल घडतात? एक तर त्यांची ताकद कमी होते त्यामुळे गोटीबाज दिसणारे तुमचे शरीर ढिले पडते. हळू हळू करत या मांसपेशींची जागा तंतूमय पदार्थ घेतात. त्यामुळे त्यांची ताकद व आकार कमी होतो. परिणामत: पाठीचे स्नायू ढिले पडल्याने पाठीला बाक येतो. मान झुकते, काम करण्याची क्षमता कमी होत जाते. स्नायू तारुण्यात सतत एका किमान ताणात असतात. त्यामुळे शरीराला ताठ मानेने, छाती पुढे काढून राहता येते. हे वार्धक्यात शक्य होत नाही. पोटाचे स्नायू ढिले पडतात. त्यामुळे अंगात चरबी जास्त नसूनही पोट सुटल्यासारखे वाटते. जास्त काळ टिकलेला खोकला, संडास व लघवीस कुंथणे यामुळे वाढलेल्या पोटातील दाबास बळी पडून हार्निया होतो. म्हणून वृद्धांनी जड वस्तू उचलणे टाळावे. लघवी, संडास यासाठी कुंथावे लागत असल्यास वैद्यकीय सल्ला घेणे आवश्यक आहे.

स्नायूंना झेपेल एवढे काम देत राहिल्याने त्यांचे कार्य नीट चालत राहते. म्हणून झेपेल एवढा व्यायाम, चालणे, योगासने या क्रियांची सवय तारुण्यातच लावून घेणे व वृद्धत्वी जपणे आवश्यक ठरते.

अस्थी –

स्नायू ज्यांच्या आधारावर काम करतात ती हाडे वार्धक्यात जपणे फार महत्त्वाचे आहे. हालचाल ही स्नायू, हाडे व सांधे यांच्या संयुक्त मोर्चाचे काम आहे आणि म्हणूनच त्यातील प्रत्येक घटक महत्त्वाचा आहे.

वार्धक्यात हाडांतील कॅल्शियम कमी होत जाते. त्यामुळे हाडे ठिसूळ होतात. किरकोळ आघातानेही हाडे मोडू शकतात. म्हणून वार्धक्यात अपघात टाळणे फार महत्त्वाचे आहे. विशेषत: मणके, मांडीचे हाडे, गुडघे जपायला हवेत. मनुष्य हा मणके असलेला एकमेव प्राणी आहे की जो दोन पायांवर उभा राहतो. त्यामुळे मणके (विशेषत: कमरेचे) व गुडघे यावर त्याचे आयुष्य उभे असते. साहजिकच संबंधित हाडांची व सांध्यांची झीज जास्त होते. तसेच संबंधित स्नायूंना जास्त काम पडते. वार्धक्यात कंबर दुखणे व गुडघे दुखणे या तक्रारी सर्वसामान्यपणे होतात. मणके व त्यांच्या मधील कूर्चा झिजल्याने पाठदुखी तर येतेच पण मणक्यांमधील अंतर कमी झाल्यास दोन मणक्यांमधून बाहेर पडणाऱ्या नसांवर दाब पडतो. त्यामुळे कळा येणे, मुंग्या येणे या तक्रारी होऊ शकतात. मणके पिचल्यामुळे बाहेरून दाब बसून किंवा कॅन्सरच्या वाढीचा दाब बसून मज्जारज्जूंवर परिणाम होतो. त्यामुळे त्याखालील भागात मुंग्या येणे, बधीरपणा येणे, दुर्बलता येणे व पॅरालिसिस होणे या गोष्टी होऊ शकतात. वाकणे, वळणे या क्रियांमध्ये मानेच्या व कंबरेच्या मणक्यांची जास्तीत जास्त हालचाल होत असते. त्यामुळे हे मणके जपणे महत्त्वाचे असते. साधे, सर्वांगसुंदर व्यायाम नियमितपणे केल्यास मणके व एकूण सर्वच सांधे लवचिक राहतात.

सांध्यांची लवचिकता तसेच मांसपेशींचे बल हे त्यांच्या होणाऱ्या वापरावर फार अवलंबून असते. एखादा सांधा जर आपण खूप काळ वापरला नाही तर त्या सांध्याची हालचाल कायमची बंद होते. उदा. आपला हात आपण खांद्यापासून गोल गोल फिरवू शकतो पण हात वर करणे, मागे करणे या क्रिया रोजच्या व्यवहारात लागतातच, असे नाही. त्या मुद्दामहून केल्या पाहिजेत. अन्यथा खांद्याची हालचाल अतिशय कमी होते व एखाद्या प्रसंगी हात वर करण्याचा प्रसंग येतो तेव्हा आपल्या लक्षात येते की, आपला हात वर जाऊच शकत नाही. यालाच फ्रोझन शोल्डर म्हणजेच थिजलेला खांदा म्हणतात. त्याची हालचाल परत सुरू होण्यासाठी फिजिओथेरपी व औषधांचा मारा करावा लागतो.

हल्ली जेवण टेबलावर होते. पूजाअर्चा फारशी कोणी करीत नाही. त्यामुळे मांडी घालून खाली बसण्याची क्रिया जवळ जवळ विसरली जाते आहे. क्वचित प्रसंगी पंक्तीत जेवायचा प्रसंग आला तर बसणे आणि जेवण झाल्यावर उठणे या

दोन्ही क्रिया कठीण होऊन बसतात.

सर्व काळजी घेऊनही सांधेदुखी जडलीच तर योग्य वैद्यकीय सल्ला, सांधे उबेत ठेवणे, फार गार हवेत जाणे टाळणे. कडक बिछान्यावर झोपणे या गोष्टी अत्यावश्यक ठरतात. दुखऱ्या सांध्यांमुळे भारतीय पद्धतीने संडासला बसणे त्रासदायक ठरते. त्यासाठी वृद्ध रहात असलेल्या घरात कमोडची सोय असावी.

सर्वांत किंमती वस्तू तिजोरीमध्ये सुरक्षित ठेवावी त्याप्रमाणे देवाने सर्वात महत्त्वाचा व नाजूक अवयव म्हणजे मेंदू हा कवटीच्या हाडांच्या पेटीत सुरक्षित ठेवलेला आहे. त्यापासून निघणारी मज्जारज्जू (स्पायनल कॉर्ड) देखील मणक्यांच्या पोकळीतून कंबरेपर्यंत सुरक्षित आहे.

वार्धक्यात होणारे मेंदूचे आजार हे मुख्यत: पेशींची जागा, तंतूमय पदार्थाने घेणे व रक्तवाहिन्यांच्या दोषामुळे होतात. तिसरे कारण कॅन्सर किंवा साध्या गाठी.

वार्धक्यात सर्वांना होणारा त्रास म्हणजे अलीकडचे विस्मरण. (Loss of Recent Memory) जुने सर्व छान आठवते. अगदी शालेय जीवनातीलसुद्धा. पण जरा वेळापूर्वी चष्मा कोठे ठेवला होता, फिरून येताना इस्त्रीचे कपडे आणायला सांगितले होते हे विसरायला होते. इतकेच काय आपण एका खोलीतून दुसऱ्या खोलीत काही कामानिमित्त जातो, पण त्या खोलीत पोहोचल्यावर येथे कशासाठी आलो हेच विसरायला होते. याची वृद्धांनी व घरच्यांनी सवय करून घेणे व समजून घेणे हाच यावर इलाज. एकदम चक्कर आल्यासारखे, अंधेरी आल्यासारखे वाटणे, डोक्यात कलकलणे ही लक्षणे मेंदूत रक्ताच्या लहान गुठळ्या (Thromboembolism) अगर रक्तस्त्रावाचे लक्षण असू शकते. वरचेवर डोके दुखणे, डोळ्यापुढे काजवे चमकणे, उलट्या होणे, काही काळ बेशुद्ध होणे, फिट्स येणे याकडे दुर्लक्ष करणे बरे नव्हे. मेंदूला तात्पुरता रक्तपुरवठा कमी होणे (syncope) अशा साध्या कारणांपासून कॅन्सरसारख्या भयानक आजाराचीसुद्धा ही लक्षणे असू शकतात. योग्य तपासण्याशिवाय निश्चित निदान तज्ज्ञ डॉक्टर्सही करू शकणार नाहीत. अचानक एका बाजूची नजर कमी होणे किंवा नजरेचे क्षेत्र कमी होणे ही लक्षणेही लगेच तज्ज्ञ डॉक्टरला दाखवणे आवश्यक असल्याचे सांगतात.

शरीराच्या एका बाजूची संवेदना व हालचाल यावर मेंदूच्या विरुद्ध बाजूचा ताबा असतो. शरीराच्या डाव्या बाजूस अर्धांगवात झाल्यास दोष मेंदूत उजव्या बाजूस असतो. उजव्या बाजूचा अर्धांगवात झाल्यास दोष मेंदूच्या डाव्या बाजूत असतो. बोलण्यावर नियंत्रण करणारे केंद्र मेंदूत डाव्या बाजूस असते. त्यामुळे उजव्या बाजूस अर्धांगवात झाल्यास बोलण्यावर परिणाम होतो.

कंपवात – (पार्किन्सोनिझम) वाढत्या वयाबरोबर मेंदूतील बेसल गॅंग्लिऑन

दूषित झाल्यास हालचाली कंपमय होतात. हातांची हालचाल करताना लक्षात येते की हालचालींवर नीट ताबा राहत नाही. लिहिताना अक्षर नेहमीसारखे येत नाही. पुढे पुढे चालतानासुद्धा गतीवर ताबा न राहिल्याने पळावे लागते. वेळीच औषधोपचार सुरू केल्यास हा आजार सुसह्य तरी नक्कीच राहतो.

वार्धक्याचा सर्वांत महत्त्वाचा परिणाम रक्तवाहिन्या व हृदय यावर होतो आणि परिणाम साऱ्या शरीराला भोगावे लागतात. रक्तवाहिन्या व हृदय जास्तीत जास्त तरुण राहण्यासाठी नियमित व्यायाम व निर्व्यसनीयता, योग्य आहार फार महत्त्वाचे आहेत. विशेषत: ज्यांच्या घराण्यात रक्तदाब, मधुमेह, हार्ट ॲटॅक होण्याची परंपरा आहे, त्यांनी तर विशेष काळजी घ्यायला हवी. वाढत्या वयाबरोबर रक्तवाहिन्यांचा अंतर्व्यास कमी होऊ लागतो. चरबीचे थर आत साठतात. (Atheroslerosis) पाण्याच्या नळांना जसे गंजाचे, क्षारांचे थर साठतात त्याप्रमाणेच! रक्तवाहिन्यांची लवचिकता कमी होते. सर्व शरीराला रक्तपुरवठा योग्य प्रमाणात व्हावा यासाठी हृदयाला जास्त काम करावे लागते. याचा ताण हृदयावर येतो. त्यामुळे रक्तदाब वाढतो. पाण्याचा पंप व त्याला जोडलेल्या नळ्या याप्रमाणे हृदय व रक्तवाहिन्या यांचे काम चालते. नळ्या गंजलेल्या असतील, नळ बंद असतील तर एखादा नळ तरी फुटेल किंवा पंप तरी बंद पडेल. शरीरात सर्वांत नाजूक रक्तवाहिन्या व ज्यांना बाहेरून इतर अवयवांचे घट्ट पाठबळ नाही अशा मुख्य तीन जागा– नाक, डोळा व मेंदू. तुम्ही नशीबवान असाल तर अचानक नाकातून रक्तस्त्राव सुरू होतो. नशीबवान अशासाठी की तुम्ही डॉक्टरकडे पळता आणि रक्तदाबाची औषधयोजना सुरू होते. दुर्दैवाने रक्तस्त्राव डोळ्यात झाला तर नजर कमजोर होते, मेंदूत रक्तस्त्राव झाला तर अर्धांगाचा झटका येतो.

रक्तवाहिन्यांच्या दोषामुळे होणारा त्रास हा प्रत्येक अवयवात जाणवू शकतो. हा त्रास दोन प्रकारचा. पहिला म्हणजे रक्तपुरवठा कमी होणे. दुसरा, या खराब रक्तवाहिन्यांच्या आतील अस्तरावर साठलेले द्रव्य तेथून निसटते. तेथे रक्ताची गुठळी होते व ही गुठळी रक्ताबरोबर पुढे ढकलली जाऊन एखादी रक्तवाहिनी बंद पडते.

रक्तपुरवठा कमी झाल्याने दृष्टी मंदावते, विस्मरण होते, मेंदूची कार्यक्षमता कमी होते, चक्कर आल्यासारखे वाटते, सवयीच्या कामानंतरसुद्धा दमायला होते, थोडे चालल्यावर पाय दुखू लागतात. अशा अनेक तक्रारी येऊ शकतात.

रक्ताची गुठळी होणे किंवा ती निसटणे यामुळे होणारे परिणाम म्हणजे त्या भागाचा रक्तपुरवठा अचानक खंडित झाल्यामुळे खूप दुखते. तसेच त्या अवयवाची कार्यक्षमता एकदम कमी होते.

मेंदूत – अर्धांगाचा झटका येणे, एखादा भाग निकामी होणे.

डोळा – अंधत्व.

हात-पाय – एकदम जोरात कळा येणे व ताकद कमी होणे.

फुप्फुस – छातीत खूप दुखणे व दम लागणे.

हृदय – छातीत खूप दुखणे, अशक्तपणा, घाम, भीती.

पोट – असह्य दुखणे.

रक्तवाहिनीत गुठळी होणे हा प्रकार रोहिणीतच होतो असे नाही तर नीलेमध्येही (अशुद्ध रक्तवाहिनी) होऊ शकतो. मांड्यातून जाणाऱ्या नीलेमध्ये अनेकदा रक्ताची गाठ होते. त्यामुळे पायातील रक्त परत हृदयाकडे जाण्याचा मार्ग बंद होतो. संपूर्ण पाय ठणकणे व पायावर सूज येऊ लागणे अशी लक्षणे दिसल्यास लगेच डॉक्टर गाठा.

आज अमेरिकेतील चाळिशीच्या पुढील जवळ जवळ सर्व स्त्री-पुरुष रोज ॲस्पिरिनची अर्धी गोळी घेतात. त्यामुळे रक्ताची गुठळी आल्यामुळे होणाऱ्या आजारांची शक्यता खूप कमी होते. आपणही याबाबत डॉक्टरांचा सल्ला जरूर घ्यावा.

श्वसनसंस्था –

आपल्या शरीरातील त्वचा व श्वसनसंस्था या दोनच संस्था अशा आहेत ज्यांचा संबंध थेट बाहेरच्या वातावरणाशी येतो. त्यामुळे तापमान, धूळ या सर्वांचा परिणाम या दोन्ही संस्थांवर होऊ शकतो. त्वचेवर बसलेली धूळ आपण धुऊन टाकू शकतो पण श्वसन संस्थेवरील घाण दिसतही नाही व धुऊनही टाकता येत नाही. उलट या ओलसर अंतस्त्वचेवर ती चिकटते. वायूरूप पदार्थ पटकन शोषले जाऊन रक्तात पोचतात. ॲलर्जीमुळे त्वचेवर खाज व सूज येते. तर श्वसनसंस्थेत शिंका, खोकला व सुजेमुळे दम लागतो. वार्धक्याबरोबर प्रतिकार शक्ती कमी झालेली असते. त्यामुळे हवेतून येणारे जंतू लवकर पाय रोवतात आणि सर्दी-खोकला, फुप्फुसदाह, दमा हे लवकर वाढतात. फुप्फुसांचे आजार जास्त जुने झाले की त्यांचा परिणाम हृदयक्रियेवर होतो व दम लागणे, पायांवर सूज येणे, थोडी झोप लागल्यावर दम लागून जाग येणे असे त्रास होऊ लागतात. अशा आजारात छाती व डोके हे शरीरापेक्षा थोडे उंचावर येईल अशा तऱ्हेने झोपल्यास हा त्रास कमी होतो.

खोकल्याच्या बेडक्याबरोबर रक्त पडणे, आवाज घोगरा होणे, शिंकरताना रक्त पडणे, ही लक्षणे दुर्लक्षण्यासारखी नाहीत. नाकात, घशात, फुप्फुसात सूज येण्यापासून कर्करोगापर्यंत काहीही असू शकते. वार्धक्यामुळे आधीच श्वासोच्छ्वास

क्रियेत भाग घेणाऱ्या स्नायूंची ताकद कमी झालेली असते. फुफ्फुसांची लवचिकता कमी झालेली, आजपर्यंतचे आयुष्य मुंबईसारख्या अति-प्रदूषणयुक्त शहरात घालवले असेल, धूम्रपानाने छातीचे खोके झाले असेल तर विचारायलाच नको! खाण्यापिण्यात, हवामानांत बदल आला की खोकला, दम, ताप हे नित्याचेच होऊन राहते!

जननसंस्था –

प्रत्येक यंत्राचा, वस्तूचा, अवयवाचा योग्य वापर व देखभाल केली तर त्याचे आयुष्य व क्षमता वाढते. कामसुखाचा अतिरेक करणारे व ब्रह्मचारी यांच्यात प्रोस्टेट ग्रंथी लवकर वाढते व प्रोस्टेट कॅन्सरचे प्रमाणही जास्त आहे. प्रौढ कुमारिकांमध्ये व मुलांना स्तनपान न करणाऱ्या स्त्रियांमध्ये स्तनाच्या कर्करोगाचे प्रमाण जास्त आहे. खूप मुले असलेल्या स्त्रियांमध्ये गर्भाशयाच्या मुखाचे आजार जादा प्रमाणात होतात. शिश्नावरील कातडी संभोगाचे वेळी मागे जाते. आंघोळीच्या वेळी ती मागे ओढून स्वच्छ करणे आवश्यक आहे. ही स्वच्छता न करणारे, ब्रह्मचारी, लवकर विधुर झालेले व मधुमेही यांच्यात ही कातडी कठीण होते. मागे जात नाही. तिच्या खाली घाण साचते व मूत्रमार्गास अडथळा होतो. याला फायमोसीस म्हणतात. मुसलमानांमध्ये लहानपणीच ही कातडी काढून टाकतात. 'सुन्ता करणे' हे छोटेसे ऑपरेशन फायमोसिस झाल्यास करावे लागते.

वार्धक्याबरोबर Teste मध्ये शुक्रजंतू व टेस्टोस्टिरॉन (नर अंतस्त्राव) यांचे उत्पादन कमी होऊ लागते. त्यामुळे इच्छा कितीही असली तरी प्रत्यक्ष कामक्रीडा करणे फारसे शक्य होत नाही. त्यामुळेच वृद्धांकडून प्रत्यक्ष कामक्रीडा व बलात्कार होणे अवघड असले तरी कामचेष्टा होऊ शकतात.

लिंग व Testes चा आकार वाढणे, त्यावर गाठ येणे ही कर्करोगाची लक्षणे असू शकतात.

पचनसंस्था –

पचनसंस्था तोंडापासून सुरू होते. तोंडाचे आजार आपण आधीच पाहिले आहेत. जेवताना घास छातीत अडकल्यासारखे वाटणे, छातीत जळजळणे, ही आम्लपित्तामुळे अन्ननलिकेस सूज येणे, कर्करोग यांची लक्षणे असू शकतात. पोटात जळजळणे, पोट गच्च राहणे, पोटात दुखणे व ओकारी झाल्यावर बरे वाटणे, उलटीवाटे रक्त पडणे, संडासला डांबराप्रमाणे काळीकुट्ट होणे ही अल्सर, कर्करोग यांची लक्षणे असू शकतात. ॲस्पिरिन, सांधेदुखीवरची औषधे, उपाशीपोटी घेतल्यास अचानक अल्सर होऊ शकतो. त्यासाठी ही औषधे डॉक्टरी सल्ल्यानुसारच घ्यावीत. विशेषतः दारू, धूम्रपान व अति तिखट,

मसालेदार खाण्याची आवड असणाऱ्यांना हे त्रास जास्त संभवतात. म्हातारपणची जवळ जवळ सर्वांची तक्रार म्हणजे बद्धकोष्ठ– संडासला साफ न होणे. मोठ्या आतड्याची मल पुढे ढकलण्याची ताकद कमी होते, अन्न कमी जात असल्याने, न पचलेला अन्नांश कमी असतो. यामुळे बद्धकोष्ठ, गॅस धरणे इत्यादी तक्रारी येतात. यासाठी थोडा व्यायाम हवा. पालेभाज्या, भेंडी, गवार, यासारखे चोथट पदार्थ खाण्यात ठेवावेत. गरज पडल्यास सौम्य रेचक अगर एनिमा घ्यावा. संडासवाटे रक्त पडणे, संडासला भरपूर होऊनही पूर्ण झाल्यासारखे न वाटणे, पोट फुगणे, झोपल्यावर पोटाचा दाब छातीवर येत आहे असे वाटणे अशा तक्रारी आल्यास वैद्यकीय सल्ला घेणे जरूरीचे आहे.

तपासण्यांबाबत –

ज्यांना काही त्रास होत आहे त्यांनी वैद्यकीय सल्ल्यानुसार तपासण्या करून घ्याव्यात. पण ज्यांना काही त्रास नाही अशांनीही वय वर्षे चाळीसनंतर पुढील तपासण्या करून घेणे हितावह आहे. यामुळे रोग गंभीर रूप धारण करण्यापूर्वी रोगनिदान होईल. सर्व तपासण्यांचे रिपोर्ट नॉर्मल आले तर आपल्याला कोणताही आजार नाही याचे समाधान आपण तपासण्यासाठी झालेल्या खर्चाने विकत घेतले असे समजावे. मला काय धाड भरलीय? तपासण्याची काही गरज नाही ही वृत्ती धोक्याची आहे एवढेच सांगतो.

तपासण्या कोणत्या कराव्यात?	**केव्हा?**
१) फॅमिली डॉक्टरकडून तपासणी. यामध्ये छाती, पोट, ब्लडप्रेशर, वजन, ॲनिमियाची लक्षणे, सूज हे पाहिले जाईल. त्यावरून डॉक्टरांना आवश्यक वाटल्यास तज्ज्ञ डॉक्टरांचा सल्ला, तपासण्या करून घ्याव्यात.	दर सहा महिन्यांनी
२) रक्तातील साखर –	
अ) सर्वांसाठी	दर २ वर्षांनी
ब) मधुमेही आई, वडील, भाऊ	दर वर्षी
क) मधुमेह असणाऱ्यांसाठी	दर ६ महिन्यांनी व कोणताही आजार असल्यास लगेच
३) रक्तातील चरबी (Lipi) –	
अ) सर्वांसाठी	दर २ वर्षांनी

ब) प्रमाणापेक्षा जास्त असल्यास व घराण्यात हार्ट अ‍ॅटॅकचा इतिहास	दरवर्षी
४) रक्तातील हिमोग्लोबीन, पांढऱ्या पेशी	दरवर्षी
५) लघवी तपासणी इ.	दरवर्षी
६) इ. सी. जी.	दरवर्षी
७) छातीचा एक्स-रे	दर २ वर्षांनी.

रक्तातील चरबीचे प्रमाण

	किती असावे	**धोकादायक**
कोलेस्टरॉल	< २००मि.ग्रॅ./१००मिली	> २४०मि.ग्रॅ./१००मिली
ट्रायग्लिसराईडस	< २००मि.ग्रॅ./१००मिली	>४००मि.ग्रॅ./१००मिली
HDL कोलेस्टरॉल	< ६०मि.ग्रॅ./१००मिली	> ३४मि.ग्रॅ./१००मिली
LDL कोलेस्टरॉल	< १३०मि.ग्रॅ./१००मिली	> १६०मि.ग्रॅ./१००मिली
कॉलेस्टरॉल HDL प्रमाण	< ४ मि.ग्रॅ./१००मिली	> ६ मि.ग्रॅ./१००मिली

वाढत्या वयाबरोबर येणाऱ्या महत्त्वाच्या आजारांचे सविस्तर विवेचन यापुढील प्रकरणांमध्ये केले आहे.

■

अस्थिभंग

वृद्धांमध्ये अस्थिभंग म्हणजेच फ्रॅक्चर होणे हे इतर वयोगटांपेक्षा जास्त आढळते. याची कारणे व अस्थिभंग कसा टाळावा याचा विचार करूया.

सर्वांत महत्त्वाचे कारण म्हणजे वृद्धांच्या हाडांमधले कॅल्शियम कमी होते आणि त्यामुळे हाडे ठिसूळ होतात. कोणतीही गोष्ट मोडायची झाली तर त्यावर किती जोरात आघात व्हावा लागेल हे त्या वस्तूच्या ठिसूळपणावर अवलंबून असते. एरंडाच्या झाडाची वाळलेली काठी सहज मोडली जाईल पण तेवढ्याचे जाडीची बाभळीची काठी मोडायला कितीतरी जास्त जोर लागेल. यामुळेच किरकोळ पाय घसरून पडल्याने वृद्धाचे हाड मोडते पण धडधाकट तरुणाला नुसताच मुका मार बसतो. त्यात वृद्ध जर स्थूल असेल तर त्याच्या जादा वजनाचा भार व पडण्याची गती यामुळे हाड सहज मोडते. चालता-चालता जर पाऊल खड्ड्यात पडले तर सडपातळ माणसाला लचक भरते पण जाडजूड माणसाच्या घोट्याच्या हाडाचा अस्थिभंग होतो.

थोडक्यात म्हणजे वाढत्या वयाबरोबर आपल्या हाडातले कॅल्शियम कमी होणार नाही व वजन वाढणार नाही याची काळजी घेतली पाहिजे. ऋतुनिवृत्तीनंतर होणाऱ्या हार्मोन्सच्या कमतरतेमुळे स्त्रियांमध्ये हाडातील कॅल्शियम कमी होण्याची गती वाढते व वजन वाढण्याची शक्यता अधिक होते. त्यामुळे महिलांनी अधिक जागरूक रहायला हवे.

वृद्धांच्या आहारात कॅल्शियमचे प्रमाण अधिक असायला हवे; त्यासाठी सोपा, सुलभ मार्ग म्हणजे एक ग्लासभर दूध रोज घेणे. पालेभाज्या, फळभाज्या, नाचणी, तृणधान्ये, फळे हे सर्व असावे. शंभर मि.ली. दुधात १२० मि.ग्रॅम कॅल्शियम, ९० मि.ग्रॅम फॉस्फरस असते. कॅल्शियम, फॉस्फरस व 'ड' व्हिटॅमिन हाडांसाठी आवश्यक असते. म्हातारपणी काहींना दूध पचत नाही अशांनी अदमुरे दही घेण्यास हरकत नाही.

मांसाहारात मासे उत्तम मानले जातात. त्यामध्ये 'अ' व 'ड' व्हिटॅमिन्स, कॅल्शियम, ओमेगा-३ फॅटी ॲसिडस् (हृदयासाठी उत्तम) प्रथिने हे सर्व मिळते.

एकूणच शाकाहारापेक्षा मांसाहारात प्रथिने, कॅल्शियम भरपूर प्रमाणात मिळतात. पनीर, चीज हे पर्याय शाकाहारींसाठी उपलब्ध आहेतच.

आर्थिक परिस्थितीमुळे कित्येकदा चौरस आहार घेणे शक्य होत नाही. अशा व्यक्तींनी व्हिटॅमिन 'ड'युक्त कॅल्शियम ५०० मिली ग्रॅमची किमान १ गोळी रोज घ्यावी (किंमत एक रुपयापर्यंत). शरीराची रोजची गरज १००० मिली ग्रॅम असते. त्यातील निम्मे आहारातून व निम्मे गोळीद्वारे मिळाल्यास गरज भागेल.

पालेभाज्यांमध्ये- पालक व आळू या भाज्यांमध्ये ऑक्झॅलेटस् मोठ्या प्रमाणावर असतात व ते कॅल्शियमच्या शोषणामध्ये अडथळा आणतात.

हाडांमधील कॅल्शियम कमी होण्याची (Osteoporosis) सर्वसाधारण कारणे व त्यावरील उपाय आता पाहू या.

१) वाढते वय : वयाच्या वाढीवर उपाय नसला तरी कॅल्शियमच्या अभावावर वर वर्णन केल्याप्रमाणे चौरस आहार हा उपाय आहे.

२) व्यायामाचा अभाव : इतर आजारामुळे शरीराच्या हालचाली थांबणे (उदा. पॅरालिसिस, मांडीचे हाड मोडणे, मणक्याचे आजार, संधिवात, हृदय रोग इ.). स्नायूच्या हालचाली कमी झाल्या की संबंधित हाडांतील कॅल्शियम कमी होऊ लागते. याकरिता नियमित व्यायाम हवा. शरीराच्या सर्व सांध्यांच्या सर्व हालचाली आठवड्यातून ३-४ वेळा तरी व्हायला हव्यात. यासाठी सर्वांग सुंदर व्यायाम फार उत्तम. इतर सर्व सांध्यांबरोबरच मणक्याच्या सर्व हालचाली मागे, पुढे, बाजूला वाकणे व वळणे (Twist) या हालचाली होत राहिल्य पाहिजेत.

काही आजारांमुळे व्यायाम शक्य नसल्यास शुश्रुषा करणाऱ्याने जास्तीत जास्त हालचाली करून घेणे आवश्यक असते. कित्येक वेळी ॲनॅबॉलिक स्टिरॉईड इंजेक्शनची मदत घ्यावी लागते.

३) ऋतुनिवृत्तीनंतर महिलांमध्ये हाडातील कॅल्शियम कमी होण्याचे प्रमाण फार वाढते. यासाठी चौरस आहार, पुरेसा व्यायाम आवश्यक आहे. हिरव्या पालेभाज्या, फळे यांमधून नैसर्गिक इस्ट्रोजन मिळते. डॉक्टरी सल्ल्याने हॉर्मोन रिप्लेसमेंट थेरपी घेणे हा एक महत्त्वाचा प्रतिबंधक उपाय ठरू शकतो.

४) काही विशिष्ट आजार, उदा. हाडाचा, रक्ताचा किंवा इतर कोणताही कर्करोग. शरीराची कॅल्शियमची वाढलेली गरज ध्यानी ठेवून या रोगांवर इलाज करणारे डॉक्टर योग्य औषध योजना करतात.

अस्थिभंग टाळण्यासाठी कसे वागाल?

पहिली गोष्ट, आपल्या तब्येतीचा फजिल अभिमान नको. वय आणि त्यानुसार हालचालींना पडणाऱ्या मर्यादा मान्य करा. उगाच कोठेतरी उड्या

मारणे, स्टुलावर उभे राहून काही काम करणे हे टाळा. गुडघे, कंबर फार दुखत असेल, तोल जात असतील तर चालताना काठी जरूर वापरा. खाली चार पाय व त्या पायांना रबर लावलेली काठी वापरा. गुळगुळीत फरशीवरून रबरामुळे काठी घसरणार नाही. रस्त्याने चालताना फुटपाथवरूनच चाला. रस्ता ओलांडताना शक्यतो कोणाची तरी मदत घ्या. फुटपाथ नसेल तर रस्त्याच्या उजव्या बाजूने चाला. वाहने डाव्या बाजूने जातात. म्हणजेच तुमच्या समोरून येतात. त्यामुळे येणारे वाहन तुम्हाला दिसते व वाहनचालकाला तुम्ही दिसता. यामुळे अपघात टाळता येतो. वाहन मागून येत असेल तर तुम्हाला दिसत नाहीच पण ऐकू कमी येत असेल तर हॉर्नही ऐकू येत नाही.

मणक्यांचे अस्थिभंग :

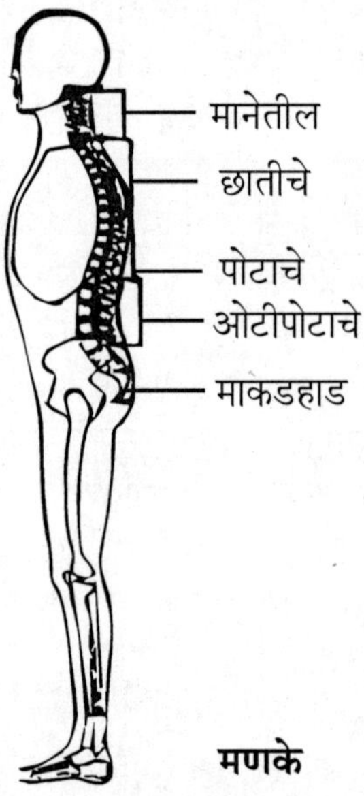

मणके

आकृतीत दाखविल्याप्रमाणे कॅरमच्या सोंगट्या एकमेकांवर रचाव्यात त्याप्रमाणे मणक्यांची रचना असते. गाडीतून जाताना मोठ्या खड्ड्यातून किंवा उंचवट्यावरून गाडी गेली तर आपण वर फेकले जातो व परत सीटवर आदळतो. या मणक्याच्या चवडीवर वरून दाब बसल्याने एखादा मणका पिचून दबणे किंवा मणक्यांमधील कुर्च्यांना इजा होऊ शकते. ऑस्टिओ पोरोसिसमुळे मणके ठिसूळ झाले असतील

तर साहजिकच ती शक्यता वाढते. म्हणून खराब रस्त्यावरील प्रवास, विशेषत: मागच्या बाकावर बसून करणे टाळावे.

आयुष्यभर आपले वजन पोटाचे मणके व गुडघे सांभाळतात. साहजिकच या सांध्यांची उतारवयात झीज होते. कंबरदुखी आणि गुडघेदुखी ही उतारवयातील बहुतांश व्यक्तींची तक्रार असते.

आपण केव्हाही पडू लागलो की साहजिकच तोंड, छाती यांना मार लागू नये म्हणून हात पुढे करून हातावर पडतो व शरीराचा भार हातावर घेतो. परिणामत: शरीराचा भार मनगटावर पडून मनगटाचे रेडियस (Radius) हाड मोडते. पडल्यावर डोक्याला मार लागण्यापेक्षा हात मोडणे बरे हे जरी खरे असले तरी मुळात पडणेच टाळावे हे जास्त चांगले नाही का?

मांडीचे हाड (Femur) :

शरीरातील सर्वांत लांब व बळकट हाड म्हणजे मांडीचे हाड. याची हालचाल करणारे मांडीचे स्नायूही तसेच बलदंड. बाथरूममध्ये घसरून पडल्याने हे हाड मोडणे ही घटना फार वेळा घडते. हे हाड मधल्या भागात (Shoft) कोठेही मोडले तरी त्यावरील बळकट स्नायूंच्या ओढीमुळे हे दोन तुकडे एका ओळीत सरळ ठेवणे अशक्य होते. हाडामध्ये सळई घालणे किंवा बाहेरून स्टीलच्या पट्ट्या मारणे आवश्यक होते.

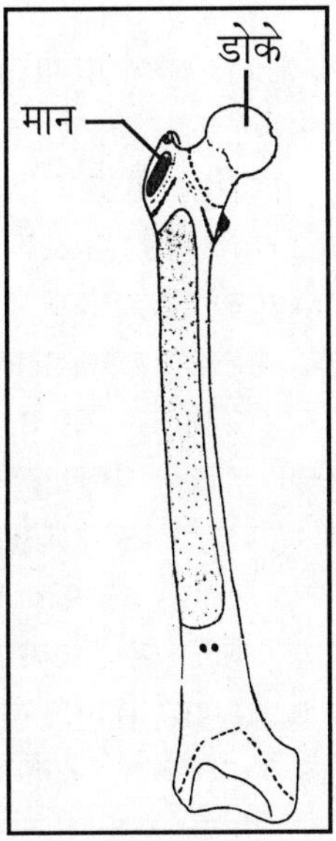

मांडीचे हाड त्याच्या मानेत मोडणे हा तर जास्तच त्रासदायक प्रकार आहे. एक तर या भागाला रक्तपुरवठा कमी असतो. त्यामुळे खिळा (Nail) मारूनही कित्येकदा येथे हाड जुळत नाही. रक्तपुरवठ्याच्या अभावामुळे पुढील चेंडू मरून जाऊ शकतो (Necrosis).

कृत्रिम बॉल बसविणे किंवा खिळ्याचा सांधाच बदलावा लागणे हे उपाय उपलब्ध असले तरी ते खर्चिक तर आहेतच पण खुब्याच्या सर्व क्रिया (उदा. जमिनीवर बसणे, मांडी घालणे) पहिल्या सारख्या करता येत नाहीत.

हातांनी, पायांनी आपण बहुसाल काम करितो.
विश्रांतीही घ्यावया. घेतो झोप, फिरोनी उठतो
ही ईश्वराची दया!

ही ईश्वरकृपा तुम्हा आम्हा सर्वांवर अखेरपर्यंत राहो ही ईश्वरचरणी प्रार्थना!

■

ऋतुनिवृत्ती (मेनोपॉज)

सर्वसाधारणपणे स्त्रीच्या वयाच्या ४० ते ५०-५५ या वयात पाळी येणे बंद होते. या वयात ओळीने किमान सहा महिने पाळी आली नाही तर पाळी बंद झाली असे समजावे. पाळी बंद होण्यापूर्वी ४-५ वर्षे व नंतर ५-६ वर्षांपर्यंत स्त्रीचे शरीर व मन यात अनेक बदल होत असतात. ते पती व पत्नी दोघांनीही समजून घेणे आवश्यक आहे. अन्यथा इतकी वर्षे चाललेल्या सुखी संसारात प्रचंड वादळे येऊ शकतात. पाळी बंद होण्याचा काल स्त्रीचे तारूण्य व वृद्धत्व यातील संक्रमण काळ आहे. हा काळ पती पत्नीने नीट हाताळावा. नाही तर कोणते संकट येईल सांगता येत नाही.

प्रथमत: मासिक पाळी कशी व का येते हे थोडक्यात पाहू. या विषयाची सर्वसामान्य माणसास जाण होणे एवढाच उद्देश आहे म्हणून फार तपशीलवार शास्त्रीय माहिती दिलेली नाही.

गर्भाशयाचे आतील आवरण गर्भधारणेस अनुकूल बनविणे व गर्भधारणा न झाल्यास हे आवरण बदलून टाकून नव्याने अनुकूल आवरण तयार करणे, हा मासिक पाळीचा उद्देश आहे. हायपोथलॅमस, पिचुटरी, ओव्हरी, ॲड्रिनल या अंतस्त्रावी ग्रंथींच्या कार्यमालिकेस एक कालचक्र आहे, त्याअन्वये पाळीच्या चौथ्या-पाचव्या दिवसापासून गर्भाशयाच्या आतील आवरणाचे (एन्ड्रोमेट्रियम) चे बांधकाम नव्याने सुरू होते. आधीच्या रक्तवाहिन्यांच्या तुटक्या टोकापासून नवीन रक्तवाहिन्या, ग्रंथीच्या अवशेषापासून नवीन ग्रंथी वाढू लागतात. या सर्व क्रिया मुख्यत: इस्ट्रोजेन, प्रोजेस्टेरॉन व इतर हॉर्मोन्सच्या वाढत्या प्रमाणाच्या अधिपत्याखाली होत असतात. याच वेळी बीजांड पक्व होण्याची क्रिया चालू असते. पाळीच्या १४ व्या दिवसाच्या सुमारास अंडे पक्व होते. ते फलित झाल्यास त्याला पोषक वातावरण गर्भाशयात तयार असते. फलन न झाल्यास हॉर्मोन्स हळूहळू कमी होऊ लागतात. त्यामुळे आतील आवरणाचा नाश होऊ लागतो. गर्भाशयातील आवरणाचे तुकडे, रक्त, योनीमार्गातून बाहेर टाकले जाते. यालाच आपण पाळी येणे म्हणतो. रक्तस्त्रावाची ही क्रिया ३-४ दिवस

चालते. परत हॉर्मोन्स वाढू लागतात व गर्भाशयाचे आतील आवरण नव्याने बनविण्याची क्रिया सुरू होते. गर्भधारणा झाली तर हॉर्मोन्स वाढत राहतात व रक्तस्त्राव होत नाही. म्हणूनच पाळी येण्याच्या क्रियेला गर्भधारणा न झाल्याच्या दुःखाने गर्भाशयाने ढाळलेले रक्ताचे अश्रू असे म्हटले जाते!

आयुष्याचा जननक्षम काळ संपल्यावर बीजांडकोषाचे (ओव्हरी) कार्य थांबते. त्यामुळे पाळी येणे कायमचे बंद होते. आयुर्मान वाढल्यामुळे पाळी बंद झाल्यानंतरचा आयुष्याचा काळही वाढला आहे. याचाच अर्थ, इस्ट्रोजेन कमी असण्याचा आयुष्याचा काळ व त्याचे दूरगामी परिणामही जास्त प्रमाणांत स्त्रीला सोसावे लागतात. स्त्रीच्या शरीरातही ॲड्रिनल ग्रंथी व ओव्हरीमधून ॲड्रोजेन म्हणजेच नर हॉर्मोन तयार होत असते. पाळी थांबल्यावरही त्याचे प्रमाण आहे तेवढेच राहते. इस्ट्रोजेन मात्र कमी होते. त्यामुळे या दोन्हीच्या एकमेकांशी असणाऱ्या प्रमाणात बदल होतो व ॲड्रोजेनस्चा वरचष्मा होतो. परिणामतः चेहऱ्यावरील केसात वाढ होते, आवाज घोगरा होतो.

इस्ट्रोजेन अभावामुळे होणारे परिणाम :

१) गर्भाशय – आकार लहान होतो. गर्भाशयाच्या मुखातून येणारा स्त्राव कमी होतो.

२) योनीमार्ग – आकुंचन पावतो. त्याची लवचिकता कमी होते, कोरडेपणा येतो.

३) योनी ओष्ठ – फुगीरपणा नाहीसा होतो. केस पातळ होतात.

४) स्तन – चरबी कमी होते. दुग्ध ग्रंथी आकसून जातात. स्तनाग्रे लहान होतात. परिणामतः स्तनांचा आकार लहान होऊन ते लोंबू लागतात.

५) मूत्रमार्ग – मूत्रमार्गातही योनीमार्गाप्रमाणे बदल होत जातात. त्यामुळे लघवी जळजळणे, वरचेवर लघवीस जाणे, घाईची लागणे, ताबा कमी होणे ही लक्षणे येऊ शकतात.

६) ओटीपोट – स्नायू ढिले होतात. तेथील चरबी कमी होते. त्यामुळे मूत्राशय, गर्भाशय यांचे आधार कमी होतात.

७) रक्ताभिसरण – हॉट फ्लश– एकदम गरम होणे, घाम येणे, धडधडणे, रक्तात चरबी वाढल्याने रक्तवाहिन्यांचे आजार वाढतात. पुरुष व पाळी गेलेल्या स्त्रिया यांच्यातील हार्ट ॲटॅकचे प्रमाण समान आहे. पण मासिक पाळी चालू असताना स्त्रियांना हार्ट ॲटॅक येण्याचे प्रमाण अत्यल्प आहे.

८) हाडे – हाडांमधील कॅल्शियमचे प्रमाण कमी होते. त्यामुळे मणक्यांचे आजार येण्याची शक्यता वाढते.

९) मानसिक बदल – मानसिक बदलांचा विचार पती-पत्नीने जास्त सखोल करणे आवश्यक आहे. लग्नाला २०-२५ वर्षे झालेली असतात. दोघांनाही एकमेकांचा स्वभाव, वैशिष्ट्ये, आवडीनिवडी चांगल्या माहिती असतात. याच वेळी पाळी बंद होण्याचे (मेनोपॉज) त्रास सुरू होतात. स्त्रीला स्वत:ला फारसे जाणवत नाहीत पण पतीला धक्कादायक वाटावे असे प्रसंग घडू लागतात.

कोणतीही गोष्ट घडली तर त्यावर पत्नीचे मत काय असेल हे पती छातीठोकपणे सांगू शकतो, एवढी एकमेकांची जाण आलेली असते. पण आता कधी कधी अंदाजाच्या एकदम विरुद्ध मत पत्नी मांडू लागते.

कधी कधी औदासिन्याचा इतका तीव्र झटका येतो की, स्त्रीला धाय मोकलून रडावे असे वाटते. कधी कधी ती रडतेही आणि रडण्याचे कारण न समजल्यामुळे पतिराज बुचकळ्यात पडतात. आपले काय चुकले हे त्याला समजेनासे होते. पण रडण्याचे कारण पत्नीला स्वत:लाच माहिती नसते.

शनिवारची सायंकाळ. मुलेबाळे गावाला गेली आहेत. गुलाबी थंडी पडली आहे. मनासारखे जेवण झाल्यावर पतीपत्नी प्रसन्न चित्तवृत्तीने कॉटवर पहुडली आहेत. एकमेकांना मिठीत घेऊन कामचेष्टा सुरू होतात आणि पत्नी अचानक जवळ जवळ ओरडतेच, "आधी बाजूला व्हा. किती गरम होतं आहे." ती पांघरूण फेकून देते. तिचे अंग खरंच गरम झालेले असते. चेहरा लालसर झालेला असतो. पाहता पाहता अंग घामाने डबडबून जाते. हे सर्व अवाक् होऊन पाहणारे पतिराज बुचकळ्यात पडतात. आपले काही चुकले का? याचा विचार करू लागतात. घाबरण्यासारखे काहीही नसून मेनोपॉजमुळे आलेला हा हॉट फ्लश असतो.

नेहमी घरी येणाऱ्या, चांगले घरगुती संबंध असलेल्या स्त्रीबरोबर नवऱ्याचे काही वेगळे संबंध आहेत, पूर्ण विश्वासातला आपला नोकर चोरटा आहे, नवरा व मुले आपल्यापासून काहीतरी लपवत आहेत, असे अनेक प्रकारचे संशय या काळात घेरू लागतात. काही वेळा तर घराचे शांत, प्रेममय वातावरण उद्ध्वस्त होईल अशी परिस्थिती निर्माण होते. घरच्या सर्वांनी 'मेनोपॉज' हा विषय समजून घेतला पाहिजे, तो यासाठीच!!

दुष्परिणाम सौम्य होण्यासाठी उपाय :

पाळी थांबणे हे तर टाळता येत नाही. नैसर्गिकरित्या पाळी थांबण्याबरोबरच गर्भाशय काढणे, ओव्हरीज काढणे किंवा त्यांना रेडिएशन देऊन नष्ट करणे हे अनैसर्गिक उपचारही पाळी थांबवितात. आपली जननक्षमता संपली, स्त्रीत्व संपले ही अवस्था स्त्रीला फार त्रासदायक असते. पाळी थांबण्याचे दुष्परिणाम

सौम्य होण्यासाठी पुढील उपाय योजावेत.

१) पौष्टिक आहार – यांत कॅल्शियम व 'ई' जीवनसत्व जास्त महत्त्वाचे आहे.

२) व्यायाम – यामुळे स्नायू व सांधे सुस्थितीत राहतात. मन प्रसन्न राहते.

३) मन शांत ठेवणारी औषधे – यामुळे मानसिक शांतता येण्यास मदत होते. पण ज्यामुळे हे घडते, ते शारीरिक बदल होतच राहतात.

४) इस्ट्रोजेनच्या अभावामुळे बहुतेक सारे दुष्परिणाम होत असतात. अल्प प्रमाणात इस्ट्रोजेन देणे. HRT – हॉर्मोन रिप्लेसमेंट थेरपी (एच्.आर.टी.) हा उपाय अतिशय उत्तम असला तरी डॉक्टरांच्या सल्ल्याने व त्यांच्या देखरेखेखालीच घेतला पाहिजे.

स्तनांचा कर्करोग, गर्भाशयाचा कर्करोग, यकृताचे आजार, रक्तात गुठळी होण्याचा आजार अशा काही आजारात एच्. आर. टी. देता येत नाही.

५) काही आयुर्वेदिक औषधांचा उत्तम उपयोग होतो.

एच्.आर.टी. कशी देता येते?

१) तोंडाने गोळी – रोज किंवा ठराविक मुदतीच्या खंडाने.

२) योनीस आतून लावण्याच्या क्रीमद्वारे.

३) पोटावर क्रीम चोळून.

४) कातडीखाली हळूहळू विरघळणाऱ्या गोळीचे रोपण करून. हे दर सहा महिन्यांनी करावे लागते.

५) कमरेखाली चिकटवून ठेवण्याच्या पॅचद्वारा. हा पॅच आठवड्यातून दोन वेळा बदलावा लागतो.

■

स्त्रियांना होणारे कर्करोग

स्त्रियांना होणाऱ्या कर्करोगामध्ये स्तनांचा व गर्भाशयाचा कर्करोग हे सर्वात महत्त्वाचे. पुरुषांनादेखील स्तनांचा कर्करोग होऊ शकतो. पण त्याचे प्रमाण अत्यल्प आहे. या उलट नऊ स्त्रियांमधील एकीस स्तनाचा कर्करोग होण्याची शक्यता असते. कोणत्याही प्रकारच्या कर्करोगात त्याचे निदान प्राथमिक अवस्थेत झाल्यास कर्करोग पूर्ण बरा होण्याची शक्यता वाढते. यासाठी दूरदर्शन, वर्तमानपत्रे ही प्रचारमाध्यमे महत्त्वाचे योगदान देऊ शकतात. टी.व्ही. वरील असाच एक कार्यक्रम पाहिल्यानंतर स्तनात गाठ असल्याचे सांगत एक महिला माझ्याकडे आली. वेळेत निदान, ऑपरेशन व औषधोपचाराने ती पूर्ण बरी झाली. ही गोष्ट पंधरा वर्षापूर्वीची आहे. आज वयाची सत्तरी ओलांडल्यावरही ती उत्तम आरोग्यपूर्ण जीवन जगत आहे. त्याच सुमारास माझ्या आणखी दोन रुग्ण महिलांचीही स्तनाच्या कर्करोगाची ऑपरेशन्स झाली होती. पण अज्ञान व लज्जेपोटी त्या उशीरा डॉक्टरकडे गेल्या. ऑपरेशन व पुढील सर्व औषधोपचार सर्व होऊनही त्या दोघींची १०-१२ वर्षश्राद्धे पार पडली आहेत. वेळीच घातलेला एक टाका उशीरा घालावे लागणारे नऊ टाके व त्याच्या वेदना टाळू शकतो हेच खरे.

स्तनांचा कॅन्सर होण्याची जास्त शक्यता कोणास असते?

१) अविवाहित स्त्रिया.
२) विनापत्य महिला.
३) बाळाला स्तनपान न देणाऱ्या माता.
४) ज्यांच्या माहेरच्या नातेवाईकांत कॅन्सर झाला आहे. उदा. आई, बहिणी, आजी, मावशी इ.
५) वयाची पन्नाशी ओलांडल्यावर.
६) लठ्ठपणा.
७) पहिले अपत्य उशीरा (तिशीनंतर) झाले असल्यास.

स्तनाच्या कॅन्सरची प्राथमिक लक्षणे :

पुढील लक्षणे विशेषत: एकाच स्तनात आढळल्यास कर्करोगाची शक्यता ध्यानात घेऊन लगेच डॉक्टरांना दाखवावे.

१) स्तनात गाठ येणे.

२) काखेत गाठ येणे.

३) स्तनाच्या कातडीत बदल जाणवणे.

४) स्तनाचा आकार बदलणे व दुखणे.

५) स्तनाग्रे हळुवार होणे.

६) स्तनाग्रे आत खेचली जाणे.

७) स्तनाग्रातून स्त्राव, पू, रक्त येणे.

८) स्तनावरील जखम बरी न होणे.

वरील कोणतेही लक्षण आपल्या स्तनात जाणवते काय याचे परीक्षण तिशी ओलांडलेल्या प्रत्येक स्त्रीने महिन्यातून एकदा करणे आवश्यक आहे. पाळीच्या पहिल्या आठवड्यानंतर शक्यतो परीक्षण करावे. पाळी बंद झाली असल्यास (अगर गर्भाशय काढले असल्यास) कोणत्याही दिवशी निरीक्षण करावे. पूर्ण एकांतात, स्वच्छ प्रकाशात व शक्यतो आरशासमोर ते निरीक्षण केले पाहिजे. स्तनांचे बाह्य निरीक्षण झाल्यावर स्तन चाचपून पाहताना स्तनांना व हाताला साबण लावल्याने चाचपणी जास्त नीट करता येते. आंघोळ करताना हे सहज शक्यही आहे. परीक्षण पुढीलप्रमाणे करावे.

१) आरशासमोर उभे राहा. कातडीवर लाली, सूज वाटते का पाहा. दोन्ही स्तनांचा आकार पहा. तो साधारण सारखा असावयास हवा. डावा स्तन थोडा मोठा व डावे स्तनाग्र उजव्यापेक्षा थोडे खाली असते. कोठेही एका स्तनास जास्त फुगवटा किंवा खड्डा वाटतो का ते पहा.

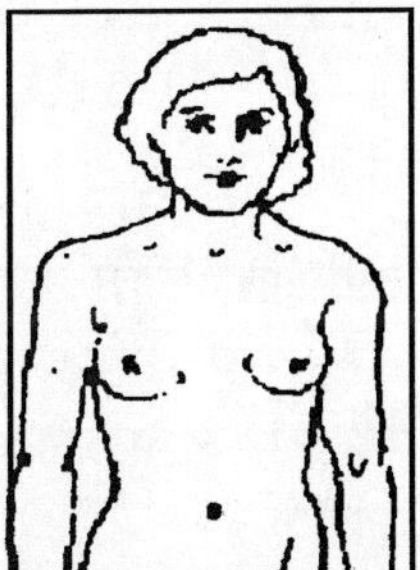

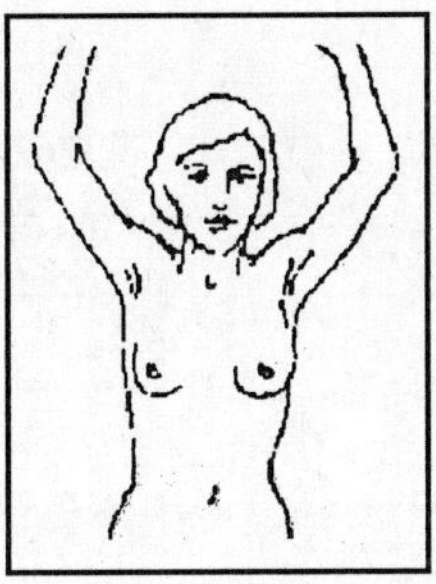

२) बाह्य परीक्षणासाठी दोन्ही हात डोक्यामागे नेऊन पुढील बाजू वर करा. स्तन उचलले जातात. खालील भागाचे निरीक्षण नीट करा.

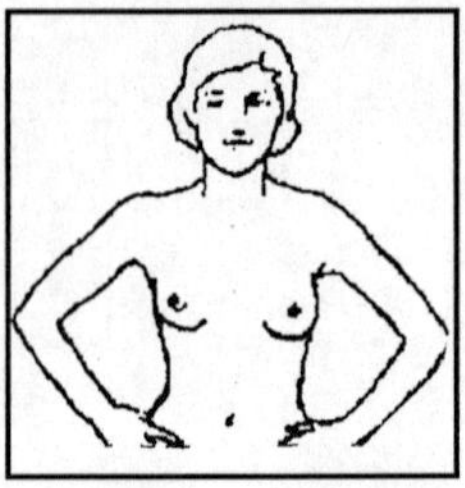

३) हात कमरेवर ठेवून जोर देऊन पुढे वाका. या स्थितीत स्तनांच्या वरच्या भागाचे नीट निरीक्षण करता येते.

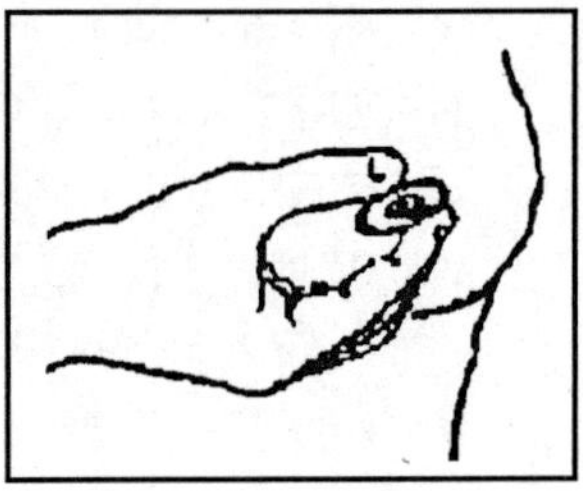

४) उजव्या स्तनांची चाचपणी डाव्या हाताने व डाव्या स्तनाची चाचपणी उजव्या हाताने करणे सोपे जाते. प्रथम स्तनाग्रे हळूच दाबून पहा. स्वच्छ द्रव किंवा दूध येणे ठीक आहे. पण पू, रक्त येत नाही ना व दुखत नाही ना, हे पहा.

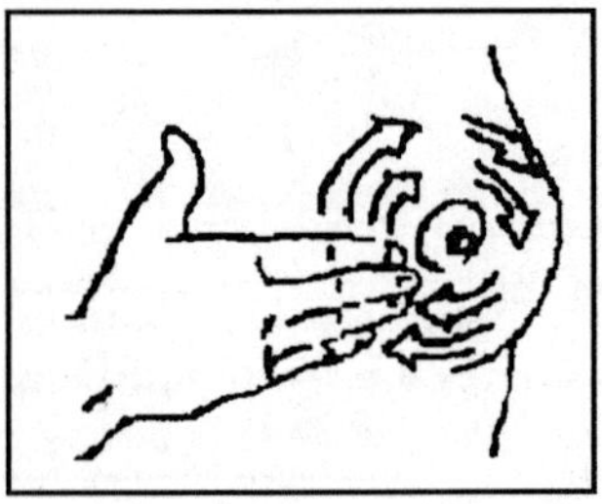

५) स्तनाग्रापासून सुरुवात करून कडेपर्यंत हाताच्या तळव्याने चाचपून संपूर्ण स्तन तपासा. काखेतही गाठ नाही ना? याची खात्री करून घ्या.

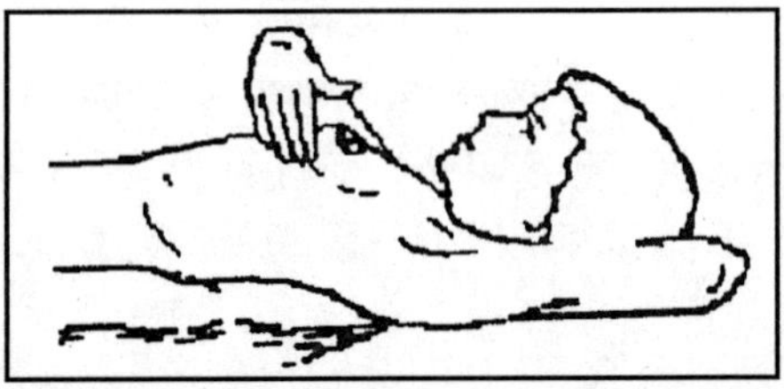

६) वरील प्रमाणेच तपासणी गादीवर उताणे होऊन करा. स्तन सपाट झाल्यामुळे गाठ असल्यास जास्त सहजपणे जाणवते.

या स्वत: केलेल्या तपासणीत जर आधी सांगितल्याप्रमाणे काही लक्षण जाणवले तर लगेच डॉक्टरांना दाखवा. कर्करोग असेलच असे नाही, पण खात्री करून घ्या. जर समजा कर्करोग असेल तर प्राथमिक अवस्थेत तो पूर्ण बरा होऊ शकतो.

जननेंद्रियांचा कर्करोग :

गर्भाशयाचा कर्करोग होण्याची शक्यता पुढील महिलांमध्ये जास्त असते.

१) खूप बाळंतपणे झालेल्या स्त्रिया.
२) वरचेवर गर्भाशयाच्या मुखावर जखम होणे.
३) वयाच्या साठीनंतर.
४) स्तनाचा कॅन्सर असणाऱ्या स्त्रिया.

स्वतःच्या लक्षात येण्यासारखी लक्षणे :

१) खाज येणे.
२) अंगावर पांढरे जाणे.
३) अंग बाहेर येणे.
४) पाळीशिवाय अन्यवेळी वरचेवर रक्तस्त्राव होणे.
५) मैथुनानंतर थोडा रक्तस्त्राव होणे.
६) ओटीपोटात जड वाटणे.
७) कंबर दुखणे.
८) लघवीस वारंवार लागणे.
९) लघवी जळजळणे.
१०) पाळी वेळच्या वेळी न होणे.
११) पाळीच्या वेळी नेहमीपेक्षा जास्त रक्तस्त्राव होणे.
१२) पाळीच्या वेळी ओटीपोटात दुखणे. (नेहमीपेक्षा जास्त)

ही लक्षणे कर्करोगाबरोबरच बुरशीचा प्रादुर्भाव, गर्भाशयाच्या मुखावर जखम होणे, योनीमार्गास सूज येणे या रोगांचीही असू शकतात. लक्षण लक्षात आल्याबरोबर वैद्यकीय सल्ला घ्या. डॉक्टरना निदान करू द्या.

■

मोतीबिंदू

डोळ्यातला एक महत्त्वाचा भाग म्हणजे नेत्रभिंग. या पूर्ण पारदर्शक, बहिर्गोल भिंगामुळे डोळ्यापेक्षा लाखोपट मोठ्या असणाऱ्या समोरच्या जगाचे छोटे पण स्पष्ट प्रतिबिंब अंत:पटलावर पडून हे जग आपल्याला दिसते. प्लॅस्टिकचा पेला नवीन असताना काचेच्या पेल्यासारखाच दिसतो. पण काही काळ वापरल्यावर त्याची पारदर्शकता कमी कमी होत जाते व शेवटी पूर्ण अपारदर्शक होतो. त्याप्रमाणेच वार्धक्यामध्ये हळूहळू नेत्रभिंग अपारदर्शक होत जाते व बाह्य जगाची अंत:पटलावर पडणारी छबी अस्पष्ट होत जाते.

म्हातारपणी हमखास होणाऱ्या व्याधींपैकी मोतीबिंदू ही एक आहे. सत्तरी ओलांडलेल्या ९९ टक्के पेक्षा जास्त लोकांना मोतीबिंदू होतो. काही कारणांनी मोतीबिंदू लवकर होतो. त्याची कारणे अशी– जन्मत: मोतीबिंदू असणे, डोळ्यास इजा झाल्यास, मधुमेह, स्टीरॉईड सारख्या औषधांचा वापर, खूप मोठा मायनस नंबर असणे इ.

मोतीबिंदूची लक्षणे :

दूरचे पाहताना दृश्य धुक्यातून पाहिल्यासारखे धूसर वाटते. नेहमीच्या ओळखीचा माणूस सुद्धा ५-१० फुटापर्यंत जवळ आल्याशिवाय ओळखता येत नाही. नजर आणखी कमी आल्यावर एक फुटावर धरलेल्या बोटांची संख्यासुद्धा कळेनाशी होते. झगमगीत प्रकाशात डोळ्याच्या बाहुल्याही लहान होतात व त्यामुळे फार उन्हात किंवा रात्री गाडी चालवताना समोरून प्रखर प्रकाशझोत आल्यास दिसण्यास फार त्रास होतो.

अपारदर्शक नेत्रभिंग परत पारदर्शक होण्यासाठी अगर विरघळून टाकण्यासाठी कोणतेही औषध उपलब्ध नाही. शस्त्रक्रियेने ते काढून टाकणे हा एकच पर्याय आहे. हे अपारदर्शक भिंग काढून टाकल्यामुळे प्रकाशाचा आत जाण्याचा मार्ग मोकळा होतो. पण भिंगाना पर्याय म्हणून जाड चष्मा वापरणे किंवा कृत्रिम भिंग डोळ्यात बसविणे आवश्यक ठरते.

शस्त्रक्रिया केव्हा करावी लागते?

जुन्या पद्धतीप्रमाणे मोतीबिंदू पिकल्यावर शस्त्रक्रिया करावी लागे. निदान झाल्यापासून सहा महिने ते १०-१२ वर्षे इतकासुद्धा काळ मोतीबिंदू पिकण्यास लागू शकतो. या काळात रुग्णास अनेक अडचणींना तोंड द्यावे लागते. काही वेळा नोकरी-धंदा बंद ठेवण्याची पाळी येऊ शकते. नव्या तंत्राने ऑपरेशन मोतीबिंदू कितीही कच्चा असताना करता येते. त्यामुळे ऑपरेशन केव्हा करावे? या प्रश्नाचे उत्तर 'रुग्णास त्याचे दैनंदिन व्यवहार करताना त्रास होऊ लागताच' असे द्यावे लागेल.

मोतीबिंदूच्या ऑपरेशन नंतर महत्त्वाचा भाग म्हणजे चष्मा. नैसर्गिक भिंगाची ताकद कमीजास्त करून सर्व अंतरावरचे आपल्याला दिसू शकते. पण हे भिंग काढून टाकल्यावर लांबचे व जवळचे दिसण्यासाठी दोन योग्य चष्मे वापरावे लागतात. कृत्रिम भिंगरोपणाने हा प्रश्न बराच सोपा होतो. कृत्रिम भिंगारोपण करणे व न करणे याची तुलना करू या.

	कृत्रिम भिंगारोपण करणे	न करणे
१.	ऑपरेशन कितीही कच्च्या मोतीबिंदूवर करता येते.	जास्तीत जास्त पक्वता आवश्यक.
२.	भिंग किती ताकदीचे वापरावयाचे ते आधी तपासून ठरविता येते व ऑपरेशननंतर लगेच लांबचे दिसू लागते. अत्याधुनिक अे-स्कॅनसारख्या पद्धती वापरल्यास २-४ दिवसांत काम करता येते.	चष्मा मिळण्यास दोन ते अडीच महिने जावे लागतात.
३.	वाचण्यासाठी, जवळच्या कामासाठी फक्त ३ ते ४ नंबरचा चष्मा वापरावा लागतो. दूरचे पाहण्यासाठी चष्मा लागत नाही.	लांबचे पाहण्यास १० ते १ नंबरचा जाडच्या जाड चष्मा वापरावा लागतो. व बारीक व जवळचे काम करण्यासाठी १३/१६ नंबरचा चष्मा वापरावा लागतो.

	कृत्रिम भिंगारोपण करणे	न करणे
४.	डोळ्यांची हालचाल उजवी डावीकडे करून शेजारचे पाहता येते.	चष्म्याच्या मध्यातूनच फक्त नीट दिसते. त्यामुळे आसपासचे पाहण्यासाठी मान वळवावी लागते. डोळ्यांच्या हालचालीचा उपयोग होत नाही.
५.	बिनटाक्यांचे किंवा कमी टाक्यांचे त्यामुळे वेदना कमी.	टाक्यांमुळे वेदना.
६.	पथ्य - २/३ दिवसांत दैनंदिन व्यवहार करता येतात.	दोन-अडीच महिने दैनंदिन व्यवहार करता येत नाहीत. एक महिना डोक्यांवरून अंघोळ करता येत नाही. ऑपरेशन झालेल्या बाजूवर कुशीवर झोपता येत नाही.
७.	भिंगाचे मागचे टरफल काढलेले नसते. त्यामुळे हे अपारदर्शक होऊ शकते. लेसरने हा दोष दूर करता येतो.	संपूर्ण भिंग काढल्यामुळे हा त्रास संभवत नाही.
८.	वृद्धत्वामुळे अगर अन्य कारणामुळे अंत:पटल व नस खराब झाली असल्यास अपेक्षेतके चांगले दिसत नाही व याबाबतचा अंदाज कधी येत नाही.	हा दोष दोन्ही प्रकारच्या शस्त्रक्रियांना लागू आहे.
९.	कृत्रिम भिंगाची किंमत व वापरली जाणारी फॅकोसारखी महागडी साधने. खर्च जास्त येतो.	कमी खर्चात हे ऑपरेशन होते.

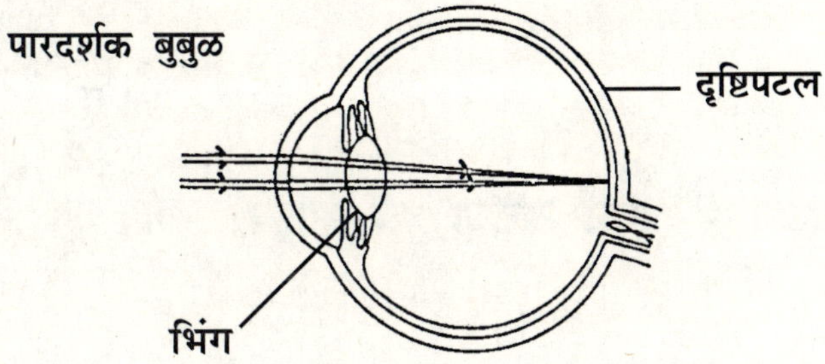

निर्दोष डोळ्याची रचना

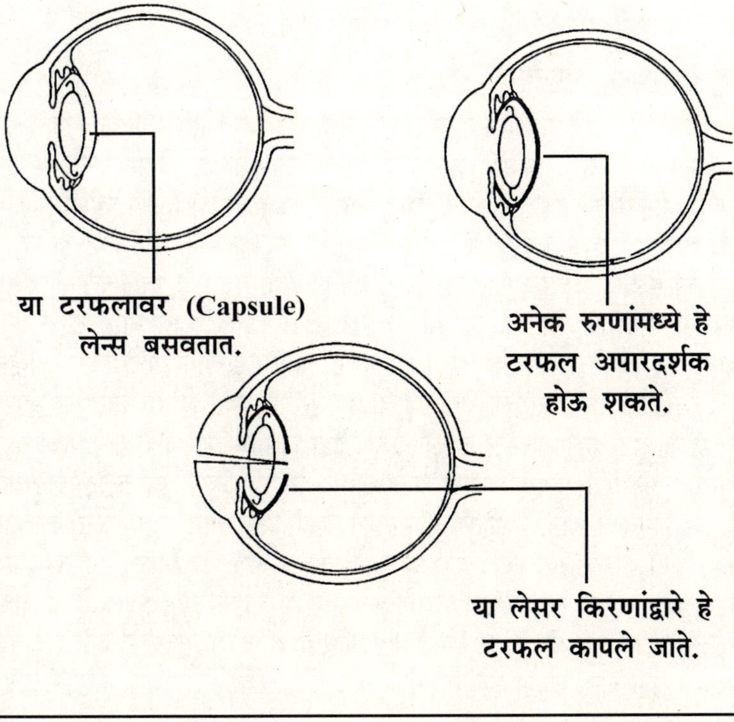

हृदयविकार (हार्ट ॲटॅक) व उपाय

चाळिशीनंतर सर्वात ज्याची धास्ती प्रत्येकाला वाटते असा आजार म्हणजे हार्ट ॲटॅक.

कोणीही मोठा पाहुणा पूर्वसूचना दिल्याशिवाय सहसा येत नाही. या सूचनांकडे आपण दुर्लक्ष करीत राहिलो तर पाहुणा प्रत्यक्ष दारात येऊन उभा राहिला की आपण गडबडून जातो. त्याप्रमाणेच हार्ट ॲटॅक येण्यापूर्वी शरीर धोक्याची घंटा वाजवत असते. आपण सावध होऊन योग्य काळजी घेतली तर ॲटॅक टाळू शकतो. ॲटॅक येऊन गेल्यावरही जर योग्य उपचार आणि योग्य वागणूक ठेवली तर जवळ जवळ सर्वसामान्य जीवन जगता येते.

या पूर्वसूचना कोणत्या?

आपले रोजचे सवयीचे काम करताना आपण दमत नाही. इतकेच काय पण त्यापेक्षा थोडे जास्त कामही आपण न दमता करू शकतो. उदाहरणार्थ, एखादा माणूस सलग एक किलोमीटर न दमता चालू शकत असेल आणि ज्यादा २००/३०० मीटरसुद्धा न दमता चालू शकत असेल. पण काही दिवसांनी त्याच्या लक्षात येते की हे जादा अंतर चालताना त्याला दम लागतो. पुढे पुढे एक किलोमीटर पूर्ण करण्याआधीच दम लागतो. छातीत जड वाटते. घाम येतो, डावा बाहू, खांदा, मान यात कळ लागते. ही सर्व हृदयाचा रक्तपुरवठा कमी पडू लागण्याची लक्षणे आहेत.

रक्तावाटे सर्व शरीराला प्राणवायू व अन्न पुरविले जाते. हे पुरवणारा पंप म्हणजे हृदय. हा पंप चालण्यासाठी त्याला स्वत:लाही अन्न आणि ऑक्सिजन याची गरज असते. ती गरज महारोहिणीच्या करोनरी नामक रोहिणीतर्फे हृदयाला रक्तपुरवठा करून भागवली जाते. या रक्तवाहिन्यामध्ये चरबी साठल्याने त्यांचा आतील व्यास कमी होतो तसेच लवचिकता कमी झाल्याने त्या प्रसरण पावू शकत नाहीत. ज्यादा काम पडले की या रक्तवाहिन्या प्रसरण पावून जादा रक्तपुरवठा हृदयाला केला जातो. पण या रोगट रक्तवाहिन्या प्रसरण न पावल्याने व अरुंद असल्याने रक्ताची वाढलेली मागणी पूर्ण करू शकत नाहीत. भूक लागलेले लहान मूल रडते, दूध मिळताच

रडायचे थांबते. तसेच अन्न कमी पडल्यामुळे हृदयाचे रडणे म्हणजे 'अंजायना पॅक्टोरिस.' नायट्रोग्लिसरीनची गोळी जिभेखाली धरली की तेथून लगेच हे औषध रक्तात पोचते व हृदयाच्या रक्तवाहिन्या प्रसरण पावतात. रक्तपुरवठा वाढतो व जादू केल्यासारखे छातीत दुखणे थांबते. श्रम झाल्यावर अंजायनाचा त्रास होणे याला डॉक्टरी भाषेत 'अंजायना ऑफ एफर्ट' म्हणतात. काही लोकांमध्ये अंजायनाचा त्रास, श्रम वगैरे काहीही न करता स्वस्थ बसले असतानादेखील होतो. त्याला 'अन्स्टेबल अंजायना' म्हणतात. हा प्रकार साहजिकच जास्त धोकादायक.

हृदयाच्या रक्तवाहिनीत चरबी साठल्याने त्यांचा व्यास कमी कमी होत जातो, इतका की रक्ताची एखादी गुठळी रक्तवाहिनी पूर्ण बंद करू शकते. अशावेळी छातीत मध्यभागी खूप दुखते, प्रचंड घाम येतो, उलट्या होणे अशी लक्षणे येतात. मधुमेही रुग्णांच्या दुखण्याच्या संवेदना कमी झालेल्या असतात. त्यामुळे हार्ट ॲटॅक आल्यावरही त्यांना छातीत सहसा दुखत नाही. एखादी रक्तवाहिनी पूर्ण बंद झाल्यामुळे हृदयाच्या संबंधित भागास रक्तपुरवठा पूर्ण बंद होतो. यालाच हार्ट ॲटॅक (मायोकार्डियल इन्फाक्र्शन) म्हणतात.

कार्डियोग्राम (इ.सी.जी.) काढल्यावर रक्तपुरवठा किती व हृदयाच्या कोणत्या भागात कमी अगर बंद झाला आहे हे समजते. हार्ट ॲटॅकचे निश्चित निदान कार्डियोग्राम करू शकतो. अंजायनाच्या रुग्णांमध्ये दुखत असताना कार्डियोग्राम काढला तर दोष समजू शकतो. काही रुग्णांमध्ये दोष असूनही इ.सी.जी. नॉर्मल येऊ शकतो. नायट्रोग्लिसरीनची गोळी जिभेखाली धरल्यानंतर दुखणे थांबणे ही एकमेव गोष्ट अंजायनाचे निदान करण्यासाठी पुरेशी आहे.

छातीत दुखण्याची विविध कारणे :

छातीत दुखायला लागले की माणसाला पहिली भीती वाटते ती हार्ट ॲटॅकची. पण छातीत दुखायची अनेक कारणे असतात. कारण उघड नसेल तर डॉक्टरना दाखवून निदान करून घेणे चांगले. कारण हार्ट ॲटॅक हा अतिशय फसवा रोग आहे. छातीत प्रचंड दुखणे, घाम येणे, उलट्या होणे, अत्यंत भीती वाटणे, धडधडणे, चक्कर येणे अशी लक्षणे पुस्तकात दिलेली असली तरी प्रत्येक रुग्णास ही सर्व लक्षणे असतीलच असे नाही. काही असतील, काही नसतील. छातीत दुखणे हे प्रमुख लक्षणसुद्धा काही रुग्णांमध्ये नसते. विशेषत: मधुमेही रुग्णांमध्ये.

छाती दुखण्याची हार्ट ॲटॅक सोडून इतर कारणे पुढीलप्रमाणे :

श्रम – विशेषत: जड सामान उचलणे, झाडे तोडणे, जमीन उकरणे अशा कामांमुळे छातीच्या स्नायूंवर ताण येतो आणि खूप चालल्यावर पाय दुखावेत त्याप्रमाणेच छातीत दुखते.

अन्ननलिकेला सूज – अन्ननलिका छातीतून खाली पोटात जाते. आम्लपित्ताने अन्ननलिकेस सूज येते. त्यामुळे छातीत दुखते. विशेषत: गिळताना दुखण्याचे प्रमाण जास्त असते.

श्वासनलिकेस सूज येणे, फुप्फुसदाह, प्लूरसी – श्वसनसंस्थेचा वरील भाग सोडल्यास बाकी श्वासनलिका, फुप्फुसे हे भाग छातीत असतात. या भागांच्या कोणत्याही रोगामुळे छातीत दुखते.

बरगड्यांच्या सांध्यांची सूज – श्रम तसेच पाठीत पोक काढून बसणे, काम करणे अशा अनेक कारणांमुळे या सांध्यांना (बरगड्या व उरोस्थी म्हणजेच छातीचे समोरील मधले हाड यांचा सांधा) सूज येऊन छातीत मध्यभागी दुखते.

मानसिक दडपण – मानसिक दडपणामुळे आपल्या छातीत दुखते आहे असे उगाचच वाटत राहते. ''छातीत दुखते आहे, हार्ट ॲटॅक तर नाही ना?'' असे म्हणत डॉक्टरकडे येणारे बहुसंख्य पेशंट या प्रकारातील असतात. यांना कार्डिओफोबिया म्हणतात. सर्व तपासण्या होऊन त्या नॉर्मल आल्या पण रुग्णाची मानसिक स्थिती पोषक असेल तरच हे निदान बरोबर, अन्यथा ''त्याचे सगळे मानसिकच असते'' हे निदान धोकादायक ठरू शकते.

पोटात गॅस, आम्लपित्त – या आजारामुळेदेखील छातीत दुखते किंवा 'छातीत कसेतरी होते.'

वरील सर्व प्रकारात हा हार्ट ॲटॅक नाही हे तपासण्यांनी सिद्ध झाल्याशिवाय छातीत दुखते या लक्षणाला वरील कोणतेही लेबल लावणे धोकादायक ठरू शकते.

हार्ट ॲटॅक कोणाला होतो?

स्त्री-पुरुष – स्त्रियांना पाळी चालू असेपर्यंत हार्ट ॲटॅक क्वचितच येतो. पण पाळी गेल्यानंतर स्त्रियामध्ये हार्ट ॲटॅकचे प्रमाण जवळजवळ पुरुषांइतकेच असते.

मधुमेही, ब्लड प्रेशर व धूम्रपान करणारे – यामध्ये हार्ट ॲटॅकचे प्रमाण इतरांपेक्षा दसपट जास्त असते.

चाळिशीच्या आत – हार्ट ॲटॅक येणारे फार धूम्रपान करणारे तरी असतात किंवा त्यांच्या हृदयात जन्मत:च काही दोष असतो.

अनुवंशिकता – थोरले भाऊ-बहिणी, आई, बाप, काका, मामा यांना हार्ट ॲटॅक आला असेल तर तुम्हाला हार्ट ॲटॅक येण्याची खूप शक्यता आहे. तुम्ही स्वत:ला सांभाळलेच पाहिजे.

सवयी – मांसाहार, धूम्रपान, तंबाखू सेवन, चिडचिडा स्वभाव, जादा स्निग्ध

पदार्थ खाणे या सवयी, तसेच बैठे काम, व्यायामाचा अभाव, ही सर्व हार्ट ॲटॅकची निमंत्रणे आहेत.

व्यक्तिमत्त्व – म्हणजेच पर्सनॅलिटी : 'टाईप ए' व्यक्तिमत्त्व ही माणसे सतत दुसऱ्याशी स्पर्धा करणारी, गडबडी, चिडखोर, अतिव्यवहारी, कमी वेळात जास्तीत जास्त यश मिळविण्याचा प्रयत्न करणारी असतात. या उलट 'टाईप बी' व्यक्तिमत्त्वाची माणसे थोड्यात समाधान मानणारी, संयमी, शांत, प्रेमळ आणि आपल्या कामावर प्रेम करणारी असतात. 'टाईप ए' व्यक्तिमत्त्वाच्या व्यक्तींमध्ये हार्ट ॲटॅक येण्याची शक्यता 'टाईप बी' पेक्षा आठपट जास्त असते.

'सिंड्रोम एक्स' – वयाच्या ३०-४० नंतरचा लठ्ठ पुरुष मधुमेही, रक्तातील चरबीचे (कोलेस्टरॉल इ. चरबीचे प्रकार) प्रमाण वाढलेले, कमरेपेक्षा पोट मोठे (चरबी साठल्यामुळे) अशा माणसाला 'सिंड्रोम एक्स' म्हटले जाते सर्वसाधारणपणे रक्तातील इन्शुलिन कमी असल्याने मधुमेह होतो पण सिंड्रोम एक्समध्ये इन्शुलिन जास्त असते. परंतु साखर कमी करण्याची शक्ती कमी होते आणि चरबी मात्र वाढते. त्यामुळे लठ्ठपणा येतो व रक्तवाहिन्यांत जादा चरबी साचते. बैठे काम, व्यायामाचा अभाव, मानसिक ताण, अनुवंशिकता हे सिंड्रोम एक्सचे पूरक घटक आहेत.

प्रतिबंधात्मक उपाय : वर वर्णन केलेले हार्ट ॲटॅक येण्यास पूरक असलेले घटक टाळणे हा महत्त्वाचा उपाय.

१) चरबी वाढू न देणे.

२) व्यसने विशेषतः धूम्रपान बंद करणे.

३) मधुमेह व रक्तदाबाचा विकार असलेल्यांनी दोन्ही आजार औषधोपचार व योग्य आहार विहार यांनी काबूत ठेवणे.

४) चिडचिड न करणे.

५) आनंदी, समाधानी व तणावमुक्त राहण्याचा प्रयत्न करणे.

६) आपल्या आवाक्याबाहेरचे काम न करणे.

७) ज्यांच्या घराण्यात हार्ट ॲटॅकचा इतिहास आहे अशांनी वरील सर्व काळजी तर घ्यायचीच शिवाय डॉक्टरी तपासणी वरचेवर करून घेणे.

८) अंजायनाचा त्रास होणाऱ्यांनी नायट्रोग्लिसरीनच्या गोळ्या सतत जवळ ठेवणे अगदी संडासात सुद्धा. कुंथल्यानेसुद्धा अंजायनाचा त्रास होऊ शकतो.

उपचार : प्रत्यक्ष हार्ट ॲटॅक आल्यानंतरचे

हार्ट ॲटॅकचे निश्चित निदान जरी इ. सी. जी. वरून होत असले तरी कित्येक वेळा पहिले चार-सहा तास इ. सी. जी. नॉर्मल येऊ शकतो. निदान झाल्याबरोबर तातडीची औषधी उपाययोजना सर्वसाधारणपणे अशी असते.

१) 'स्ट्रेप्टोकॉयनेज' इन्जेक्शन सलाईनमधून देणे. या औषधाने रक्ताची गुठळी बऱ्याच प्रमाणात विरघळते व रक्तप्रवाह परत सुरू होतो. अर्ध्या तासात छातीत दुखणे, अस्वस्थता, दम कमी होऊ लागतो. छातीचे ठोके पूर्ववत पडू लागतात. यूरोकायनेज वगैरे जास्त परिणामकारक औषधे ही फारच महाग असल्याने भारतात सहसा वापरली जात नाहीत. रक्ताची गुठळी नव्याने तयार होणे थांबावे यासाठी गुठळी निरोधक (अॅन्टीकोअॅग्युलन्ट) हिपॅरिनसारखी औषधे पुढे ५-७ दिवस चालू ठेवतात.

ज्या रुग्णांमध्ये कोठून ना कोठून रक्तस्राव होण्याची सवय अगर शक्यता आहे, त्यांना ही औषधे देणे धोक्याचे असते. कारण रक्तस्राव थांबवण्याची क्रिया या औषधांनी थांबते आणि रक्तस्राव सुरू झाल्यावर तो थांबवणे अशक्य होते. पोटात अल्सर असणे, शौच्याद्वारे रक्तस्राव होण्याची सवय असणे, अशा रुग्णांसाठी ही औषधे देता येत नाहीत.

२) वेदनाशामक औषधे– मॉर्फिन, पेथिडीन सारखी औषधे वेदना कमी करतात व मन शांत राहण्यास मदत करतात.

३) लघवीचे प्रमाण वाढवणारी फ्रुसेमाइडसारखी औषधे दिल्यामुळे छातीवरील दाब कमी होतो. ऑक्सिजनमुळेही दमा कमी होतो.

४) अनेकदा हार्ट अॅटॅकमुळे हृदयाचे ठोके अनियमित होतात. त्यासाठी योग्य औषधे द्यावी लागतात.

५) कित्येकदा हृदयाचे ठोके एकदम कमी होतात. अशा वेळी तात्पुरत्या पेसमेकर द्वारे छोट्या इलेक्ट्रिक शॉक्सनी गती वाढवावी लागते.

६) मानसिक चलबिचल, शारीरिक हालचाल, संडासला कुंथणे, अपचन होणे, गॅस धरणे, इत्यादीमुळे स्पंदने वाढतात. याचाच अर्थ हृदयाचे काम वाढते. त्यामुळे हृदयाची रक्तपुरवठ्याची गरज वाढते. रक्तपुरवठा आधीच कमी पडत असतो. त्यात गरज वाढली तर हृदयावर ताण येतो. हे टाळण्यासाठी रुग्णाला पूर्ण शारीरिक व मानसिक विश्रांती मिळणे आवश्यक असते. इन्टेन्सिव्ह केअर युनिटमध्ये (आय.सी.यू.) मध्ये रुग्णाला भेटू देत नाहीत, ते यासाठीच. शिवाय येणाऱ्या कोणत्याही त्रासाला सांभाळण्यासाठी आवश्यक ती सर्व यंत्रणा, औषधे व प्रशिक्षित परिचारिका येथे उपलब्ध असतात.

हार्ट अॅटॅक आल्यानंतरचे ७२ तास महत्त्वाचे असतात. त्यातून सहीसलामत बाहेर पडलेला रुग्ण भविष्यात योग्य काळजी व उपचार घेतल्यास सामान्य माणसाचे जीवन जगू शकतो. कोठेही रक्तपुरवठा बंद झाला की आसपासच्या रक्तवाहिन्या प्रसरण पावतात. त्यांना नवीन धुमारे फुटून पुरेसा रक्तपुरवठा त्या भागाला करण्याचा प्रयत्न निसर्ग करीत असतोच. रक्तपुरवठा बंद झाल्याने मृतवत

झालेला भाग जर फार मोठा नसेल तर योग्य आहार विहार, औषधोपचार यांनी रुग्ण पूर्ण बरा होऊ शकतो. त्याला शस्त्रक्रियेची गरज भासत नाही.

हार्ट ॲटॅकसंबंधी तपासण्या व त्यांचा अर्थ :

१) रक्त – हिमोग्लोबिन फार कमी असल्यास थोड्याशा कामामुळे दम लागू शकतो.

२) लघवी – इन्फेक्शन, लघवीतून प्रोटिन्स जाणे यामुळे रक्तदाब (ब्लडप्रेशर) वाढू शकतो. साखर जात असल्यास मधुमेहाची शक्यता.

३) लिपिड प्रोफाईल – रक्तातील कोलेस्टरोल व इतर स्निग्धांचे प्रमाण वाढले असल्यास रक्तवाहिन्यांवर होणाऱ्या परिणामाने रक्तदाब, हृदयविकार होऊ शकतात.

४) रक्तातील साखर –

अ) उपाशीपोटी– ८० ते १२० मिलीग्रॅम दर १०० मिलीमध्ये.

ब) जेवणानंतर दोन तासांनी. यावेळी रक्तातील ग्लुकोज जास्तीत जास्त असते. हे १४० पेक्षा जास्त असू नये. रक्तातील ग्लुकोज शर्करेच्या प्रमाणावरून मधुमेहाचे निदान व सद्यस्थिती समजते.

५) रक्तदाब व नाडीचे ठोके – हृदय आकुंचन पावते त्यावेळचा रक्ताचा दाब याला वरचे (सिस्टॉलिक) ब्लडप्रेशर म्हणतात. व प्रसरण पावते त्यावेळच्या रक्तदाबास खालचे (डायस्टॉलिक) म्हणतात. सर्वसाधारणपणे वरचे ११० ते १३० व खालचे ७० ते ९० हे नॉर्मल समजले जाते. (हे आकडे म्हणजे इतक्या मिलीमीटर उंचीचा पाऱ्याच्या स्तंभाचा दाब) वय आणि व्यक्तिमत्त्व बदल यामुळे व्यक्तीला काहीही त्रास नसतानाचा त्याचा रक्तदाब माहिती असणे फायदेशीर असते.

६) इ. सी. जी. म्हणजेच इलेक्ट्रोकार्डियोग्राम – हृदयाचे आकुंचन प्रसरण होण्यासाठी स्नायूंना आज्ञा देण्याचे काम विद्युत लहरींद्वारे केले जाते. एस. ए. नोड या ठिकाणी लहरी उत्पन्न होतात व सूक्ष्मतंतूद्वारे सर्व हृदयभर पसरतात. या विद्युतलहरींचा आलेख म्हणजेच इ. सी. जी. PQRST अशा लहरी निर्माण होतात. दोष निर्माण झाला तर त्याप्रमाणे या लहरींमध्ये बदल होतो व हृदयाच्या कार्याबद्दल माहिती मिळते.

७) छातीचा एक्स-रे – फुप्फुसांच्या रोगांची माहिती मिळते. हृदयाचा आकार, एखादा भाग मोठा झाला असल्यास त्याबद्दलची माहिती मिळते.

८) इको कार्डियोग्राफी व कलर डॉपलर – पोटाची तपासणी जशी अल्ट्रासोनोग्राफीने केली जाते तशीच तपासणी इको कार्डियोग्राफने करतात. ऐकू येण्यापलीकडील लहरी हृदयावर पाठवून त्यांच्या परावर्तनाचा अभ्यास कॉम्प्युटरद्वारा केला जातो. व स्क्रीनवर त्या भागाची प्रतिमा उठते. कलर डॉप्लर मध्ये हृदयातील

रक्ताची दिशा, वेग यांची माहिती मिळाल्याने हृदयावर ऑपरेशन करण्यापूर्वी योग्य मार्गदर्शन मिळते.

९) स्ट्रेस टेस्ट (Stress test) – माणूस स्वस्थ बसला असताना काढलेल्या इ.सी.जी. पेक्षा तो व्यायाम करीत असताना इ.सी.जी. काढल्यास किती व्यायाम केल्यावर हृदयावर ताण येतो, रक्तपुरवठा कमी पडतो व कोणत्या भागाला रक्तपुरवठा कमी पडतो हे या टेस्टमुळे समजते. छातीला इ.सी.जी. च्या केबल्स जोडल्या जातात व व्यक्ती मशिनच्या पट्ट्यावर उभी राहते. मशीन सुरू झाल्यावर पट्टा मागच्या दिशेने फिरू लागतो. एका जागी राहण्यासाठी पळत राहावे लागते. हा व्यायाम चालू असताना रुग्णाचा रक्तदाब, ठोके व इ.सी.जी. सतत कळत राहतात.

१०) हॉल्टर मॉनिटरींग – ज्यावेळी त्रास होत आहे तेव्हाच इ.सी.जी. काढला तर होणारे तात्पुरते बदल समजतात. वॉकमनसारखे छोटेसे मशीन कमरेस अडकवले जाते. केबल्सची टोके छातीवर तीन ठिकाणी जोडली जातात. एक कॅसेट २४ तास पुरते. त्यावर २४ तासातील प्रत्येक क्षणाच्या इ.सी.जी. ची नोंद होते. ही टेप ॲनलायझरमध्ये टाकल्यावर दिवसभरातल्या इ.सी.जी.चा अभ्यास करता येतो.

११) करोनरी अँजिओग्राफी – हृदयाला रक्तपुरवठा करणाऱ्या करोनरी आर्टरीज महारोहिणीपासून जेथून सुरू होतात तेथे त्यांच्या तोंडाशी विशिष्ट औषध सोडले जाते, जे एक्स-रे मध्ये दिसू शकते. रक्तप्रवाहाबरोबर हे औषध सर्व करोनरी आर्टरीमध्ये जाते. एक्स-रे स्क्रीनवर सर्व आर्टरीज, त्यामध्ये असलेले अडथळे सर्व स्पष्ट दिसते. त्याचे चित्र घेतले जाते. अडथळा ५०% पर्यंत असेल

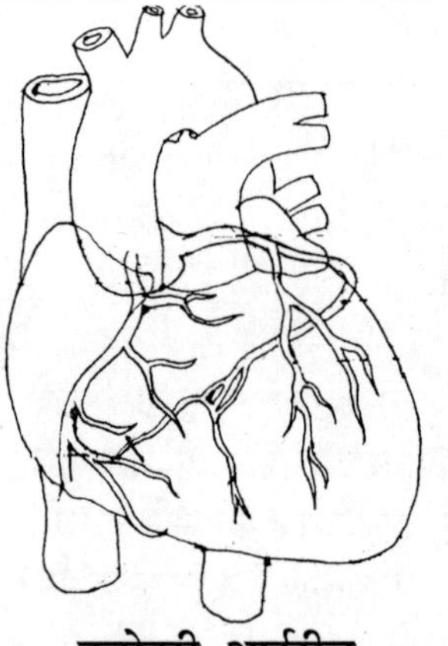

करोनरी आर्टरीज

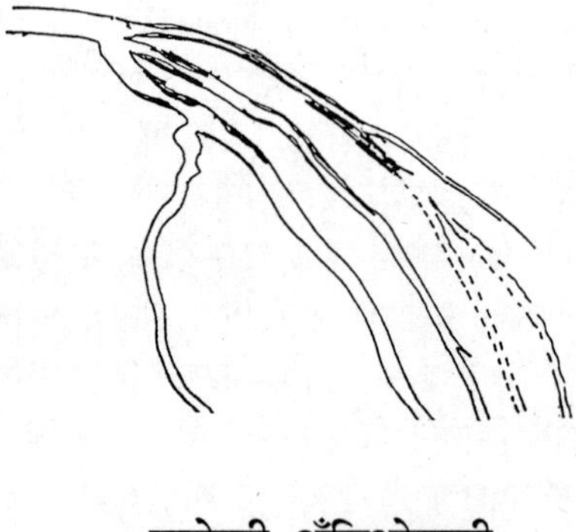

करोनरी अँजिओग्राफी

तर औषधांवर भागते. त्यापेक्षा जास्त असेल तर ऑपरेशन आवश्यक ठरते.

करोनरी आर्टरी – महारोहिणी पासून उजवी व डावी अशा दोन करोनरी निघतात. त्यांना पुढे फांद्या फुटून हृदयभर एक जाळे बनते व हृदयाच्या सर्व भागांना रक्त पुरवठा केला जातो. उजवी करोनरी, उजवी कर्णिका व उजव्या जवनिकेस रक्त पुरवते. डावी करोनरी– डावी कर्णिका, डावी जवनिका व डावी उजवी बाजूच्या मधल्या भिंतीला रक्तपुरवठा करते. आडवा फाटा निघून हृदयाच्या मागून गोल फिरून रक्तपुरवठा करतो. करोनरी अँजियोग्राफीच्या चित्रात दाखवल्याप्रमाणे रक्तपुरवठ्यात कोठे अडथळा आहे हे समजते.

शस्त्रक्रियांचे प्रकार :

१. अँजिओप्लास्टी – एक कॅथेटर रुग्णाच्या मांडीवरील रक्तवाहिनीतून करोनरी रक्तवाहिनीत क्ष-किरणांखाली पाहत पाहत सरकवतात. करोनरी जेथे अरुंद झाली आहे तेथे पोहोचल्यावर गाईड वायरच्या टोकाला असलेला फुगा फुगवून चरबीचा थर दाबून पातळ केला जातो व करोनरीचा आतील व्यास जवळजवळ पूर्ववत केला जातो. याला 'करोनरी बलून अँजिओप्लास्टी' म्हणतात. अशा तऱ्हेने रूंद केलेला भाग परत अरुंद होऊ नये यासाठी काही वेळा स्टेंटची नळी तेथे बसवली जाते. स्टेंट ही एक प्रकारची स्प्रिंग असते पण खूप महाग असते. करोनरीमध्ये घालण्यात येणाऱ्या कॅथेटरच्या टोकाशी रवीसारखे शस्त्र लावून त्याच्या फिरण्याने चरबीच्या थराचे लहान लहान कण होऊन विरघळतात. याला 'रोटा ॲब्लेगन' म्हणतात. चरबीचा थर कापून काढण्याच्या व 'ॲथिरेक्टॉमी' वेगवेगळ्या पद्धती वापरात आहेत.

२. बायपास सर्जरी – कित्येकदा रस्त्यावर मोठा अपघात होतो. अपघातग्रस्त वाहने, त्यांच्या मदतीला आलेले लोक, पोलिस, बघे या सगळ्यांमुळे रस्ता पूर्ण बंद होतो आणि वाहतूक ठप्प होते. अशा वेळी अपघाताच्या अलीकडून तात्पुरता रस्ता जवळच्या गावातून, शेतातून अपघाताच्या ठिकाणाच्या पलीकडेपर्यंत तयार केला जातो आणि त्यावरून वाहतूक सुरू केली जाते. अगदी अशाच प्रकारचा इलाज म्हणजे बायपास सर्जरी! हा इलाज मात्र तात्पुरता नसतो.

बायपास या इंग्रजी शब्दाचा अर्थच मुळी एखादी गोष्ट टाळून पुढे जाणे. या ऑपरेशनमध्ये गुठळीने बंद झालेला करोनरी आर्टरीचा भाग टाळून त्याच्या पुढे रक्तपुरवठा दुसऱ्या नलिकेद्वारे सुरू केला जातो. हे दोन प्रकारे केले जाते.

अँजिओग्राफीमध्ये कोणत्या रक्तवाहिनीचा कोणता भाग खराब झाला आहे, हे समजलेले असते. या खराब भागाच्या पुढे रक्तपुरवठा करणे हे काम बायपास सर्जरीने केले जाते.

अ) छातीच्या स्नायूंना रक्तपुरवठा करणारी 'इंटर्नल मॅमरी' नावाची आर्टरी हृदयाच्या रक्तवाहिनीच्या खराब झालेल्या भागापुढे जोडतात.

ब) एकापेक्षा अधिक करोनरी खराब झाल्या असतील तर रस्त्यावर 'डायव्हर्शन' निर्माण करावे त्याप्रमाणे रुग्णाच्या पायावरील नीला काढून त्याद्वारे करोनरीच्या खराब झालेल्या भागाच्या आधी आणि नंतरचा चांगला भाग जोडून रक्तपुरवठा या

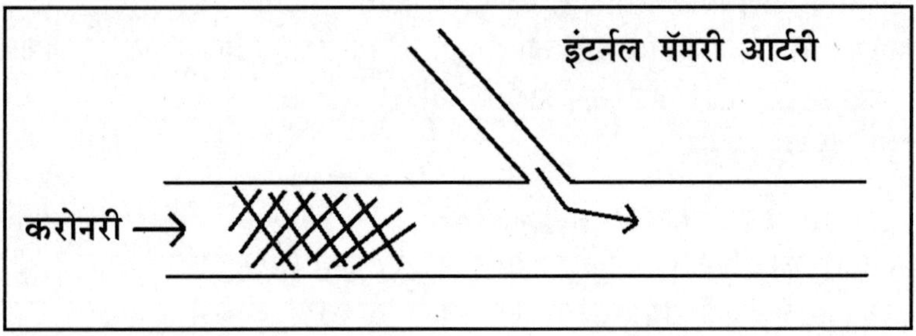

बायपासद्वारे परत सुरू केला जातो.

३) रेस्क्यू बायपास सर्जरी – हार्ट अॅटॅक आल्यावर लगेचच अॅन्जिओग्राफी करून रेस्क्यू बायपास सर्जरी केली जाते. यामुळे रक्तपुरवठा बंद पडल्यामुळे होणारे

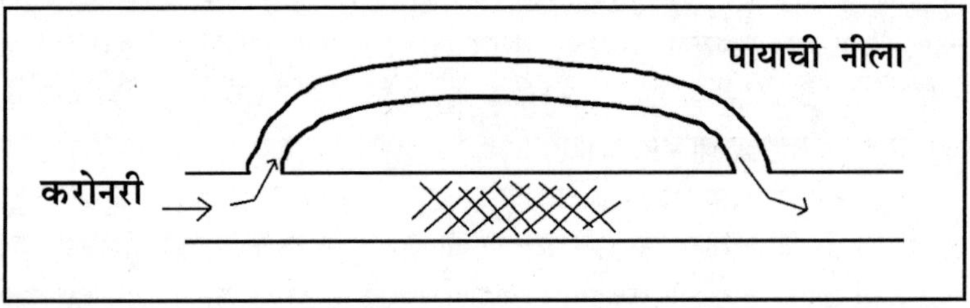

हृदयाच्या स्नायूंचे नुकसान कमी होते.

थोडक्यात बायपास सर्जरी अशी केली जाते :

प्रथम रुग्णाला भूल दिली जाते. त्यानंतर विजेच्या सौम्य धक्क्याने हृदयक्रिया बंद पाडली जाते.

हार्ट लंग मशीन नावाच्या उपकरणास हृदयाच्या मुख्य रोहिणी व नीला जोडून हृदय व फुप्फुसांचे काम या उपकरणावर सोपविले जाते. त्यामुळे शरीराचे रक्ताभिसरण व शुद्धीकरण या क्रिया चालू राहतात. हृदय स्थिर झाल्याने त्यावर शस्त्रक्रिया करता येते. ती पूर्ण झाल्यावर हार्ट लंग मशीन बंद करून हृदयाकडे

त्याचे काम परत सोपविले जाते. विजेच्या सौम्य धक्क्याने हृदय परत चालू करतात.

हार्ट लंग मशीनची किंमत खूप असते. ते चालविताना सहा ते आठ बाटल्या रक्त लागते. ही शस्त्रक्रिया एकटा-दुकटा डॉक्टर करू शकत नाही. सात-आठ डॉक्टरांची टीम मिळूनच ही शस्त्रक्रिया होऊ शकते. त्यामुळे ही शस्त्रक्रिया महागडी ठरते.

हार्ट लंग मशीन न वापरता हृदयाचे स्पंदन चालू असताना ऑपरेशन ऑक्टोपस या अत्याधुनिक यंत्राच्या साहाय्याने हृदयाच्या ज्या भागावर शस्त्रक्रिया करावयची तेवढाच भाग स्थिर ठेवून, करोनरी आर्टरीवर शस्त्रक्रिया करता येते. या पद्धतीत खर्च खूपच कमी येतो व धोक्याचे प्रमाणही खूप कमी होते. या पद्धतीस 'मिकास' Minimally Invasive Coronary Artery Surgery असे म्हणतात.

शस्त्रक्रियेनंतर सुमारे आठ दिवस हॉस्पिटलमध्ये राहावे लागते. या काळात रुग्णाच्या हालचाली हळूहळू वाढवून परिस्थिती योग्य आहे याची खात्री झाल्यावर

रुग्णास घरी पाठविले जाते. शस्त्रक्रियेच्या जखमांमुळे व रक्ताची गुठळी परत होऊ नये यासाठी शस्त्रक्रियेपासून पुढे रक्त पातळ राहण्याची औषधे (उदा. ॲस्पिरीन) दिली जातात. त्यामुळे या काळात कोठेही जखम होणार नाही याची काळजी घ्यायला हवी.

शस्त्रक्रियेनंतर रक्तवाहिन्या सुदृढ राहाव्या यासाठी योग्य व्यायाम, आहार घेतला, व्यसने टाळली तर रुग्ण सर्वसामान्य जीवन जगू शकतो. मात्र पूर्वीच्या वाईट सवयी चालू ठेवल्या तर हार्ट ॲटॅक परत येऊ शकतो.

■

मूत्रविसर्जन संस्थेचे विकार

स्त्रियांमध्ये वार्धक्यात मूत्रमार्गाचे तोंड आकुंचन पावते. त्यामुळे वारंवार लघवी होणे, मूत्रविसर्जनावर ताबा न राहणे, जंतूंचा प्रादूर्भाव वरचेवर होणे, खाज सुटणे हे त्रास होऊ शकतात. जंतूनाशके, हॉर्मोन्स व गरज पडल्यास मूत्रमार्गाचे रुंदीकरण (Dilatation) यांच्या मदतीने हा त्रास कमी होतो. लघवी सतत जास्त आम्लधर्मी झाल्यामुळे हा त्रास वाढतो. यासाठी जेवणात जास्त तिखट, जास्त आंबट, हिरवी मिरची हे पदार्थ टाळावे.

प्रोस्टेट ग्रंथी वाढणे :

वार्धक्यात मोतीबिंदू व्हायचाच. त्याप्रमाणेच प्रोस्टेट ग्रंथी वाढण्याचा त्रासही पुरुषांमध्ये होतोच. मूत्राशयापासून निघालेल्या मूत्रनलिकेचा सुरुवातीचा भाग या ग्रंथीमधून जातो. शुक्रजंतू वाहून नेणारी नलिका या ग्रंथींमधून जाऊन मूत्रनलिकेस मिळते. शुक्रजंतू जिवंत राहण्यासाठी त्यांना पोषक माध्यम व कामक्रीडेच्या वेळी वंगणद्रव्य हे प्रोस्टेटच्या स्त्रावाचे मुख्य उपयोग आहेत. प्रोस्टेट ग्रंथीच्या वाढीमुळे मूत्रनलिकेवर दाब पडून ती अरुंद होते. त्यामुळे पुढील तक्रारी सुरू होतात.

१) लघवीची भावना वारंवार होणे.

२) लघवी करताना प्रवाह पटकन सुरू न होणे.

३) कुंथावे लागणे.

४) लघवी अडणे.

५) वार्धक्यात पोटाचे स्नायू शिथिल झालेले असतात. लघवीसाठी वारंवार कुंथल्यामुळे हर्निया होण्याची शक्यता वाढते. कित्येक रुग्ण हर्निया झाला म्हणून डॉक्टरकडे जातात तेव्हा लक्षात येते की मूळ कारण प्रोस्टेटची वाढ हे आहे. त्यामुळे कुंथणे आणि कुंथण्यामुळे हर्निया झाला आहे.

६) मूत्र बाहेर पडण्याच्या मार्गात अडथळा निर्माण झाल्याने मूत्राशयातील मूत्राचा दाब वाढतो. परिणामत: धरण बांधल्यावर पाण्याचा फुगवटा लांबवर पसरतो त्याप्रमाणेच मूत्रनलिका रुंद होते. (हायड्रोनेफ्रासिस) तसेच या दाबामुळे

मूत्रपिंडाच्या कार्यात अडथळा निर्माण होणे वगैरे दुष्परिणाम होऊ शकतात.

प्रोस्टेट ग्रंथी ब्रह्मचारी, लवकर विधूर झालेले व संभोगाचा अतिरेक करणारे यांमध्ये लवकर वाढते. अति वापर आणि अति कमी वापर यामुळे यंत्राप्रमाणेच शरीराचे अवयव लवकर बाद होतात.

लघवी तुंबल्यास कॅथेटर घालणे, प्रोस्टेट ग्रंथी ताबडतोब काढून टाकणे अशी इमर्जन्सी ऑपरेशन करावी लागतात. वर सांगितलेली प्राथमिक लक्षणे दिसताच डॉक्टरांकडे जावे. आयुर्वेद, होमिओपॅथी, ॲलोपॅथी या तीनही पद्धतीत प्रोस्टेट वाढण्यावर चांगली औषधे आहेत. औषधोपचारामुळे त्रास कमी होतो. मूत्रनलिकेवरील दाबामुळे होणारे दुष्परिणाम टळतात व ऑपरेशन टाळता येते. किमान इमर्जन्सीची वेळ न येता आपल्या सवडीप्रमाणे, पूर्ण तयारीनिशी ऑपरेशन करून घेता येते.

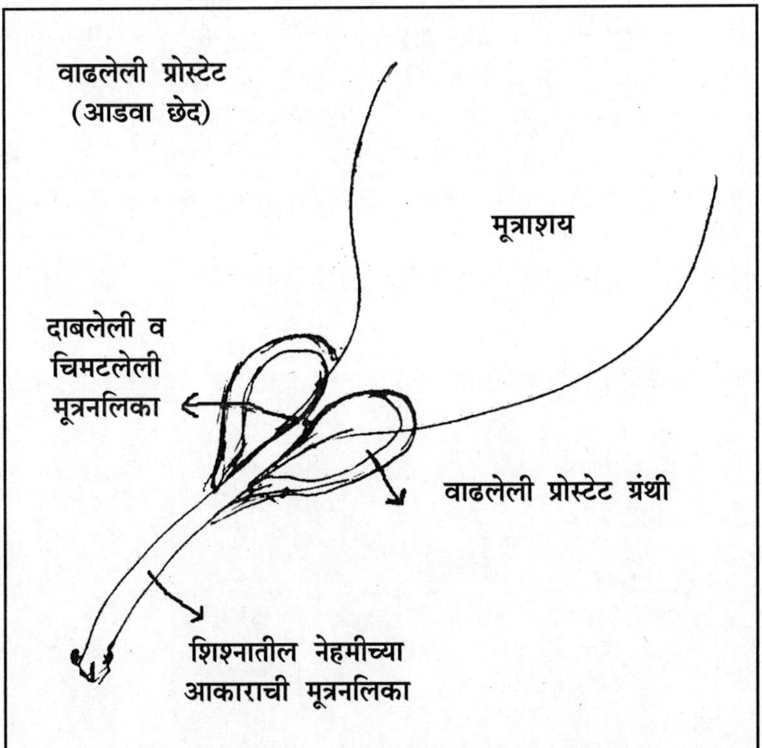

ऑपरेशनचे दोन मुख्य प्रकार सांगता येतील.

१) संपूर्ण प्रोस्टेट ग्रंथी काढून टाकणे.

२) मूत्रनलिकेच्या तोंडातून दुर्बिण असलेली नळी आत घालतात व वाढलेल्या प्रोस्टेटमुळे जेथे मूत्रनलिकेवर दाब पडत आहे तेवढा ग्रंथीचा भाग दुर्बिणीच्या टोकाशी जोडलेल्या चाकूने अगर विजेच्या उपकरणाने कापून काढला जातो.

प्रोस्टेटचे ऑपरेशन झाल्यानंतर मूत्रमार्गास होणाऱ्या इजेमुळे वारंवार लघवीस लागणे, ताबा न राहणे ही लक्षणे येऊ शकतात. काढलेली प्रोस्टेट तपासणीसाठी पॅथॉलॉजिस्टकडे पाठविली जाते. त्या तपासणीतून प्रोस्टेटमध्ये कित्येकदा कर्करोग असल्याचे समजते. कर्करोग वाढला असल्यास आधीच्या तपासणीमध्येसुद्धा निदान होऊ शकते. कर्करोग निघाल्यास संपूर्ण प्रोस्टेट काढणे, पुरुष हॉर्मोन्समुळे या कर्करोगाची वाढ जास्त होते म्हणून वृषण काढून टाकणे, स्त्री हॉर्मोन्स देणे असे उपाय योजावे लागतात.

स्त्रियांना पाळी बंद होण्याच्या सुमारास जसे त्रास होतात तसेच त्रास पुरुषांना प्रोस्टेट वाढण्याच्या वयात होऊ शकतात. पण ते स्त्रीच्या मानाने खूपच सौम्य असतात. चिडचिड होणे, स्वभावात बदल होणे, कामुकता वाढणे असे त्रास होतात आणि आपण मात्र शेरा मारतो, ''म्हातारचळ लागलाय!''

■

मधुमेह

श्री. मोहनराव जोशी माझे जुने रुग्ण. एकदा सकाळी दवाखान्यात आले आणि पावले दाखवू लागले. पावलांवर स्वच्छ पाण्याने भरलेले फोड आले होते. दुखत नव्हते. आग होत नव्हती, काहीच नाही. काय असावे समजेना. मी रक्त, लघवी तपासण्यास सांगितले. लघवीत साखर आढळली. बाकी दोष काही नव्हता. ब्लडशुगर करून घेतली. ती वाढलेली. डायबेटीस म्हणजे मधुमेह होता हे नक्की झाले पण फोडांचे कारण कळेना. मी खोदून खोदून विचारल्यावर मोहनराव म्हणाले, ''रात्री पाय खूप दुखत होते.'' ''मग काय केले? एखादी वेदनाशामक गोळी घेतली का?'' मी विचारले. त्यावर ते म्हणाले, ''नाही, जरा शेकले, मग बरे वाटले.'' हं, आता कोडे सुटले. शेकताना चक्क भाजले होते पण मधुमेहामुळे संवेदना बोथट झाल्या होत्या त्यामुळे भाजल्याचे जाणवले नाही. ते फोड भाजल्याचे होते.

९० टक्के केसेसमध्ये मधुमेहाचे निदान हे असे वेगळ्या आजाराचे कारण शोधताना होते. स्वादुपिंडामध्ये इन्शुलिन निर्माण करणाऱ्या पेशींची टोळकी असतात. या इन्शुलिनमुळे रक्तातील साखरेचे प्रमाण योग्य राखले जाते. इन्शुलिन निर्माण करणाऱ्या काही पेशी मेल्यामुळे इन्शुलिनचे प्रमाण कमी पडू लागते. आपण गोड खाल्ल्यास ज्यादा ग्लूकोजचे ग्लायकोजेन तयार होते व रक्तातील ग्लूकोजचे प्रमाण कमी होऊ लागल्यास या ग्लायकोजेनचे ग्लूकोजमध्ये रूपांतर होऊन रक्तातील साखरेची पातळी योग्य राखली जाते. पेशींमध्ये ग्लूकोज वापरून उर्जा निर्माण होते. शरीरातील प्रत्येक क्रियेमध्ये उर्जा म्हणजेच पर्यायाने ग्लूकोजची मदत असते. ग्लूकोजचा वापर इन्शुलिनच्या मदतीने केला जातो. मधुमेही रुग्णांमध्ये इन्शुलिन कमी असल्यामुळे शरीरातील सर्वच क्रियांवर त्याचे दुष्परिणाम जाणवतात. सूक्ष्म रोहिण्या (आर्टरी) वर होणारा मधुमेहाचा परिणाम सर्वात घातक आहे. या परिणामामुळे सूक्ष्म रक्ताभिसरणात व्यत्यय निर्माण होतात. जनित्रापासून तुमच्या घरापर्यंत विजेचा प्रवाह नीट आला तरी घरातल्या मीटरपाशी काही अडथळा आला तर घरात अंधारच राहणार, तसाच हा प्रकार झाला.

मधुमेहाचा हा परिणाम डोळे, मेंदू, किडनी, हृदय, हाताचे पंजे, पावले, यात जास्त करून आढळतो.

डोळ्यांमध्ये – नजर कमी होणे, मोतीबिंदू लवकर होणे.

मेंदू – स्मृती कमी होणे, चक्कर येणे, अर्धांगाचा झटका.

किडनी – ब्लडप्रेशर वाढणे, वरचेवर लघवीत जंतूंचा प्रादुर्भाव होणे, मूत्रनलिकेस सूज येणे, आग होणे, फायमोसिस होणे.

हृदय – हार्ट ॲटॅक येणे.

हात-पाय – मुंग्या येणे, बधीर होणे, किरकोळ जखमा लवकर बऱ्या न होणे.

मधुमेहींमध्ये जखमा बऱ्या न होण्याची कारणे अशी की, रक्तपुरवठा बिघडलेला असतो. दुरुस्तीच्या कामाला आवश्यक असे इन्शुलिन कमी असते. संवेदना कमी झालेल्या असतात. याच कारणांमुळे कोणताही रोग मधुमेहींमध्ये लवकर बरा होत नाही.

मधुमेहींमध्ये इन्शुलिन तयार कमी होते हे एक कारण झाले. काही रुग्णांमध्ये इन्शुलिन विरुद्ध काम करणारी द्रव्ये (Insulin Antagonist) प्रभावी होतात. काहींमध्ये ऑटो इम्युनिटीमुळे इन्शुलिन पेशी मरतात. तर काही रुग्णांमध्ये इन्शुलिनचा परिणाम ज्या पेशींवर होतो त्याच प्रतिसाद कमी देतात.

मधुमेहाचे दोन प्रकार होतात –

१) इन्शुलिनवर अवलंबून नसणारे मधुमेही – या प्रकारच्या रुग्णांमध्ये इन्शुलिन तयार होते. पण त्याचे प्रमाण कमी असते. सर्व साधारणपणे पन्नाशीनंतर या प्रकारचा मधुमेह होतो. यालाच टाईप II किंवा NIDDM (Non Insulin Dependant Diabetes Mellitus) असेही म्हणतात. अनुवंशिकता या प्रकारच्या मधुमेहात महत्त्वाची दिसून येते. अनुवंशिकता हा एक भाग झाला. जादा खाणे, जादा वजन व कमी शारीरिक कष्ट करणाऱ्यांना मधुमेह होतो पण कमी खाणे, योग्य वजन, रक्तातील चरबीचे योग्य प्रमाण व शारीरिक कष्ट करणाऱ्या त्यांच्याच भावंडांना मधुमेह सहसा होत नाही. याचाच अर्थ अनुवंशिकते इतकेच महत्व तुमच्या वर्तणुकीलाही आहे.

२) IDDM म्हणजे Insulin Dependant Diabetes Mellitus किंवा टाईप I – मधुमेहामध्ये इन्शुलिन तयारच होत नाही किंवा अत्यल्प होते त्यामुळे बाहेरील इन्शुलिनवर अवलंबून असणारे असे हे मधुमेही असतात. या प्रकारात अनुवंशिकता जास्त महत्त्वाची आहे.

या दोन्ही प्रकारच्या सरहद्दीवर राहणारे काही रुग्ण असू शकतात. कोणताही

ताण, अयोग्य वर्तन अशा कारणांनी ते सरहद्द ओलांडून दुसऱ्या प्रकारात जाऊ शकतात. घ्‌उ्‌श्‌ हा प्रकार चाळिशीच्या आसपास जास्त होतो.

मधुमेह होण्याची आणखी काही कारणे–

१) स्वादुपिंड (Pancreas) चे कॅन्सर व इतर आजार– यासाठी स्वादुपिंड ऑपरेशनने काढून टाकणे.

२) इन्शुलिन विरोधी काम करणारी हार्मोन्स जादा प्रमाणात तयार होणे. उदाहरणार्थ – थॉयराईड, ग्लुकॅगॉन, स्टीरॉईड इत्यादी.

३) औषधांमुळे – कॉर्टीकोस्टीरॉईडस्‌ (Cortico-steroids), थायाझाईडसारखी लघवी वाढवणारी (Thiazide Diuretics), फेनिटॉईन (Phenytoin)

४) यकृताचे आजार

५) काही जन्मजात दोष समूह

मधुमेह व त्याचे परिणाम समजण्यासाठी इन्शुलिनचे परिणाम थोडक्यात पाहू.

अ) कार्बोहायड्रेटस	१) ग्लूकोज – स्नायू व चरबीच्या साठ्यांमध्ये पाठविणे.
	२) ग्लायकोजेन तयार करणे
ब) स्निग्ध पदार्थ	१) ट्रायग्लिसराईड तयार करणे
	२) चरबी तयार करणे
क) प्रोटीन्स	१) ॲमिनो ॲसिड्सपासून प्रोटीन्स बनविणे

अशा रीतीने नवीन शरीरद्रव्य तयार करण्यात इन्शुलिनचा मोठा सहभाग असतो. शरीर गरजेप्रमाणे इन्शुलिनची निर्मिती कमी जास्त करून आवश्यक क्रिया घडवते व ग्लूकोजचे रक्तातील प्रमाण सम पातळीवर राखण्याचा प्रयत्न करते. उदाहरणार्थ– आपण मेजवानी झोडून आलो की इन्शुलिन निर्मिती वाढते व जादा ग्लूकोजचे ग्लायकोजेन बनवून यकृत व स्नायूंमध्ये साठवले जाते. या उलट कष्ट करताना इन्शुलिन कमी निर्माण होते. ग्लायकोजेन व चरबीपासून ग्लुकोज तयार करणे व ते वापरणे.

रक्तातील साखर मुख्यत: २ वेळा तपासतात. सकाळी उपाशी पोटी (Fasting) व जेवणानंतर किंवा ५० ग्रॅम ग्लूकोज घेऊन त्यानंतर २ तासांनी (Post Prandial). मधुमेही रुग्णाची उपाशी पोटीची साखर अगदी ७०-८० मिलीग्रॅम/ १०० मि.ली. न राखता ९०-१०० असावी म्हणजे झोपेत असताना साखर फार कमी झाल्यामुळे बेशुद्ध होण्याचा धोका टळतो.

मधुमेहींनी घ्यायची काळजी–

जवळ नेहमी साखरेची पुडी बाळगावी. कधीही कासावीस होऊ लागले, घाम येऊ लागला, चक्कर येऊ लागली, हातापायाला मुंग्या येऊ लागल्या, पोटात खड्डा पडल्यासारखे वाटू लागले तर आधी साखर खावी. रक्तातील साखर कमी झाल्याची ही लक्षणे असू शकतात. मूठभर साखर खाल्ल्याने रक्तातील साखर समजा ५० मि.ग्रॅ./१०० मिली झाली असेल तर ५-१० मिली ने वाढल्यावर लगेच बरे वाटू लागते. असा कोणताही त्रास झाला तर डॉक्टरांचा सल्ला घ्या. तुमच्या औषधाचा डोस कमी किंवा जास्त करावा लागेल.

दिवसभरातील योग्य खाणे (योग्य अंतराने व योग्य तेवढेच), व्यायाम व औषध या तीन गोष्टी नीट सांभाळल्या तर मधुमेही रुग्ण इतरांसारखे सामान्य जीवन जगू शकतो. कित्येक रुग्ण पहिल्या दोन गोष्टी सांभाळूनच व्यवस्थित राहू शकतात. काय, किती व कसे खावे? दिवसभरात होणारे कष्ट (व्यायाम व दैनंदिन काम) आणि आपल्याला किती उष्मांकांची गरज आहे यावरून काय व किती खावे हे ठरवावे लागते. सर्व साधारणपणे असे सांगता येईल की गोड पदार्थ वर्ज्य, भात कमी, तेल, तूप कमी, भाकरी, चपाती नेहमीच्या आहाराएवढी, पालेभाज्या, कांदा, लसूण, गाजरे, बीट, काकडी यांचा वापर जास्त करावा. या पदार्थांमधून जीवनसत्वे वगैरे मिळतात पण उष्मांक (Calories) फार कमी असतात. पोट भरल्याचे समाधान मिळते.

पथ्ये–

१) बटाटा, साबुदाणा, भात, सुरण, साखर व त्यापासूनचे पदार्थ, चहा, श्रीखंड इ.

२) आंबा, द्राक्षे, केळी, सीताफळ

३) व्हिस्की, वाईन, रम, बिअर, कोल्ड ड्रिंक इत्यादी न घेणे.

औषधे वेळच्या वेळी व न चुकता घेणे महत्त्वाचे आहे. औषधे ३ प्रकारची असतात.

१) इन्शुलिन

२) इन्शुलिनचे उत्पादन वाढवणारी

३) शरीरातील पेशींना असलेल्या इन्शुलिनलाच जास्त प्रतिसाद द्यायला लावणारी

औषधे व जेवण यात जास्त वेळाचे अंतर ठेवू नये. दोन जेवणांत फार अंतर असेल तर मधल्या वेळात थोडे खावे (२-४ बिस्किटे). मधुमेहींची बी जीवनसत्त्वाची गरज जास्त असते. त्यासाठी रोज १ गोळी घ्यावी.

शरीराची काळजी –

मुख्य काळजी कातडीची घ्यायला हवी. दमटपणा राहण्यासारख्या जागा उदाहरणार्थ– पायाच्या बोटांमधील बेचके, जांघा, काखा, स्तनाखाली या जागा नेहमी स्वच्छ व कोरड्या राहिल्या पाहिजेत अन्यथा या जागांवर जंतू व बुरशीचा प्रादुर्भाव लगेचच होतो. पायाच्या बोटांमधील चिखल्या दुर्लक्षिल्यामुळे अनेकांना पाय गमवावे लागले आहेत. या जागांवर लाली, खाज जाणवताच डॉक्टरी सल्ला घ्या. पायांना भेगा असतील तरी त्यांची लगेच काळजी घ्या. लहान-सहान जखमा झाल्यास स्वच्छ धुवून ॲण्टीसेप्टीक मलम लावा. जंतू, बुरशीचा प्रादुर्भाव व बिघडलेले रक्ताभिसरण यामुळे गँगरिन होऊन हात-पाय कापून टाकावे लागतात.

पायाला कात्रे पडणे टाळण्यासाठी रोज पाय स्वच्छ धुवून घासावे म्हणजे कातडीचे मेलेले पापुद्रे निघून जातील. नंतर तळवे मऊ राहण्यासाठी पेट्रोलियम जेली लावावी. जखम होणे, भाजणे या गोष्टी होऊ नयेत याची काळजी घ्या व तरी झाल्याच तर डॉक्टरी सल्ल्याने योग्य उपचार लगेच घ्या.

कोणताही इतर आजार, ऑपरेशन, मानसिक ताण अशावेळी कित्येकदा मधुमेहावरील औषधे किंवा इन्शुलिन वाढवावे लागते. पथ्य कडक करावे लागते. व्यायाम वाढवावा लागतो. ज्यांच्या नातेवाईकांत मधुमेह आहे अशांनी आपल्याला मधुमेह होऊ नये यासाठी व झालाच तर लगेच समजावा यासाठी काळजी घेणे आवश्यक आहे. खाण्यावर ताबा, रोज थोडा व्यायाम, वजन योग्य प्रमाणात ठेवलेच पाहिजे.

१-२ वेळचा रक्तातील साखरेचा रिपोर्ट नॉर्मल आला तर माझा डायबेटीस बरा झाला असे समजून काही रुग्ण पथ्य, व्यायाम, औषधे सर्वच बंद करतात आणि मग सुरुवातीस सांगितलेल्यातला मोठा आजार घेऊन डॉक्टरकडे जातात. लक्षात ठेवा. मधुमेह हा फार चांगला मित्र आहे. त्याची सोबत मृत्यूपर्यंत मिळते. साखर नॉर्मलला आली याचा अर्थ मधुमेह नियंत्रणाखाली आला आहे, बरा झालेला नाही! नियंत्रण कायम ठेवण्यासाठी नियंत्रित भोजन, व्यायाम व गरजेप्रमाणे औषध ही त्रिसूत्री अत्यावश्यक आहे.

■

म्हातारपणी येणाऱ्या काही तक्रारी

अशा बऱ्याचशा तक्रारींचा उहापोह त्या त्या आजारांची चर्चा करताना केला आहे. काही तक्रारी फक्त विशिष्ट अवयवांशीच निगडित नसतात. अशा तक्रारींबाबत आता चर्चा करू या!

पायांवर सूज येणे –

सर्वांगावर, विशेषतः पायांवर सूज आलेले कित्येक वृद्ध आपण पाहतो. त्याची कारणे :

१) रक्त कमी असणे, अशक्तपणा, शरीरास पांढुरकेपणा येतो. रक्त तपासल्यानंतर हिमोग्लोबीन कमी असल्याचे लक्षात येते. हिमोग्लोबीन बरोबरच प्रथिनेही कमी असतात. योग्य पौष्टिक आहार न मिळाल्याने किंवा योग्य आहार मिळूनही त्याचे पचन नीट न झाल्याने (उदा. जुनाट अमांश, अन्नमार्गाचा कॅन्सर) हा त्रास होतो. रक्तवाढीची औषधे घेतल्यावर सूज आपोआप जाते.

२) मूत्रपिंडाचे आजार :

यामध्ये शरीरातील अनावश्यक पाणी बाहेर टाकण्याचे कार्य नीट होत नाही. जादा पाणी शरीरात साचल्याने सूज येते. झोपून उठल्यावर चेहऱ्यावर, डोळ्यांवर सूज येते.

३) हृदय रोगांमुळे अंगावर/पायावर सूज येणे :

प्रत्येक गावात ज्याप्रमाणे कचरा तयार होतो त्याच गतीने तो नगरपालिकेने वाहून नेला नाही तर शहरांची जी अवस्था हाते तीच अवस्था हृदयाचे कार्य मंदावल्यामुळे शरीराची होते.

४) शरीराची हालचाल कमी झाल्यामुळे विशेषतः पायांवर सूज येते. शरीराचे स्नायू ही दूरस्थ हृदये (Peripheral hearts) आहेत. त्यांच्या आकुंचनाने रक्त, लिम्फ हे पिळवटून नीलांमध्ये ढकलले जाते. पॅरालिसिस झालेल्या भागावर याच कारणामुळे सूज येते.

ब्लडप्रेशरवरील काही औषधांमुळे घोट्यांवर सूज येऊ शकते. लांबच्या

प्रवासात पाय सतत उभे राहतात व स्नायूंची हालचाल होत नाही त्यामुळे पायांवर सूज येते.

शरीराच्या कोणत्याही भागावर सूज (न दुखणारी) आहे असे वाटल्यास अंगठ्याने दाब द्यावा खड्डा पडला व तो लगेच नाहीसा झाला नाही तर (oedema) आहे असे समजावे.

सुजेवरील सर्वसाधारण उपाय :

१) आपल्या डॉक्टरांना दाखवून त्यांचा सल्ला घ्या. लघवीचे प्रमाण वाढणारी व इतर योग्य औषध ते देतील.

२) आहारातील मीठाचे प्रमाण कमी करा. शरीरातील मीठाचे प्रमाण वाढले की त्याच प्रमाणात पाण्याचे प्रमाण वाढते. हे जादा पाणी सुजेच्या रुपाने दिसू लागते.

३) दुपारी, रात्री विश्रांतीच्या वेळी १५-२० मिनीटे तरी पाय शरीरापेक्षा उंचावर ठेवून झोपा. (जमिनीवर झोपा व पाय कॉटवर ठेवा किंवा पायाखाली २-३ उशा ठेवा) गुरुत्वाकर्षणाने पायांवरील सुजेतील द्राव परत हृदयाकडे पाठवला जातो व सूज कमी होते. हृदय विकारामध्ये मात्र असे करू नये कारण जास्त रक्त हृदयाकडे पाठवल्यामुळे हृदयाचे काम वाढते व त्याच्यावर ताण येऊ शकतो. यासाठी सूज जाण्यासाठीच्या उपायांमध्ये प्रथम क्रमांक वैद्यकीय सल्ल्यास दिला आहे.

४) पायांच्या स्नायूंच्या हालचाली होण्यासाठी चालण्याचा नियमित व्यायाम आवश्यक आहे. ज्यांना काही आजारामुळे ते शक्य नाही त्यांनी अंथरुणात पडल्या पडल्या हातापायांच्या हालचाली कराव्यात.

मलावरोध

संडासला अजिबात न होणे किंवा साफ न होणे ही तक्रार अनेक वृद्धांमध्ये आढळते. याला जबाबदार असणाऱ्या आजारांची माहिती पचनसंस्था या प्रकरणांत आहे. म्हातारपणी बद्धकोष्ठता होण्याची प्रमुख कारणे : आतड्यांची शिथिलता. योग्य आहार-विहाराने यावर खूपशी मात करता येते.

१) पालेभाज्या, भेंडी, गवार अशा भाज्यांमध्ये जे तंतू असतात ते सेल्यूलोज या पदार्थाचे असतात. ते पचविण्याचे विकर 'सेल्युलेज' हे मनुष्यामध्ये नसते. गवत खाण्याऱ्या प्राण्यांमध्ये हे विकर असतात. या न पचलेल्या अन्नाच्या भागाचा उपयोग मळ तयार होण्यासाठी होतो. पुरेसा मळ आतड्यात तयार झाल्याने तो पुढे ढकलण्याच्या आतड्यांच्या क्रियेस चालना मिळते. यासाठी रोजच्या जेवणात हे चोथट पदार्थ आवश्यक आहेत.

२) शरीराची व विशेषतः पोटाच्या स्नायूंची हालचाल मळ पुढे ढकलण्यास मदत करते. यासाठी रोज फिरणे व इतर व्यायाम, पोटासाठीची योगासने अवश्य करावीत. सकाळी उठल्याबरोबर गरम पाणी अगर पेय घ्यावे. लघवीस वारंवार जायला लागू नये यासाठी काही लोक पाणी मुद्दाम कमी पितात. पण त्यामुळे विष्ठा फार घट्ट व सुकी होते व मलावरोध होतो. यासाठी पुरेसे पाणी पिणे आवश्यक आहे.

काही लोकांना तंबाखू, मिश्री, सिगरेट याशिवाय संडासला होत नाही. वास्तविक ह्या गोष्टींचा व संडासला लागण्याचा अर्थार्थी काहीही संबंध नाही पण पुढे पुढे ही एक प्रतिक्षिप्त क्रिया बनते. (Conditioned Reflex)

सकाळी उठल्यावर न कुंथता सोललेल्या पक्व केळ्यासारखी (साचेबंद व थोडी बुळबुळीत) संडास होणे हा आदर्श झाला. योग्य आहार-विहार करूनही तसे होत नसेल तर काही औषधांचा वापर करावा लागतो. इसबगोल सारखे औषध मळ तयार होण्यास मदत करते कारण त्याचे पचन मानवी शरीरात होत नाही. ज्यांना संडासला खडा होण्याची सवय आहे अशांनी रात्री झोपताना गरम दुधातून एक चमचा तूप घालून ते पिण्याचा प्रयोग जरूर करावा. त्रिफळा चूर्णासारखे सौम्य रेचक घेण्यास हरकत नाही पण सोनामुखी, मॅगसल्फ, एरंडेल तेल अशी रेचके वरचेवर घेणे चांगले नाही त्यामुळे मोठ्या आतड्यावर ताण येतो.

३-४ दिवस संडासला झाली नसेल तर विष्ठेचे खडे होऊन त्यांचा बांध मोठ्या आतड्याच्या शेवटच्या भागात बसतो. अशा वेळी जुलाबाचे स्ट्रॉंग औषध घेऊनही उपयोग होत नाही. त्रास मात्र होण्याची शक्यता जास्त असते. अशा वेळी ग्लिसरीनची पिचकारी किंवा एनिमा घेतल्यास खडे मऊ होऊन पडतात. नंतर गरज पडल्यास सौम्य रेचक औषध घ्यावे.

निसर्गाने शरीर असे बनवले आहे की सर्व नैसर्गिक क्रिया औषधाविना व्हाव्यात. यासाठी योग्य आहार-विहार मात्र आवश्यक आहे.

निद्रानाश

झोप न येणे, लागल्यास फार लवकर जाग येऊन परत झोप न लागणे या तक्रारी म्हातारपणाचा एक भाग मानावा, इतक्या सर्रास ऐकायला मिळतात.

प्रथमतः, वृद्धांनी हे ध्यानी घ्यावे की दिवसभर मानसिक ताण व शारीरिक कष्ट केल्यावर जितकी विश्रांतीची गरज असते तितकी विश्रांतीची गरज वृद्धांची राहत नाही. ही गरज जर दिवसभर काही ना काही काम केले, व्यायाम केला तर आपोआप निर्माण होईल आणि झोप येईल. आपण दिवसभर लोळत पडलो तर

भूकही कमी लागेल. शरीराची व मनाची ऊर्जा खर्च केली तर हा खर्च भरून काढण्यासाठी अन्न आणि विश्रांती यांची गरज भासेल आणि भूक आणि झोप लागेल.

रात्री सर्व सामसूम झाल्यावर थकल्या भागल्या मनाला आणि शरीराला विश्रांती मिळण्यासाठी झोप लागते. तुम्हाला झोप येत नाही म्हणून काहीतरी विचार येतात आणि विचार चालू आहेत म्हणून झोप येत नाही हे दुष्टचक्र चालू राहते. हे दुष्टचक्र मोडण्यासाठी अंथरुणावर स्वस्थ पडा. शरीर ढिले सोडा, पावलांवर लक्ष केंद्रित करा व त्यांना आज्ञा करा की आता झोपा! नंतर पाय, मांड्या, पोट, पाठ असे क्रमाक्रमाने ढिले सोडत वर या. चेहऱ्यापर्यंत पोचण्याआधीच तुम्हाला झोप लागलेली असेल. दिनचर्या प्रकरणातील विश्रांती विषयीचा भाग परत एकदा जरूर वाचा. रात्रीचे जेवण शक्यतो लवकर (संध्याकाळी आठ पूर्वी) करावे म्हणजे जेवल्यावर लगेच आडवे झाल्यावर घशाशी जळजळणे, पोट गच्च वाटणे हे त्रास होणार नाहीत. ज्यांना आम्लपित्ताचा त्रास होतो त्यांनी रात्री झोपताना अर्धा ते एक कप दूध प्यावे. त्यामुळे आम्लपित्ताच्या त्रासाने निद्रानाश होणार नाही. मला किती तास झोप लागली यापेक्षा सकाळी आणि दिवसभर तुम्ही प्रसन्न आणि उत्साहीत राहिलात तर समजा तुम्हाला पुरेशी झोप मिळाली आहे.

■

चाळिशीनंतरचे योग्य वजन

उंची		वजन किलोग्रॅममध्ये	
सेमी	फूट इंच	पुरुष	स्त्री
१५२	५'	–	४५ ते५०
१५५	५' १"	–	४७ ते ५०
१५७	५' २"	४५ ते ५४	४८ ते ५१
१६०	५' ३"	५१ ते ५५	४९ ते ५२
१६२	५' ४"	५२ ते ५६	५१ ते ५४
१६५	५' ५"	५४ ते ५८	५२ ते ५५
१६८	५' ६"	५६ ते ६०	५३ ते ५७
१७०	५' ७"	५७ ते ६१	५५ ते ५९
१७३	५' ८"	५८ ते ६३	५६ ते ६१
१७५	५' ९"	६० ते ६३	५८ ते ६२
१७८	५' १०"	६२ ते ६६	६० ते ६३
१८०	५' ११"	६३ ते ६७	६१ ते ६४
१८३	६'	६५ ते ६९	६२ ते ६६
१८५	६'१"	६८ ते ७२	---
१८८	६' २"	७० ते ७४	---
१९०	६' ३"	७२ ते ७७	---

Haematology Report

Parameter	**Normal Range**
Haemoglobin	M : 14.0 to 18.0 gm/dl
	F : 12.0 to 16.0 gm/dl
W. B. C. Count	4000 - 10000/ cu mm
Differential Count	
Neutrophils	40 to 70 %
Lymphocytes	20 to 40 %
Eosinophils	0 to 6 %

Monocytes	0 to 6 %
Basophils	0 to 1 %
Platelets	150000 - 450000/ cu mm
E. S. R.	After 1 hr. M : 0 mm to 9 mm
(by Wintrobe's)	F : 0 mm to 20 mm

Urine Report

Physical Examination

Colour	:	Pale Yellow
Appearance	:	Slightly Hazy
Deposit	:	Absent
Reaction	:	Acidic / Alkaline

Chemical Examination

Protein	:	Absent
Glucose	:	Absent
Ketone Bodies	:	Absent
Bile Salt	:	Absent
Bile Pigment	:	Absent
Urobilinogen	:	Normal

Microscopic Examination

Pus Cells	:	Absent
R. B. C. s	:	Absent
Epithelial Cells	:	1 - 2/ hpf
Crystals	:	Absent
Casts	:	Absent
Others	:	Absent

Biochemistry Report

Investigation	Findings	Reference Range
Plasma Glucose Fasting		70 to 100 mg/dl
Urine Glucose Fasting	Absent	
Plasma Glucose PP		70 to 140 mg/dl
Urine Glucose PP	Absent	
Serum Cholesterol		130 to 220 mg/dl
Serum H. D. L.		30 to 70 mg/dl
Serun Triglycerides		60 to 170 mg/dl
Serum L. D. L.		60 to 160 mg/dl
LDL : HDL Ratio		2 : 1
Serum V. L. D. L.	M :	5 to 51 mg/dl

■

चाळिशीनंतरचे कामजीवन

कामजीवन हा विषय मुळातच गुंतागुंतीचा, त्यात वृद्धत्वातील कामजीवन समजण्यास अधिकच अवघड कारण त्यात प्रत्यक्ष कामक्रीडेपेक्षा मानसिकता व वयाबरोबर येणारे शारीरिक व मानसिक बदल यांचा भाग मोठा असतो. यात भर म्हणजे व्यक्तिगत भिन्नता.

वय वर्षे ३५ ते ५५ वाढत्या वयाबरोबर येणारे शारीरिक व मानसिक बदल स्त्रीमध्ये आधी येतात. म्हणून स्त्रियांचा विचार आपण आधी करू या. निसर्गत: प्राण्यांमध्ये वृद्धत्व येऊ लागल्यावर स्त्रीचे कामजीवन पूर्णपणे संपते. याला कारण असे की, प्रजोत्पादन हाच कामक्रीडेचा खरा उद्देश आहे आणि हा उद्देश सफल होण्यासाठी कामक्रीडेतील आनंद हे परमेश्वराने लावलेले मधाचे बोट आहे. मादी माजावर येते म्हणजेच तिच्यात पक्व बीजांड तयार होते तेव्हाच फक्त नर उत्तेजित होतो व समागम केला जातो. हे झाले इतर प्राण्यांचे. मनुष्य हा कदाचित एकच प्राणी असा आहे जो प्रजोत्पादनासाठी नव्हे तर कामक्रीडेच्या आनंदासाठी कामक्रीडा करतो. इतकेच काय पण त्यातून प्रजोत्पादन होऊ नये यासाठी उपाय योजत असतो. वाढत्या वयाबरोबर स्त्रीच्या कामजीवनात निर्माण होणाऱ्या प्रश्नांचे मूळ इथेच आहे.

पाळी जाणे याचाच अर्थ स्त्रीची जननक्षमता संपणे असे सर्वसाधारणपणे समजायला हरकत नाही. ज्या अंत:स्त्रावामुळे (हॉर्मोन्स) जननसंस्थेचे कार्य चालते व तिच्या शरीराला मोहकता येते ते स्त्राव कमी कमी होत जातात. याचे परिणाम सर्व शरीरभर दिसू लागतात. कातडीची कांती कमी होते, सुरकुत्या दिसू लागतात, मांसपेशी शिथिल पडू लागल्याने पोट, नितंब, स्तन याचा घाटदारपणा कमी होत जातो. गर्भाशय व योनीमार्ग आकुंचन पावतात. योनीमार्गास कोरडेपणा येऊ लागतो. कामवासना, उद्दीपन कमी होऊ लागते.

अंगाला येणारा गंध, जो पुरुषाला मोठ्या प्रमाणावर उद्दीपित करतो, तो गंध कमी होऊ लागतो. कुत्री जेव्हा माजावर येते तेव्हा तिच्या योनीतून येणाऱ्या स्त्रावाच्या गंधामुळे दोन किलोमीटर परिसरातले कुत्रे वेडेपिसे होतात. नराला

उद्दीपित करण्यात मादीच्या शरीराच्या गंधाचा फार मोठा सहभाग असतो. कोणत्याही प्राण्यात पहा, समागमापूर्वी नराने मादीला हुंगणे हा प्रियाराधनातील महत्त्वाचा भाग असतो.

शरीरात होणाऱ्या या बदलांचा मनावर खूप परिणाम होत असतो. चिडचिड होणे, एकदम गरम वाटणे, घाम येणे, उदास वाटणे, चक्कर येणे, स्वभाव संशयी व मत्सरी होणे असे अनेक परिणाम होतात. हे सर्व परिणाम हळूहळू व नकळत होत असतात, म्हणूनच चाळिशीच्या आसपास महिलांनी जागरूक राहून शरीर व मन यांची काळजी घेणे आवश्यक आहे. आपण जास्तीत जास्त तरूण, सुंदर, आकर्षक व चपळ राहावे यासाठी प्रयत्न करणे हा प्रत्येकाचा व विशेषत: स्त्रियांचा हक्क आहे. यासाठी सौंदर्यतज्ज्ञ, व्यायामतज्ज्ञ, आहारतज्ज्ञ यांचा सल्ला जरूर घ्यावा. काही आयुर्वेदीय औषधे वैद्यकीय सल्ल्याने वापरावीत. हार्मोन्स व शरीरातील बदल हा निसर्गक्रम आहे हे मान्य करणे हे यावरील प्रमुख उपाय म्हणता येतील.

मानसिक अस्वास्थ्यापोटी जादा खाणे, व्यायाम न करणे, उदास राहणे, सगळे जग आपल्या विरुद्ध आहे असे समजून सगळ्यांकडे संशयाने पाहणे, यामुळे आपण मनाने व शरीराने बेढब दिसाल, घरचे व दारचे तुम्हाला टाळू पाहतील. शरीर चपळ, मन प्रसन्न व आकर्षक व्यक्तिमत्त्व राखले तर पस्तिशीपूर्वी जग जितके सुंदर होते तितकेच, किंबहुना त्याहीपेक्षा जास्त आनंदमय पुढील वीस वर्षे तरी राहू शकेल. आहारावर नियंत्रण ठेवणे फार आवश्यक आहे. तेलकट, गोड, चमचमीत पदार्थ जास्त खाण्याचे टाळा. थोडा तरी व्यायाम करा. नित्याच्या कामातच किती श्रम होतात असे म्हणू नका. तेवढे पुरेसे असते तर वजन वाढले नसते. व्यायाम, योगासने याद्वारे शरीर चपळ व सांधे लवचिक ठेवले पाहिजेत. खाण्याचा मोह व आग्रहाखातर खाणे याला बळी पडू नका. **समोरच्याला न दुखावता नाही म्हणण्याची कला फारच थोड्यांना जमते. ही कला जिला जमली ती स्त्री आयुष्यात यशस्वी होते.**

आपण गेल्या २०-२५ वर्षे माहिती असलेल्या महिला डोळ्यापुढे आणा. त्यातील फार तर १० टक्के अशा असतात की, ज्यांच्या दिसण्यात, वजनात, वागण्यात, कशातच फारसा फरक पडलेला नाही. अशा अनेक स्त्रिया आठवतील की ज्या २० वर्षांपूर्वी (त्यांच्या पंचविशीत) अतिशय रेखीव, चपळ, हसतमुख अशा होत्या. पण आता त्यांचे वजन तेव्हाच्या दीडपट तरी झाले आहे. चेहऱ्यावर एक प्रकारचा बथ्थडपणा, अंगावर न शोभणारे कपडे, समाजात उगाचच पुढे पुढे करण्याचा प्रयत्न करत असतात. अशा महिला पाहिल्यावर सहजच ओळी स्फुरतात 'दाहि दिशा कशा सुटल्या, जागोजाग वळ्या किती पडल्या...!'

चाळिशीतील स्त्रियांचा असाही एक फार मोठा गट दिसून येतो – ज्यांच्या चेहऱ्यावरचा भाव 'आता आमचं काय राहिलंय?' असा. केसात पांढऱ्या बटा, कातडी सुरकुतलेली, अंगावर साडीही तशीच– सुरकुतलेली, पाठीला जरासे पोक, डोळे उत्सुकता, आतुरता असा कोणताच भाव नसलेले भकास (मनात म्हणत असाव्यात, "आता आमच्याकडे कोण पाहणारं?") अशा स्त्रीकडे समाज सोडाच पण स्वत:चा पतीदेखील पाहण्याचे टाळत असेल.

वाढत्या वयाबरोबर ४० ते ५५-६० वर्षापर्यंत पुरुषात काय बदल होतात ते पाहू या.

असे म्हणतात की पुरुष मनाने (लैंगिकदृष्ट्या) कधीच म्हातारा होत नाही. स्त्रीपेक्षा उशीरा पण वयाचे परिणाम पुरुषाच्या शरीरावर होणार हे नक्कीच. केस विरळ होऊ लागतात, दाढी-मिशीत पांढरे केस डोकावू लागतात, पोट सुटू लागते. कातडी सुरकुतू लागते. रोजच्या व्यवहारात फारसे जाणवत नाही, पण कधीतरी पाहुणे येतात, त्यांच्याबरोबर ट्रिपला गेल्यावर डोंगर चढताना, खेळ खेळताना दम लागतो. कंबर, गुडघे पटकन वाकत नाहीत आणि जाणवते, चाळिशी सुरू झाली बरं का! कामभावना जागृत असली तरी स्खलन लौकर होणे, लिंग ताठरता कमी वाटणे अशा तक्रारी सुरू होतात. 'निराश होऊ नका', 'परत तारुण्याचा अनुभव घ्या' अशा सेक्स-टॉनिकच्या गोळ्यांच्या जाहिराती लक्ष वेधून घेऊ लागतात.

स्त्रियांबाबत जे मी लिहिले आहे तेच पुरुषांबाबतही खरे आहे. मित आहार, शरीर चपळ, सांधे लवचिक, मन उत्साही व एकूण व्यक्तिमत्त्व प्रयत्नपूर्वक आकर्षक ठेवले पाहिजे. योग्य आहार, पुरेसा व्यायाम, व्यसनांपासून दूर राहणे, समाजात मिसळणे, नीटनेटकी राहणी हे अत्यंत महत्त्वाचे आहे.

स्त्रिया वाढत्या वयाला कसे वेगवेगळ्या प्रकारे तोंड देतात हे आपण पाहिले आहेच. तसेच प्रकार पुरुषांमध्येही दिसून येतात. प्रसन्न चेहरा, स्वच्छ व इस्त्रीचे कपडे, दाढी केलेली, बोलण्या-चालण्यात आत्मविश्वास भरलेला, संभाषण मार्दवपूर्ण पण अजीजीचे नाही, पोट खपाटीला गेलेले नाही पण ढेरपोटही नाही; असा पुरुष पाहिल्यावर स्त्रियांनाच काय पण पुरुषांनाही ओळख करून घ्यावी असे वाटते. असे आकर्षक व्यक्तिमत्त्व असलेले प्रौढ पुरुष आपण किती पाहतो? पाच टक्के सुद्धा नाहीत. Life begins at forty याचा अर्थ पन्नाशीच्या माणसाच्या वागण्यात ४० वर्षांचा अनुभव + १० वर्षांच्या मुलाचा दुर्दम्य उत्साह हवा पण प्रत्यक्षात अनुभव वेगळाच येतो. काही पुरुष १० वर्षाच्या मुलासारखे पोरकटपणाने तरी वागतात, किंवा एकदम कौटुंबिकच काय पण साऱ्या जगाची चिंता स्वत:च्याच डोक्यावर असल्यासारखे वागतात. चेहरा

खिन्न, केस विस्कटलेले, दाढीचे खुंट, मळकट, सुरकुतलेले कपडे, चष्मा नाकावर पुढे आलेला, मान खाली, खांदे झुकलेले, रस्त्याच्या अगदी कडेने चालणारे आणि हरवल्यासारखे वाटणारे कित्येक पुरुष आपण रोज पाहतो. त्यांची दखल घ्यावी असे कोणासही वाटणे शक्य नाही.

४० ते ५५-६० वयोगटातील कामसुख – हा अतिशय नाजूक विषय आहे. या काळात पत्नीची इच्छा कमी होऊ लागते, तर पुरुषात फारसा फरक पडत नाही. एकमेकांची गरज व शारीरिक-मानसिक स्थिती याचा विचार करून पती-पत्नींनी हा विषय हाताळला पाहिजे अन्यथा स्फोटक परिस्थिती निर्माण होऊ शकते. या वयोगटाचा खास विचार शेवटी करू या.

जागा लहान, म्हातारपणामुळे झोप न येणारे आई-वडील, मुले जाणती झालेली, दिवसभराच्या कामाचा दोघांनाही आलेला शिणवठा या सर्व चक्रव्यूहातून संभोग-सुखाची संधी दुर्मिळ झालेली, त्यामुळेच 'उरकण्याकडे' कल. या दुष्टचक्रामुळे अनेक दुर्धर प्रसंग ओढवतात. माझ्याकडे एकदा एक महिला गुप्तांगाची असह्य आग होत असल्याची तक्रार घेऊन आली. काही प्रश्न विचारल्यावर लक्षात आले की, त्यांची पाळी बंद होऊन ४-५ वर्षे झाली होती. त्यामुळे योनीमार्गास कोरडेपणा आलेला. नवरा बदलीच्या जागी राहून फक्त शनिवार-रविवार घरी असे, त्यामुळे अधीर. अशा परिस्थितीत समागम अतिशय त्रासदायक व वेदनामय होत असे. यावर उपाय म्हणून त्यांनी आदल्या रात्री हाताला आले ते मलम वंगण म्हणून लावले. ते व्हिक्स होते. कपाळाला, नाकाला लावल्यावर व्हिक्स जरा चुणचुणते व बरे वाटते पण नाजूक जागी लावल्यावर आग-भडकाच होणार!

या वयातल्या स्त्रियांना कंबरदुखी खूप वेळा जडते. सर्व तपासण्या करूनही कारण सापडत नाही. खूप वेळा दुःखप्रद समागम टाळण्यासाठी अंतर्मनातून निर्माण झालेला हा आजार असतो. शाळेची वेळ झाली की मुलांचे पोट दुखायला लागते. दुःख पोटात नसते, शाळेत जाण्यात असते! तोच प्रकार. फरक इतकाच की मुलांचे पोट दुखणे ढोंग असते तर स्त्रियांची अशी कंबरदुखी ही समजून उमजून नाही तर अंतर्मनातून निर्माण होते.

प्रजोत्पादन संपल्यावर समागम-सुख घेता कामा नये हा विचार कितीही योग्य व निसर्ग नियमांप्रमाणे असला तरी तो आचरणात आणू शकणारा एखादाच निर्माण होतो. पण पुरुषाने आपली कामेच्छा कमी केल्यास पती व पत्नी दोघेही जास्त सुखी होतील. पत्नीला सुख हवे असेल फक्त तेव्हाच समागम करण्याचा प्रयत्न करावा. काही शारीरिक त्रास होत असल्यास वैद्यकीय सल्ला घ्यावा.

२०-२५ वर्षांच्या वैवाहिक जीवनानंतर अनेक कारणांनी पती-पत्नीतील

आकर्षण थोडे तरी कमी होतेच. नाविन्य संपणे, तोच तोचपणा ही कारणे आहेतच. पण पत्नीला लैंगिक सुखात येणारी अनास्था हे महत्त्वाचे कारण आहे. ही अनास्था का येते? शारीरिकदृष्ट्या सेक्स हार्मोन्स कमी होतात. तसेच मुले, सुना, नातवंडे यांत ती जास्त रमते. तिचे भावविश्व या नात्यांनी व्यापले जाते. त्या प्रमाणात पुरुषाचे सेक्स हार्मोन्स कमी होत नाहीत व त्याचे भावविश्व करिअर व पत्नी यांनीच जास्त भारलेले राहते. त्यात भर म्हणून या प्रकरणात आधी लिहिल्याप्रमाणे पत्नी जर आपल्या व्यक्तिमत्त्वाबद्दल उदास असेल तर विचारायलाच नको. पुरुष हा निसर्गत:च बहुपत्नीकत्वाचा पुरस्कर्ता आहे. आपला आकर्षकपणा कमी होत असताना तो टिकविण्याचा प्रयत्न महिलांनी केलाच पाहिजे. आपण जर समाजाचा थोडा अभ्यास केला तर माता-भगिनींनो लक्षात ठेवा, बॉसचे सेक्रेटरीशी लफडे याच काळात सुरू होते.

ही झाली महिलांची बाजू. आता पुरुषांनी या काळात कसे वागले पाहिजे याचा विचार करू या. पत्नीची कामेच्छा कमी होत चालली आहे अशा वेळी हा समाज, ही संस्कृती टिकविण्यासाठी एकच मार्ग आहे आणि तो म्हणजे तुमचीही कामेच्छा कमी करणे. स्वत:चे करिअर, मुलांचे करिअर, अध्यात्म, काही समाजकार्य, यात मन जास्त गुंतवा. पत्नीचा कल पाहून समागमाची इच्छा पूर्ण करा. दर २-४ महिन्यांनी शक्य झाल्यास फक्त दोघांनीच १-२ दिवस तरी एकत्र काढा. केवळ जवळ घेण्याने, प्रेमाने बोलण्याने पत्नीला सुख आणि सुरक्षिततेची भावना निर्माण होते. लक्षात घ्या– प्रेम आणि लैंगिक सुख हे समानार्थी शब्द नाहीत. इथून पुढे पत्नीला प्रेमाची जास्त गरज आहे. अलीकडे अनेक कारणांनी स्त्रियांचे गर्भाशय काढून टाकले जाते. अशा स्त्रियांना प्रेमाची जास्तच गरज असते. आपल्या वागण्याबोलण्यातून पत्नीला जाणवले पाहिजे की 'तू मला अजून हवी आहेस.'

सगळे बालपण व तारुण्याचा काही काळ आई-वडिलांच्या छायेखाली घालवल्यावर, लग्न झाल्या दिवसापासून कालपर्यंत पूर्ण अनोळखी कुटुंबाला आपले म्हणावयाचे व सर्वस्व द्यायचे यापेक्षा मोठा त्याग कोणता असू शकेल? हा केवळ नित्याचा व्यवहार झाल्यामुळे आपणाला या त्यागाचे मोठेपण जाणवत नाही. या महान त्यागाचे फळ म्हणून का होईना नवरा, सासू-सासरे यांनी अखेरपर्यंत तिला प्रेम दिले पाहिजे, जपले पाहिजे. सगळ्या नवऱ्यांनी एक गोष्ट लक्षात ठेवली पाहिजे की स्त्री ही क्षणाची पत्नी आणि अनंत काळची माता असते. आणि उतारवयात तर फक्त माताच असते.

वयाच्या ६० नंतर लैंगिक सुख, मुख्यत: भावनिक असते. भावनिक प्रेमाचे

शारीरिक प्रगटीकरण आलिंगन, चुंबन इत्यादी कृती होत! आता पती-पत्नीचे नाते संपून खऱ्या मैत्रीचे पर्व सुरू व्हावे, आणि मैत्रीचे नाते हे माझ्या मते सर्वश्रेष्ठ नाते आहे.

कामवासना ही फार मोठी उर्जा आहे. तिला योग्य मार्ग मिळाला नाही तर मन व शरीर यांत उलथापालथ घडू शकते. मनाची एकाग्रता कमी होते, चिडचिड होते आणि त्यातूनच अल्सर, ब्लडप्रेशर, हृदयरोग असे आजार होऊ शकतात. ही उर्जा जी व्यक्ती कोणत्याही चांगल्या कामाकडे वळवू शकते, ती व्यक्ती अत्युच्च पदाला पोचते असे राजयोग सांगतो. घरी पोटभर मिळत नाही म्हणून जो दुसऱ्याच्या ताटाकडे पाहतो तो भिकारी तरी होतो किंवा चोर तरी! घरी मिळत नसलेल्या सुखाच्या बदली तेच सुख अध्यात्म, समाजकार्य, किंवा करिअर म्हणून मिळवू शकतो तो राजयोगी ठरतो. दुसरीकडून कामसुख मिळविणारा बाहेरख्याली ठरतो. हे दोन्ही ज्याला जमत नाही तो कुढत बसतो आणि अल्सर, ब्लडप्रेशर, हार्ट ॲटॅक, प्रोस्टेट ग्रंथी वाढणे किंवा मानसिक आजारांचा शिकार होतो. काय व्हायचे ते ज्याचे त्याने ठरवावे.

साठीनंतर एकमेकांस प्रेमळ स्पर्श करणे, गतायुष्यातील स्मृतींना उजाळा देणे, एकमेकांस दिलेल्या सहकार्याचे कौतुक करणे यातच उभयतांचे सुख व हित असते. काही प्रमाणात पुरुष रतिसुख घेऊ शकतो पण त्यामागची आसक्ती कमी होत जाते व व्हावी (अपवाद हे सर्वच बाबतीत असणारच). एकंदरीत माझे असे निरीक्षण आहे की साठीनंतर स्त्रिया या पुरुषांपेक्षा मुले, नातवंडे, देवधर्म यात जास्त गुंततात. त्यांना पतीची गरज फारशी राहत नाही. या माझ्या विधानाचा पडताळा स्वत:च पाहू शकता. स्त्रिया वैधव्य आल्यावरही कित्येक वर्षे आनंदात जगू शकतात. याउलट, पत्नी निधनानंतर १-२ वर्षात निधन पावलेल्या किंवा गंभीर आजारी झालेल्या पुरुषांची उदाहरणे अनेक आहेत. म्हणूनच समाजात विधवा आजींची संख्या विधुर आजोबांपेक्षा खूपच जास्त असते. पुरुष हा मानसिकदृष्ट्या पत्नीवर फार मोठ्या प्रमाणावर अवलंबून असतो. पत्नी-निधनानंतर तो मनाने फार खचतो. माझ्या या म्हणण्याच्या पुष्ट्यर्थ माझे आणखी एक निरीक्षण आपण चौकसपणे पारखून पहा. जे पुरुष पत्नीच्या निधनानंतर पुनर्विवाह करतात ते आनंदात व खूप जगतात. आजकाल वर्तमानपत्रात देखील 'कंपॅनियन हवी' अशा जाहिराती आपण वरचेवर पाहतो. याचाच अर्थ वृद्धत्वात कामसुख नसले तरी चालेल पण साथीदाराशिवाय चैन पडत नाही!

वयाची ४० ते ५५-६० पर्यंतची वर्षे ही आयुष्याचा फार महत्त्वाचा कालखंड आहे. करियर घडवणारी ही वर्षे आहेत. याच कालखंडात नेमकी कामजीवनात अतृप्तता असेल तर व्यक्तीची कार्यक्षमता निश्चितच कमी होते.

कामजीवनात तृप्त असणारी व्यक्ती दैनंदिन जीवनात जास्त कार्यक्षम राहते. अतृप्त व्यक्ती दिवसा चिडचिड करते, उदास राहते तर तृप्त व्यक्ती आनंदी, उत्साही राहते. रोजच्या ताणतणावांना हसतमुखाने व खंबीरपणे सामोरी जाते. एक आगळा आत्मविश्वास तिच्या वागण्यात दिसून येतो. मी व्यक्ती म्हणतो कारण स्त्री व पुरुष या दोघांनाही तृप्त कामजीवन आवश्यक आहे. व्यावहारिक जीवनातल्या जबाबदाऱ्या (व्यावयायिक व संसारिक) वाढलेल्या असतात. लग्नाला १०-१५ वर्षे झाल्यामुळे तोच तोचपणा आलेला असतो. यावर उपाय काय? सेक्स टॉनिक्स, टेक्निक्स वापरावीत का?

मी एकदा माझ्या या विषयातील एका तज्ज्ञ डॉक्टर (सेक्सॉलॉजिस्ट) मित्राला विचारले की, आपण रोज सेक्स टॉनिक्सच्या जाहीराती वर्तमानपत्रांत पाहतो पण तुमच्या मते सर्वोत्तम सेक्स टॉनिक कोणते? त्याचे उत्तर फार मार्मिक आणि विचार करायला लावणारे होते. उत्तर होते, इंटरेस्टिंग अँड इंटरेस्टेड पार्टनर. (जिच्यात रस घ्यावा व जिला तुमच्यात रस आहे असे सहचर.) याचाच अर्थ पति-पत्नी एकमेकांबद्दलची शारीरिक ओढ जर कायम राखू शकले तर त्यांना सेक्स टॉनिकची गरज पडणार नाही. ही ओढ कायम राहण्यासाठी अनेक गोष्टी करण्यासारख्या आहेत. रात्रीच्या जेवणानंतर स्वयंपाकघर आवरून साडीला हात पुसत आलेल्या, अंगाला फोडणीचा वास येणाऱ्या पत्नीबद्दल आकर्षण किती वाटेल? स्वयंपाकघर आवरून झाल्यावर हात, पाय, तोंड स्वच्छ धुवा, शक्य तर कपडेही बदला, अंगावर जरा सेंट मारा, का नाही नवऱ्याला तुमच्यात रस वाटणार? जेवण झाल्यावर पत्नीला स्वयंपाकघर आवरण्यात नवऱ्याने जरा मदत केली, मुलांच्या होमवर्कला मदत केली तर पत्नीही बेडरुममध्ये येईपर्यंत जरा फ्रेश राहील. पत्नीची जेवणानंतरची कामे होईपर्यंत नवरा टी. व्ही. पहात नुसता पडून राहतो आणि रात्री जेवणानंतरची सर्व कामे आवरून बेडरुममध्ये जाईपर्यंत 'केव्हा एकदा अंथरुणाला पाठ लावते' अशी पत्नीची अवस्था झालेली असते. त्यांत सगळीकडे सामसूम होण्याची वाट पाहता पाहता दोघांपैकी एकजण घोरू लागतो, ही कथा कमी जास्त प्रमाणात प्रत्येक घरात पहायला मिळते. हे दोघांनी मिळून टाळायला हवे.

३५-४० नंतर स्त्री उद्दीपित होण्यास जास्त वेळ जातो तसेच पुरुषाचे स्खलन झाल्यावर तो तृप्त होतो पण स्त्रीचे स्खलन होण्यास वेळ लागतो. यावर उपाय म्हणजे आधीच्या प्रेमचेष्टा जास्तीत जास्त व्हाव्यात म्हणजे तृप्तीचे उद्दिष्ट निश्चित साध्य होईल. आपण एखाद्या यात्रेला जातो किंवा ट्रिपला जातो. मुक्कामाला पोचल्यावर मंदिर कसे होते यापेक्षा प्रवासातल्या आठवणी, जेवण कसे होते, प्रवास कसा झाला यावर चर्चा जास्त होते. 'मजा सफर में है मंझील में नही.'

शिश्निकेशी व योनीच्या पुढील १/३ भागाशी घर्षणाने खरा आनंद स्त्रीला मिळतो. तिचे पूर्ण समाधान होण्यासाठी व्हायब्रेटर सारख्या साधनाची मदत घेण्यासही हरकत नाही पण त्याची गरज पडू नये.

साद आणि प्रतिसाद दोन्ही उत्कट असले की रात्र सुखात जाते आणि रात्र सुखात गेली की दिवस आनंदात जातोच. सेक्स टॉनिक ही पुरुषांसाठीच असतात असे दिसते. स्त्रीला त्यांची गरजच नसते. शरीराने व मनाने सुदृढ असलेली महिला (वृद्धा नव्हे) ही कामसुखाच्या दारुगोळ्याने भरलेले कोठार असते. योग्य रितीने ते पेटवणे ही कला मात्र पुरुषाला जमली पाहिजे. पत्नीची अजिबात इच्छा नाही अशा वेळी पतीने संभोगाचा प्रयत्न अजिबात करू नये. याचे स्त्रीमनावर फार खोलवर दुष्परिणाम होतात. अशा वेळी पतीने पाठ फिरवून झोपूही नये. अशा वेळी तिला गरज असते तुमच्या आपुलकीची, भावनिक मायेची!

पुरुषाचे इंद्रिय जास्तीत जास्त व जास्त काळ उत्तेजित राहण्याने दोघांनाही तृप्ती मिळते. त्यासाठी वाग्भटांच्या वाजीकरण प्रकरणात अनेक उपाय सांगितले आहेत. तेल लावून आंघोळ करण्यापासून अनेक औषधी यात सांगितल्या आहेत. सर्वांत महत्त्वाचे आहे ते शरीर सुदृढ व मन आनंदित असणे. आयुर्वेदिक सेक्स टॉनिक मुख्यत: दोन प्रकारची मानता येतील :

१) वृष्य : ज्यामुळे शुक्रजंतुंची संख्या, त्यांची कार्यक्षमता यांत वाढ होते. कामोद्दीपन व नपुसंकत्व नाश होतो अशा प्रकारच्या टॉनिक्समध्ये अश्वगंधा, जायपत्री, कवचबीज, बस्तांड, हिंगूळ, सफेत मुसळी इत्यादी अनेक औषधे समाविष्ट आहेत.

२) वाजीकरण रसायने : यामुळे कामशक्तीचा विकास, जननेंद्रियाची वाढ, मनोदौर्बल्य नाहीसे करणे, शैथिल्य घालवणे यासाठी 'मकरध्वज' हे प्रमुख रसायन सांगितले आहे. कापूर, लवंग, जायफळ, शर, ऊस, भुईकोहळा, रानउडीद, शतावरी, पुनर्नवा, सराटे, जेष्ठमध, पिंपळी, मनुका, मिरे, दालचिनी, वेलची, नागकेशर, कुयली, कंकोळ, मध, चारोळी, तालीमखाना, शिलाजित, सफेत मुसळी, सुगंधी फुले, सुगंधी द्रव्ये अशी शेकडो औषधे सांगितली आहेत. यांतील काहीचे एकत्रीकरण करून बाजारात अनेक सेक्स टॉनिक्स मिळतात. शरीर शुद्धी करून (वमन, विरेचन, स्नेहन, स्वेदन इत्यादी) नंतर यांचा वापर केल्यास परिणाम चांगला होतो. या औषधांचा प्रत्यक्ष गुणधर्म व त्यापेक्षा अधिक 'मी आज अमुक तमुक सुप्रसिद्ध कॅप्सूल घेतली आहे' या भावनेनेच पुरुषाचे मनोबल वाढते आणि तो अधिक कामसुख देऊ-घेऊ शकतो.

अलीकडे प्रसिद्धीस आलेली दोन महत्त्वाची औषधे :

१) जिन्सेंग वनस्पतीचे मूळ

२) व्हायग्रा

१) जिन्सेंग या वनस्पतीच्या मुळाचा आकार बराचसा माणसासारखा असतो. अनेक वनस्पतीजन्य औषधांचा शोध त्या वनस्पतीच्या अवयवाचा आकार (पान, फळ, मूळ) व मानवी अवयवाचा आकार यांचे साधर्म्य यातून लावला गेला आहे. माणसासारखा आकार असणारे जिन्सेंगचे मूळ शरीराच्या सर्वच अवयवांना पुष्टी देते. तसेच मानसिक दृष्टीकोन अधिक पॉझिटिव्ह बनवते असे म्हणतात.

२) Sildenafil Citrate म्हणजेच व्हायग्रा हे औषध आता भारततही उपलब्ध झाले आहे. हे औषध कसे कार्य करते हे पाहण्याआधी पुरुष लिंगाचे उद्दीपन कसे होते हे पाहणे अगत्याचे ठरेल. एखाद्या स्पंजाप्रमाणे पुरुषाचा अवयव बनलेला असतो. थोड्या प्रमाणात स्नायूंचे व मुख्यत: या स्पंजमुळे लिंग ताठरते. या स्पंजामध्ये रक्त भरले जाते व ते माघारी फिरण्याचा मार्ग व्हॉल्व्ह सारख्या कार्यामुळे बंद केला जातो. रक्ताने गच्च भरलेल्या अवयवाचा ताठरपणा जातो कारण हे व्हॉल्व्ह ढिले पडतात व रक्त परत रक्ताभिसरणात येते. Sildenafil Citrate या औषधामुळे बराच काळ हे व्हॉल्व्ह ढिले पडत नाहीत व लिंग ताठरच राहते. डोकेदुखी, मळमळ, अशक्तपणा असे परिणाम या औषधांमुळे काहींना होऊ शकतात. ज्यांना नायट्रेट्स (अंजायनामध्ये वापरले जाणारे औषध) घ्यावे लागते, तसेच ब्लडप्रेशरचा त्रास आहे त्यांनी हे औषध टाळावे किंवा वैद्यकीय सल्ला व निरीक्षण यामध्येच घ्यावे.

ॲनस्थेटिक स्प्रे

पुरुष इंद्रियाचे घर्षण (योनी मार्गाशी) झाल्याने पुरुषाला कामसुख मिळत असते. या घर्षणाच्या संवेदना जेव्हा एक उंची गाठतात त्यावेळी स्खलन होते. ॲनस्थेटिक स्प्रे पुरुष इंद्रियावर उडवल्यावर कातडी बधिर होते. कातडी बधिर झाल्यामुळे संवेदनांचे प्रमाण कमीत कमी होते. साहजिकच स्खलन होण्यास जास्त वेळ लागतो. संभोग जास्त वेळ करता येतो. स्त्रीस जास्त सुख मिळते. पुरुषाचे सुख थोडे बोथट होते. जास्त काळ संभोग चालावा यासाठीचा ॲनस्थेटिक स्प्रे हा एक साधा व सोपा उपाय आहे.

काही व्यक्तींना लोकल ॲनस्थेटिकची ॲलर्जी असू शकते. यासाठी पहिल्यांदा वापरताना हाताच्या पंजाच्या मागील बाजूस थोडा स्प्रे उडवावा व १०-१५ मिनीटे थांबावे. त्या जागी लाली, खाज आली नाही तरच स्प्रे वापरावा. पुरुष

लिंगावर स्प्रे उडविल्यावर ॲलर्जी आली तर काय आणि किती त्रास होईल ह्याची तुम्हीच कल्पना करा.

तुम्ही सेक्स टॉनिक्स घ्या अथवा घेऊ नका; पण तुम्ही कामजीवनात तृप्त असणे ३५-५५ ह्या काळात फार महत्त्वाचे आहे. रात्री तृप्त झालेली व्यक्ती दिवसा (दैनंदित कार्यात) अधिक आनंदी व अधिक कार्यक्षम राहते हे निश्चित! लग्नानंतरच्या १० वर्षांत तुम्ही रोज रतिसुख अनुभवीत असाल. पस्तिशीनंतर संख्यात्मक फरक झाला तरी गुणात्मक (समाधानाच्या दृष्टिकोनातून) फारसा फरक येऊ नये.

जे जे तुम्हाला उत्कट आनंद देते ते ते तुम्हाला परमेश्वराच्या निकट नेते. परमेश्वराच्या परिपूर्णतेच्या जवळ जाण्याचे अनेक मार्ग आहेत. त्या मार्गांबरोबरच सुखी कामजीवनाचा हाही एक मार्ग आहे. त्यात तुच्छ, घृणास्पद असे काहीही नाही एवढे लक्षात ठेवलेत तरी पुरेसे आहे!

■

कौटुंबिक कलह

दहातील आठ कौटुंबिक कलह हे काहीतरी गैरसमजातून किंवा अतिशय किरकोळ कारणावरून होत असतात. घरातील सर्वांनी एकत्र बसून आपापले मत स्पष्टपणे पण दुसऱ्यास न दुखवता मांडले तर कलहातून अनेक वेळा मार्ग निघतो. अशावेळी कुटुंबातील सर्वच घटक ज्याला मानतात अशी एखादी प्रौढ व्यक्ती हजर असल्यास मार्ग निघणे जास्त सुकर होते.

कौटुंबिक सल्ला केंद्र –

अनेक गृहकलह असे असतात की ज्यातून मार्ग निघत नाही. कारण प्रत्येकजण प्रश्नाकडे फक्त आपल्या नजरेतून पाहत असतो. अशा वेळी ज्यांचा प्रश्नाशी प्रत्यक्ष संबंध नाही पण आपापल्या क्षेत्रातल्या अनुभवाचा उपयोग करून त्या व्यक्ती प्रश्नाची उकल करू शकतात, अशा व्यक्तींनी कौटुंबिक सल्ला केंद्र चालवणे हा सेवानिवृत्त लोकांना एक चांगल्या रीतीने वेळ घालवण्याचा समाजोपयोगी छंद होऊ शकतो. या केंद्रात समाजसेवक, न्यायाधिश, वकील, पोलिस ऑफिसर, डॉक्टर अशा लोकांचा समावेश असावा. केंद्राकडे आलेल्या प्रश्नावर त्यांनी विचार करावा. संबंधित व्यक्तीची स्वतंत्रपणे मुलाखत घ्यावी व नंतर सर्वांची एकत्र मिटींग घ्यावी.

घरातील पिढ्यांमधील तक्रारी, भावाभावातील तक्रारी, पती-पत्नी अशा वेगवेगळ्या कुटुंब कलहातून प्रत्येकाला न्याय मिळेल असा मार्ग निघू शकतो. प्रत्येक वेळी कोर्टाची पायरी चढणे शहाणपणाचे नसते. मिळालेल्या कोर्टाच्या निवाड्यावर सर्व संबंधितांचे समाधान तर क्वचितच होते. शिवाय न्यायप्रक्रिया इतकी विलंबित होऊ शकते की, निकाल मिळेपर्यंत त्याचे महत्त्वच संपलेले असते.

उदाहरणच द्यायचे झाले तर उदरनिर्वाहाचे साधन नसलेल्या वृद्धांना त्यांच्या सुस्थितीत असलेल्या मुलांकडून पोटगी कायद्याने मिळू शकते. एखाद्या वृद्धाने जर असा खटला मुलांविरूद्ध दाखल केला व निकाल लागण्यास पाच-सहा वर्षे

लागली तर तोपर्यंत ते वृद्ध माता-पिता जिवंत तरी राहायला हवेत ना! त्यापेक्षा कौटुंबिक सल्ला केंद्रातून योग्य सल्ला मिळून माता-पित्याला आवश्यक व मुलाला परवडेल अशी पोटगी देण्याचे ठरले तर उभय पक्षांना फायदा तर आहेच पण मानसिक, शारीरिक, आर्थिक त्रासही वाचेल.

आता आपले घरातील माणसांशी वागणे कसे असावे? जेणेकरून कुटुंबियांचे एकमेकांवर प्रेम राहील. सर्वात महत्त्वाचा नातेसंबंध म्हणजे सून व मुलगा. याबाबत मला एक गोष्ट आठवते. एकदा एक बाई आपल्या गुरुकडे गेल्या. चेहऱ्यावरून गुरूंनी विचारले, 'काय, आज मन स्वस्थ नाही. असे का?' बाई सांगू लागल्या, 'माझ्या मुलाचे आणि मुलीचे लग्न एकाच वेळी झाले. दोन्ही नाती गावातच जुळली. पण आमच्या सुनेचा माहेरकडे फार ओढा. रोज रोज माहेरी जाऊन आई-वडिलांना भेटून येते. तोपर्यंत मलाच सगळी कामे करावी लागतात. माझ्या हातून आता इतकी कामे होत नाहीत. तुम्हीच काय करू सांगा.' 'तुमच्या मुलीचे कसे चालले आहे?' त्यावर बाई म्हणाल्या, 'माझ्या मुलीचे फार छान चालले आहे. एक दिवसाआड का होईना, मला भेटायला येते. जावई तर अगदी आमचा मुलगाच असल्यासारखा वागतो.' एवढे सांगून होईपर्यंत बाईंच्या लक्षात आपली चूक आली होतीच. शिवाय गुरू म्हणाले, 'सकाळी तुमच्या मुलीची सासू हीच तक्रार घेऊन आली होती. आता तुम्हीच दोघी मिळून काय ते ठरवा!'

आपण नेहमी आपल्याच नजरेतून जग पाहतो. थोडा वेळ समोरच्याच्या भूमिकेत जाऊन विचार करा. त्याच्या विचारातही तथ्य आहे, हे तुमच्या लक्षात येईल. किमान तो असे का वागतो हे समजले तरी तुमच्या त्याच्यावरच्या रागाची धार कमी होईल. मी अन्यत्र लिहिल्याप्रमाणे तुम्ही संसारात राहूनही संसारी राहू नका. मुलाचा संसार त्याला व सुनेला चालवू द्या. त्यांना गरज पडेल तेव्हा त्यांनी तुमची मदत हक्काने मागावी, असे तुमचे संबंध असावेत. त्याला लागेल ती व तुम्हाला शक्य असेल ती मदत जरूर द्या. पण त्याला आपल्या मदतीची गरज आहे हे गृहीत धरून काही करू नका. ती त्याला ढवळाढवळ वाटेल.

चाळिशीनंतरच्या जीवनात कौटुंबिक संबंध कसे असावेत याचा विविध अंगांनी विचार केला पाहिजे. तसे सर्व विषय एकमेकांत गुंतलेले आहेत.

मुले व आई-वडील वेगवेगळ्या गावात राहत असतात तेव्हा एकत्र रहावे की वेगळे, हा विचार करण्याचा प्रश्नच उद्‌भवत नाही. तरीसुद्धा आपल्यावर मुलगा, सून, नातवंडे यांचे प्रेम राहिले पाहिजे. एकमेकांस पत्र, फोन याद्वारे संपर्क व वर्षातून एकदोन वेळा का होईना पण थोडे दिवस एकत्र आले पाहिजे. मुलांनी आई-वडील जेथे असतील, त्या घरी भेट दिली पाहिजे. प्रत्येकजण

वेगवेगळ्या गावी असेल तर दिवाळीसारखा सण सर्वांनी एकत्र साजरा करावयाचाच असे ठरवले व प्रत्येकाकडे आळीपाळीने एक दिवाळी साजरी करावयाचा प्रघात ठेवला तर सर्व भांवडे, आई-वडील, नातवंडे यांना एकमेकांबद्दल आपुलकी राहते. आनंदाच्या वेळी वरचेवर एकत्र येत राहिले की एकमेकांच्या अडचणीच्या वेळीही धावून जावे असे आपोआप वाटते.

माझ्या माहितीत एक कुटुंब आहे. तीन मुले– तिघे वेगवेगळ्या गावी नोकरी व्यवसायानिमित्त स्थायिक झालेले. रिटायर झाल्यावर आई-वडील एका मुलाकडे राहू लागले. त्याचे घर मोठे, गाव लहान. त्यामुळे समवयस्क मित्र, मंदिर, पोथी-पुराण, यात त्यांचा वेळा छान जाई. 'तुम्ही इतर दोन्ही मुलांकडे अधेमधे पंधरा-वीस दिवस तरी राहत जा. तो तुमचा हक्क आहे. तो गमावू नका.' असे मी त्यांना वारंवार सांगत असे. पण त्यांनी ऐकले नाही. दुसरीकडे आम्हाला करमत नाही वगैरे कारणे सांगत. प्रत्येक घराची एक व्यवस्था असते. ती त्या घराचा आकार, घरातल्यांच्या कामाच्या वेळा, त्या गावातील पद्धती, नोकर अशा अनेक घटकांनी मिळून बनलेली असते. त्या व्यवस्थेला फारसे न बदलता तुम्ही तेथे सामावून गेले पाहिजे. संगतीला राहावे व पंगतीला जेवावे म्हणजे एकमेकांची खरी ओळख होते व प्रेमही वाढते असे आपल्याकडे म्हणतात, ते अगदी योग्य आहे. इतर मुलांकडे अजिबात न जाण्याने काय झाले?– त्या दोन सुनांना व तेथील नातवंडांना आजी-आजोबांचा लळा लागला नाही. ती दोन घरेही आपलीच आहेत असे आजी-आजोबांना कधी वाटले नाही. हळूहळू आजी आजोबा थकू लागले. त्यांची कामात मदत होण्याऐवजी त्यांचीच सेवा करण्याची वेळ आली. सुनेवरचा कामाचा ताण वाढला. कधी कधी कार्यक्रमासाठी किंवा सुट्टी म्हणून गावाला जायचा प्रसंग आला तर पती-पत्नी दोघांना जायचे अशक्य झाले. आजी-आजोबांच्यासाठी एकाला थांबावे लागे. मी एकटीनेच हे सारे का सहन करावयाचे, ही भावना साहाजिकच सुनेच्या मनात बळावली. मग घरात धुसफूस, चिडचिड सुरू झाली आणि साऱ्या कुटुंबाचेच स्वास्थ्य हरवले. सुदैवाने या सगळ्यात आर्थिक ताणाची भर नव्हती. आजोबांची पेन्शन त्या दोघांच्या खर्चाला पुरेशी होती.

जर का इतर मुलांकडेही आजी-आजोबा वरचेवर जात राहिले असते तर त्या सुना आळीपाळीने येऊन राहिल्या असत्या आणि जावेला म्हणाल्या असत्या, 'मी चार दिवस येऊन राहते, आजी-आजोबांची काळजी घेते, तुम्ही दोघे जरा गावाला जाऊन या. अगदी कंटाळल्या असाल.'

एकाच गावात राहून मुलाने वेगळे राहणे या विषयाचा फार मोठा बाऊ आपण लोक करतो. एकत्र राहण्याचे अनेक फायदे आहेत यांत शंकाच नाही.

पण जर रोज धुसफूस होत असेल, चिडचिड होत असेल, भांड्यावर भांडे आपटत असेल तर त्या एकत्र राहण्यात काय सुख आहे? संबंध विकोपाला जाऊन एकमेकांचे तोंड न बघण्याची परिस्थिती येण्यापेक्षा वेळीच स्वतंत्र व्हावे हा शहाणपणा. शक्य असल्यास एकाच इमारतीत किंवा जवळ जवळ घरे असावीत. सण, समारंभ एकत्र साजरे करावेत, एकमेकांच्या अडचणीला धाऊन जावे. नातवंडांना दोन्ही घरे आपली वाटावीत हे एकत्र राहून अस्वस्थ राहण्यापेक्षा कितीतरी चांगले. दोन्ही कुटुंबांचे स्वातंत्र्य अबाधित ठेवून एकत्र राहण्यातले व वेगळे राहण्यातले तोटे टाळता येतात आणि दोन्हीचे फायदेही मिळतात.

तारुण्यात आणि त्याहीपेक्षा वार्धक्यात मानसिक स्वास्थ्य महत्त्वाचे. ते मिळाले पाहिजे आणि स्वत:चे स्वास्थ्य मिळवताना दुसऱ्याचे घालवू नये एवढे पथ्य पाळले म्हणजे जीवन हा एक आनंद होतो.

क्षण क्षणा रुसो नये । लटिका पुरुषार्थ बोलो नये ।
केल्याविण सांगो नये । आपला पराक्रम ।।

दोघे बोलत असता जेथे । तिसरा जाऊन बैसे तेथे ।
डोई खाजवी दोही हाते । तो येक मूर्ख ।।

उत्तम पदार्थ दुसऱ्यास द्यावा । शब्द निवडून बोलावा ।
सावधपणे करीत जावा । संसार आपुला ।।

अहंतागुणे सर्वही दु:ख होते । मुखे बोलिले ज्ञान ते व्यर्थ जाते ।
सुखी राहता सर्वही सुख आहे । अहंता तुझी तूची शोधून पाहे ।।

समर्थ रामदास स्वामी

■

वृद्धाश्रम टाळण्यासाठी

ज्यांना म्हातारपणी काळजी घेणारे कोणीच नाही असे– अविवाहित किंवा मूलबाळ नसलेले असे वृद्ध किंवा ज्यांना वानप्रस्थाश्रमाप्रमाणे एकटे रहावे, चिंतन करावे, लेखन करावे असे वाटते अशांची काळजी घेण्यासाठी वृद्धाश्रम असावेत. घरच्यांना नकोसे झालेले वृद्ध ठेवण्याची जागा म्हणजे वृद्धाश्रम अशी परिस्थिती असू नये. ही वृद्धाश्रमामागची आदर्श संकल्पना आहे. पण प्रत्यक्षात वेगळेच चित्र दिसते. वृद्धाश्रमात राहणारे बहुश: वृद्ध घरातल्यांना नकोसे झालेले असतात तर काही थोड्यांना घरातल्यांचा उबग येऊन ते वृद्धाश्रमाची वाट धरतात.

वृद्धांनी घरात रहावेसे वाटावे या करता तरुण पिढीने कसे वागावे व आजी-आजोबा हवेहवेसे वाटावे याकरता वृद्धांनी कसे वागावे याचा विचार करू या.

घरातील लहान नातवंडे हा वृद्धांच्या आनंदाचा एक मुख्य स्त्रोत असतो. खरं तर प्रत्येकाला आपापल्या वयोगटातील व्यक्तीबरोबर जास्त आनंद मिळतो. पण बालके आणि वृद्ध यांचे नातेच वेगळे असते. कदाचित यामुळेच म्हातारपण हे दुसरे बालपण असे म्हणत असावेत. 'वृद्धत्वी निज शैशवास जपणे' या वाक्यातील शैशवाचा संबंध निरागसपणाशी आहे. शैशवातील निरागसपणा निसर्गत: असतो तर आयुष्यातल्या भल्याबुऱ्या प्रसंगातून निर्माण झालेल्या वैराग्यामुळे वृद्धत्वी निरागसपणा बाणवावा लागतो. मुलांचे खेळ, त्यांच्या शाळेतील गमती ऐकायला आताच्या आई-वडिलांना फारसा वेळ नसतो. हा वेळ आजोबा-आजीजवळ असतो. त्यांना मुलांनी बाहेरील गमती सांगाव्यात तर आजी-आजोबांनी छान छान गोष्टी सांगाव्यात. लुटुपुटीचे खेळ खेळावेत, यात दोघांनाही आनंद मिळेल. अभ्यासाचा वेळ सोडून इतर वेळेतील काही भाग तरी मुलांनी आजी-आजोबांना द्यावा. दोन पिढ्यात काही मतभेद असणारच पण आई-वडिलांनी ते शक्यतो मुलांसमोर प्रगट करू नयेत. मुलांना आजी-आजोबांबाबत व आई-वडिलांबाबत प्रेम व आदर राहील याची काळजी घ्यावी.

आई-वडिलांनी आजी-आजोबांबाबत घ्यायची प्रमुख काळजी म्हणजे त्यांचे

आरोग्य. वृद्धत्वात येणारे आजार व शरीरात होणारे बदल याची माहिती करून घ्यावी व एकमेकांबद्दल गैरसमज होणार नाहीत याची काळजी घ्यावी.

वृद्धत्वामुळे येणारे काही आजार अनेक गंमतशीर प्रसंग घडवतात व गैरसमजही निर्माण करतात. उदा : मोतीबिंदू सुरू झाल्यामुळे प्रखर प्रकाशात डोळ्याच्या बाहुल्या लहान झाल्यावर कमी दिसते. रस्त्यावरच्या स्वच्छ उजेडात जवळचा नातेवाईकही नीट ओळखता येत नाही, याउलट संध्याकाळच्या मंद प्रकाशात कुंपणापाशी शेजारची बनी आणि मधूचे चाललेले गुटूर गुम् स्वच्छ दिसते! ऐकू न येणे ही पण अशीच एक चावट व्याधी. मोठ्याने ओरडून सुनेने जेवायला सांगितलेले ऐकू येत नाही, रेडिओवरील गाणी नुसता गोंगाट वाटतो कारण हाय-पिच ध्वनी लहरी नीट ऐकू येत नसतात. मात्र सुनेने, "संध्याकाळी फिरायला जाऊ या, ऑफिसातून लवकर या." हे शांत स्वरात मुलाला सांगितलेले स्पष्ट ऐकू येते आणि मग सासऱ्याचे बहिरेपण हे एक ढोंग वाटू लागते. थोडे मोठ्याने पण प्रत्येक शब्द सुटा-सुटा व स्पष्ट उच्चारल्यास नीट ऐकू येते. म्हातारपणी मेंदूचा रक्त पुरवठा कमी झाल्यामुळे नजीकच्या काळातील गोष्टी विसरल्या जातात पण जुन्या स्मृतींना मात्र धक्का लागत नाही. त्यामुळेच आत्ता चष्मा कुठे ठेवला होता हे विसरायला होते पण शाळेत असताना मास्तरांचा चष्मा कसा लपवला होता हे स्पष्ट आठवते!

शारीरिक व आर्थिक दौर्बल्याचा वारंवार उच्चार करणे कोणालाच आवडत नाही. वृद्धांना तर तो जास्तच बोचतो कारण त्यावर उपाय करणे त्यांच्या हातात राहिलेले नसते. आपल्या उक्तीतून व कृतीतून वृद्धांना त्यांचे दौर्बल्य दाखविणे टाळले पाहिजे. वृद्धांना त्यांच्या शारीरिक व्याधींवर योग्य ते उपचार वेळचे वेळी करणे गरजेचे असते. त्यामुळे त्यांची तब्येत चांगली राहते, त्यांचा आजार हाताबाहेर गेल्यावर होणारी तरुणपिढीची आर्थिक, मानसिक व शारीरिक ओढाताण वाचते. घरच्या तरुणांना आपल्याबद्दल प्रेम, काळजी वाटते हे समाधान वृद्धांना मिळते. जाता-येता दोन शब्द प्रेमाने बोलणे, हास्यविनोद करणे, काही चर्चा करणे यामुळे आपण या कुटुंबाचे एक हवे असलेले घटक आहोत असे घरच्या वृद्धांना वाटत राहणे आनंदी वृद्धत्वासाठी आवश्यक आहे.

आपण वृद्ध कोणाला म्हणतो? सर्वसाधारणपणे नोकरीतून निवृत्त झालेल्याला म्हणतो. निवृत्तीच्या दुसऱ्या दिवसापासून तुमचा आणि नोकरीच्या जागेचा संबंध संपतो. त्या दिवसापासून कोणीही तुम्हाला ऑफिसचे काम सांगत नाही. ऑफिसमधल्या इतर माणसांबरोबर तुमचे संबंध चांगले असले तर वाटेत भेटल्यावर तिथला शिपाई तुम्हाला नमस्कार करील, तुमच्या बरोबरचे लोक प्रेमाने बोलतील, क्वचित प्रसंगी ऑफिसमधल्या कामाबाबत सल्लाही विचारतील. तुम्हीही आनंदाने

त्याला योग्य सल्ला द्याल. त्या सल्ल्याप्रमाणे कदाचित तो वागणारही नाही. कारण ऑफिसमधल्या बदलत्या परिस्थितीत तुमचा सल्ला त्याला योग्य वाटलाही नसेल. हे सर्व जसेच्या तसे किमान काही अंशी तरी संसारात का होऊ नये! वय वाढले, मुले मोठी झाली, त्यांचे त्यांना कळू लागले, त्यांचे निर्णय त्यांना घेऊ द्यात ना! ऑफिसमध्ये खुर्चीवर असताना निर्णय, आदेश, तुम्ही देत होतात. निवृत्त झाल्यावर तो तुमचा अधिकार संपला. त्याप्रमाणेच संसारातून रिटायर व्हा. ऑफिसमध्ये तुमच्या खुर्चीवर आता जी व्यक्ती बसते त्या व्यक्तींची निर्णय घेण्याची व त्याचे परिणाम भोगण्याची जबाबदारी आहे. त्याप्रमाणेच आता घरात मुलांवर कुटुंब प्रमुखाची जबाबदारी सोपवा आणि त्याने विचारला तर सल्ला द्या. तो सल्ला मानला जाईलच अशी अपेक्षा ठेवू नका. थोडक्यात म्हणजे संसारातूनही रिटायर व्हायला शिका. ऑफिसमधून रिटायर झाल्याइतके तोडून टाकू नका पण हिरोचा रोल सोडून साईड रोल घ्या. घरातील जास्त जबाबदारीची, जास्त श्रमाची कामे करू नका पण झाडांना पाणी घालणे, नातवंडांना शाळेत पोहोचविणे, पेपर आणणे, वाण्याची यादी दुकानात देणे, नातवंडांना होमवर्कमध्ये मदत करणे अशी कितीतरी कामे असतात की जी केल्याने तुमचा वेळ छान जातो. शारीरिक हालचाल होते आणि सुनेला मदत होते.

वृद्ध स्त्रिया भाजी निवडणे, तांदूळ निवडणे अशी कामे करू शकतात. संसारातून रिटायर व्हायचे असे सांगणे सोपे आहे पण प्रत्यक्ष आचरणात आणणे फार अवघड आहे. विशेषतः स्त्रियांना स्वयंपाकघरातून रिटायर होणे फार अवघड. इथल्या प्रत्येक भांड्यात तिचा जीव गुंतलेला असतो आणि सुनेला नवीन प्रकारची भांडी, उपकरणे हवी असतात. तिला तांब्या-पितळेची पातेली मोडीत घालून स्टीलची व कॉपर बॉटमची भांडी घ्यावीशी वाटतात. विळी टाकून देऊन सुऱ्यांचा सेट घ्यावा असे वाटत असते. स्वयंपाकघर आपल्या इच्छेप्रमाणे सजवावे असे वाटत असते. तुमचे तुमच्या सासूबाईपुढे काही चालले नाही म्हणून तुमच्या सुनेवर त्याचीच पुनरावृत्ती का करता? स्वयंपाकघर कसे असावे याचे पूर्ण स्वातंत्र्य सुनेला दिल्याचा मोठेपणा मिळवा. तुम्हाला जाणवेल की स्वयंपाकघर आता जास्त छान झाले आहेच पण सूनही तुमच्यावर जास्त प्रेम करू लागली आहे.

आपण रिटायर होण्यापूर्वी आपले एक वेळापत्रक ठरून गेलेले असते त्यामुळे आता काय करू हा प्रश्न भेडसावत नाही, पण रिटायर झाल्यावर सकाळी उठल्यापासून आता काय करायचे हा प्रश्न उभा राहतो आणि मग घरातल्या गोष्टींमध्ये वाजवीपेक्षा जास्त लक्ष घालणे सुरू होते. सून स्वयंपाक कसा करते, तेल वाया घालवते का, मसाला विकत आणते का घरी करते, त्यात

काय काय घालते, मुलगा सुनेला घरकामात इतकी मदत कशाला करतो, तिचेच सगळे ऐकतो अशा तुमच्या तक्रारी सुरू होतात आणि इथेच युद्धाची पहिली ठिणगी पडते. तुम्ही स्वत:ला रिकामे ठेवूच नका म्हणजे मुलगा व सुनेला तुमची अडचण वाटणार नाही.

अशा अनेक गोष्टी असतील की ज्या तुम्हाला कराव्याश्या वाटल्या असतील पण सवड मिळाली नसेल. आता भरपूर वेळ आहे, वाचन, भजन, फिरायला जाणे, मित्रमंडळींना-नातेवाईकांना भेटणे, काही सामाजिक कार्यात भाग घेणे आणि थोडेसे घरकाम यात दिवस केव्हा संपला कळणार नाही. लिहायचा नाद असेल तर आपल्या जुन्या आठवणी लिहून काढा, त्या आठवणींना उजाळा देण्याचा आनंद तुम्हाला मिळेल, वेळही जाईल. जुन्या त्याच त्याच आठवणी तुम्ही घरच्यांना सांगत बसलात तर त्यांना ते नको असते. त्यापेक्षा लिहून काढा. लिहायला जमत नसेल तर रोज एका समवयस्क मित्रमैत्रिणीला भेटा. जुन्या आठवणी काढण्यात दोघांचाही वेळ छान जाईल. ज्येष्ठ नागरिक संघात जा. गप्पा मारा. दोघांनाही बरे वाटेल. एखादा वृद्धांचा गट, क्लब सुरू करा.

सामाजिक कार्याची आवड असेल तर एखाद्या संस्थेच्या व्यवस्थापनाला तुमचे एक-दोन तास द्या. नेत्रदानासारखा विषय घेऊन रोज एक-दोन घरांमध्ये जा. नेत्रदानाची माहिती द्या. नेत्रदानाची इच्छापत्रे करून घ्या. एखाद्या अंध किंवा अतिवृद्ध व्यक्तीला वर्तमानपत्रे, अभ्यासाची पुस्तके, अध्यात्माची पुस्तके वाचून दाखविण्याचे काम स्वीकारा. कोणत्याही हॉस्पिटलमध्ये जा. एक-दोन रुग्ण असे सापडतील की ज्यांच्या घरच्यांना २४ तास त्यांच्यापाशी राहणे जमत नाही. तुमच्या सोईने त्या रुग्णापाशी बसून त्याचे मन रमविण्याची जबाबदारी एक-दोन तासासाठी घ्या. तुमचा वेळ कारणी लागेल आणि त्या रुग्णाच्या नातेवाईकांना स्वत:ची कामे करायला थोडी सवड मिळेल.

आज बहुतेक घरात पती व पत्नी दोघांनाही कामावर जावे लागते. त्यामुळे मुलांवर सुसंस्कार करायला सवडच मिळत नाही. मग साहजिकच मुले संध्याकाळी टी.व्ही. समोर बसून राहतात. या सगळ्यावर टीका करणे सोपे आहे पण टीकेतून फलनिष्पत्ती काय होणार? त्यापेक्षा एखादा संस्कारवर्ग चालवा. मुलांना रंजक वाटेल अशा रीतीने त्यांच्यावर संस्कार घडवले तर मुले आवडीने अशा वर्गांना येतात व पालकही आवर्जून मुलांना पाठवतात. ज्यांना आध्यात्मिक उन्नतीची इच्छा आहे त्यांच्यासाठी तर निवृत्ती ही पर्वणी आहे. वृत्ती या शब्दाचा एक अर्थ उदर निर्वाह असाही आहे. निवृत्ती म्हणजे उदरनिर्वाहासाठी काही करावयाची गरज नाही. जे करावयाचे ते 'न मे कर्मफले स्पृहा' कर्म करण्याच्या आनंदाकरता कर्म करावयाचे, फळाच्या आशेने नव्हे, असा हा काल! निष्काम

कर्मयोग साधण्याची हीच वेळ आहे. विनोबाजींनी आपल्या गीता प्रवचनामध्ये सांगितल्याप्रमाणे भजन पूजन याप्रमाणेच फलाशा न धरता केलेले सत्कर्मही परमेश्वराची आराधनाच आहे!

भजन, पूजन, धर्मग्रंथांचे वाचन यामध्ये आपला वेळ तर छान जाईलच पण जगाकडे बघण्याची दृष्टीच बदलून जाईल.

आपले घरात वागणे कसे असावे याबद्दल जरा विचार करू या! नीटनेटकेपणा हा जसा तारुण्यात आवश्यक आहे तसाच वृद्धत्वातही. आपल्या वस्तू, कपडे, चष्मा व काठी, वर्तमानपत्रे हे व्यवस्थित जेथल्या तेथे ठेवलेले असावे. गबाळेपणा कोठेही असता कामा नये. घरात आलेल्या पाहुण्यांची ओळख करून देताना मुलाला, सुनेला अभिमान वाटला पाहिजे. नाहीतर घरचा गडी किंवा कामवाली समजून पाहुणे तुमच्याकडे दुर्लक्ष करतात आणि मुलगा-सूनही हा गैरसमज दूर करीत नाहीत. आणि याचा तुम्हाला राग येतो. त्यापेक्षा जरा स्वच्छ, न फाटलेले कपडे घालून राहा ना! तुम्हाला आणि तुमच्या संपर्कात येणाऱ्या सर्वांनाच ते आवडेल.

अगदी लहानपणापासूनचे आठवा. मग तुमच्या लक्षात येईल की प्रत्येकाला आपले समवयस्क कंपनी म्हणून हवे असतात. घरात नातवंडांचे मित्र-मैत्रिणी आलेल्या असोत किंवा मुलगा सुनेचे मित्र-मैत्रिणी, ऑफिसमधले कोणी आलेले असोत. त्यांची ओळख जरूर करून घ्या. दोन गोड शब्द बोला आणि आपल्या खोलीत, आपल्या उद्योगाला जा. बाहेर फिरायला जा. काहीही करा पण त्यांच्यात बसू नका. त्यांना त्यांचे विषय त्यांच्या पद्धतीने त्यांच्या भाषेत बोलू द्यात. अन्यथा तुमची त्यांना अडचण वाटू लागेल. कौटुंबिक संमेलन अगर सहल असेल तर त्यात जरूर सहभागी व्हा. पण नातवंडांचे मित्र-मैत्रिणी, मुलांचे मित्र-मैत्रिणी, त्यांच्या सहली, गप्पांचा अड्डा यात चुकूनही सहभागी होऊ नका. तुम्हाला त्यात मजा येणार नाहीच पण त्यांचा आनंद मात्र तुम्ही किरकीर कराल आणि तुम्ही जेवढ्या वेळी अडचण ठरता त्या त्या वेळी तुमचे एक पाऊल वृद्धाश्रमाच्या दिशेने पडते आहे हे लक्षात ठेवा.

वृद्धत्वामुळे काही शारीरिक दोष उत्पन्न होतात आणि तेही तुम्हाला वृद्धाश्रमाच्या दिशेने ढकलू शकतात. शारीरिक व्याधींमुळे आपण वृद्धाश्रमांकडे ढकलले जाणार नाही ना याबाबत आपण विचार करू या.

वृद्धत्वामुळे ऐकू कमी येणे, दृष्टी अधू होणे, सांधे दुखणे, भूक न लागणे, लक्षात न राहणे, झोप न येणे, वारंवार लघवीस लागणे, शौचास साफ न होणे, अशा अनेक तक्रारी सुरू होतात. याबाबत योग्य उपचार घेणे व त्या वयपरत्वे उद्भवणारच हे सत्य मान्य करणे हा त्यावर उपाय आहे.

मला इंग्रजांच्या ज्या काही पद्धती आवडतात त्यातील हसत मुखाने Good Morning, Good Evening म्हणणे ही पद्धत फार आवडते. उठल्यावर स्वच्छ निरभ्र आकाश, पक्षांचे गोड गाणे, छानसा चहा असा दिवस सुरू झाला तर आख्खा दिवस आनंदात जातो. सायंकाळी कामावरून परत आल्यावर घरातील सर्वजण हसत मुखाने स्वागत करत असतील तर ऑफिसमधला कामाचा शीण जाणवतच नाही पण तेच सकाळी उठल्यावर 'रात्रभर गुडघा ठणकत होता रे, डोळ्याला डोळा लागला नाही, तुम्ही आपले होतात घोरत!' असे वाक्य कानी पडले तर दिवसाची सुरुवात कपाळावरच्या आठ्यांनीच होणार. त्याऐवजी तुम्ही जरा कळ काढली (नाही तरी रात्रभर गुडघा ठणकतच होता), दवाखाने उघडायला अजून अवकाश आहे तर आणखी थोडे सोसा. पहिला चहा होऊ द्या. त्याचा पेपर वाचून होत आल्यावर मुलाला सांगा 'आज माझा गुडघा फार दुखतो आहे मी डॉक्टरांकडे जाऊन येईन.' सुनेला सांगा, 'आज गुडघा फार दुखतो आहे. जरा शेकायच्या पिशवीत गरम पाणी करून देशील का? दवाखाना उघडायची वेळ झाल्यावर मी डॉक्टराकडे जाईन.' असे धीराने तुम्ही वागत असाल आणि रात्री दोन वाजता तुमच्या छातीत दुखायला लागले तर तुम्ही मुलाला जरूर उठवा, तो चिडणार नाही. पण सारखे आपले दुखणे गोंजारत बसू नका. म्हातारपणी कोणी आपल्याकडे लक्ष देत नाही ही भावना बळावते आणि लक्ष वेधून घेण्याचा उत्तम उपाय म्हणजे आपली शारीरिक व्याधी असे समजून या व्याधींचा हत्यार म्हणून उपयोग केला जातो आणि येता जाता घरातल्याशी आणि समोर येणाऱ्या प्रत्येकाशी या व्याधींची तक्रार सांगणे ही एक सवय होऊन बसते. त्याचा उबग तरुण पिढीला येतो आणि तुम्ही वृद्धाश्रमाच्या दिशेने आणि एक पाऊल आपल्या दुखऱ्या गुडघ्याने टाकता!

वृद्धत्वामुळे ऐकू कमी येणे हा विचित्र प्रकार आहे. HIGH PITCHED म्हणजेच कर्कश व गडबडीने उच्चारलेले शब्द नीट ऐकू येत नाहीत पण LOW PITCHED व शांतपणे उच्चारलेले शब्द स्पष्ट ऐकू येतात. टी.व्ही. वर लागलेले गाणे नीट कळत नाही पण सून मुलगा यांनी हळू आवाजात संध्याकाळी भेळ खायला जायचा ठरविलेला बेत मात्र स्पष्ट ऐकू येतो. घरात कोणीही काहीही बोलत असले तरी ते ऐकावेसे वाटते, ऐकू तर नीट येत नाही, मग 'काय बोलत होतास?' हा प्रश्न तुम्ही विचारता. जे तुम्हास कळणे आवश्यकच आहे, ते तुम्हाला नीट, स्पष्ट, मोठ्या आवाजात सांगितले जाईल याची खात्री बाळगा. सारखे 'काय म्हणालात? काय बोलताय?' असे प्रश्न विचारू नका आणि मनातही आणू नका. नाहीतर माझ्याबद्दलच काही तरी बोलत होते हा मनाचा ग्रह सतत होत राहील. तो तुम्हाला आणि घरातील इतरांना त्रासदायक ठरेल. तसेच इतरांना चांगले ऐकू येते

हे लक्षात ठेवून आपण मोठ्याने बोलण्याची गरज नाही. दृष्टी अधू होणे हा असाच प्रकार आहे. वयपरत्वे मोतीबिंदू येऊ लागतो. झगझगीत प्रकाशातले स्पष्ट दिसत नाही पण कमी प्रकाशात चाललेले शेजारच्यांचे लफडे बरे दिसते. ते पाहण्यापेक्षा आपण काय पाहायचे आहे ते ठरवा. रस्त्यातले खाचखळगे आणि भगवंताचे रूप तेवढेच पाहायचे ठरवा. तुमच्याबद्दल राग आणि द्वेष करणारी माणसे कमी होतील.

भूक न लागणे या तक्रारीला वृद्धत्वात मुख्य कारण असते, शरीराची कमी झालेली गरज. जी व्यक्ती भरपूर शारीरिक कष्ट करत आहे म्हणजेच उर्जेचा खर्च भरपूर करत आहे त्याला भूक लागणारच. वृद्धत्वामुळे कष्ट कमी होतात अणि साहजिकच भूक कमी होते. दिवसभर दगड फोडणारे वडार आणि ऑफिसात शांत बसून लेखणी चालवणारा कारकून यांच्या उर्जेच्या गरजेत फरक असणारच. तुम्ही रोज भरपूर फिरा. भूक लागेलच. तरीही भूक मंदावली तर मुलाला सांगा आणि मग डॉक्टरला सांगा. या उलटही अनेकदा परिस्थिती असते. एका वेळी जास्त जात नाही पण दर तासा दोन तासांनी काहीतरी खावेसे वाटते. याला कारण बरेचदा मानसिक असते. वेळ जात नाही म्हणून काहीतरी खावेसे वाटते. आणि मग 'या वयात काय खा खा सुटलीय' अशी कॉमेंट स्वयंपाकघरातून येते. स्वतःला व्यग्र ठेवा. भूक लागली तर जरूर खा आणि पचेल असे आणि पचेल इतकेच खा. योग्य पथ्यपाणी पाळा म्हणजे तब्येत ठीक राहील. जेवणात पालेभाज्या ठेवा म्हणजे संडासला साफ होईल. तब्येतीची सारखी कुरकुर असणे आणि ते दुखणे तुम्ही समोर येईल त्याच्याशी सारखे उगाळत बसलात तर तुम्ही वृद्धाश्रमाच्या जवळ चालला आहात असे समजा.

वृद्धत्वात येणारी विस्मृती हाही एक गैरसमज निर्माण करणारा प्रकार आहे. मेंदूला रक्तपुरवठा कमी होऊ लागल्याने निकटचे विसरते. यालाच LOSS OF RECENT MEMORY असे म्हणतात. या व्याधीमुळे फिरून येताना कोपऱ्यावरच्या भाजीवालीकडून कोथिंबीर आणा हे सुनेने सांगितलेले काम विसरायला होते, पाच मिनिटापूर्वी सांगितलेला निरोप विसरायला होतो, पेपर वाचताना चष्मा कोठे काढून ठेवला हे विसरायला होते. या व्याधीत जुन्या आठवणींना मात्र धक्का लागत नाही. त्यामुळे कोथिंबीर आणायची आहे हे विसरायला होते पण अमकी तमकीने २५ वर्षापूर्वी कोथिंबिरीच्या वड्या किती चविष्ट केल्या होत्या हे लक्षात राहते. पण ही कोथिंबिरीच्या वड्यांची गोष्ट आपण सगळ्यांना कित्येकदा सांगितली आहे हे विसरायला होते आणि ती आठवण मात्र परत परत सांगितली जाते आणि घरातली माणसे वैतागायला लागतात! यावर उपाय काय?

आपल्या कामाची एक यादी नेहमी करावी व ही यादी पाहण्याची सवय

लावून घ्यावी. नाहीतर यादी पाहायला विसरल्यामुळे परत घोटाळा व्हायचा. दुसरी गोष्ट या विस्मरणाची व्याधी घरच्यांनी समजावून घ्यायला पाहिजे व तुम्हीही आता हे असेच चालायचे हे मान्य केले पाहिजे.

'हे असंच चालायचं' हे वाक्य हृदयावर कोरून ठेवा. कोणत्याही क्षणी उपयोगी पडणारा हा महामंत्र आहे. आपल्या मनाविरूद्ध अनेक गोष्टी सतत घडत असतात. त्यात बदल घडविण्याची शारीरिक क्षमता व मानसिक शक्ती तसेच अधिकार आपल्याला नाही याबद्दल जास्त विचार करून उपयोग नाही. याबद्दल एवढंच म्हणा 'हे असंच चालायचं!' शारीरिक व्याधींवर उपचार केलेच पाहिजेत म्हणजे किमान परावलंबित्व येऊ नये हा उद्देश. पण हा गुडघा दुखायचा थांबला की मी पळत टेकडी चढणार ही अपेक्षा ठेवू नका. घरातलं भिंतीवरचं घड्याळ ५० वर्षापूर्वी तंतोतंत वेळ दाखवत होतं, आता रोज पाच दहा मिनीटे मागे पडते, पूर्वी सात दिवसांनी एकदा किल्ली द्यावी लागे आता पाच दिवसांनी द्यावी लागते, त्या घड्याळाला एकदा तेलपाणी केलं, एखादा पार्ट बदलला तरी ५० वर्षापूर्वीची सर त्याला येणार नाही, त्याचप्रमाणे ८० वर्षाच्या वृद्धेला कितीही लक्स घासले, मलमे चोपडली तरी ती १८ वर्षांची दिसणार नाही. आता आपला हिरोईनचा रोल संपवून दादीमाँ– आजीचा रोल देवाने आपल्यावर सोपविला आहे तो छान वठवू या, असा विचार केला पाहिजे.

घरातल्या वृद्धाला आश्रमात ठेवण्याची गरज कोणत्यातरी संघर्षातून निर्माण होते. हा संघर्ष आर्थिक असतो का? नाही. नक्कीच नाही. कारण हजार-बाराशे रुपये दरमहा देऊन वृद्धाश्रमात ठेवण्यापेक्षा घरी होणारा वृद्धाचा खर्च नक्कीच कमी असतो.

मला वाटते हा संघर्ष सत्ता स्पर्धेतून निर्माण होतो. घर, मुलगा, घरातल्या जुन्या वस्तू या सर्वांवर माझा अधिकार इतके दिवस होता, आता मी तो का सोडू? कानामागून आली आणि तिखट झाली त्या सुनेवर? ज्याला मी पाऊल टाकायला शिकविले, त्याची आजारपणे काढली, शिक्षण केले त्या मुलावर सुनेचा काय अधिकार? हे माझे आहे हे मतच ह्या संघर्षास कारणीभूत असते. महिलांचा तर स्वयंपाकघर, भांडीकुंडी यात जीव अडकून पडतो.

योग्य वेळी जर तुम्ही मुलगा, सून यांच्या ताब्यात संसार दिला नाहीत तर त्यांचा स्वतःचा संसार केव्हा सुरू होणार? तुमच्या मृत्युनंतर? म्हणजे काय त्यांनी तुमची मरायची वाट पहायची का? बरं, तोपर्यंत मुलगा थांबला तर तोपर्यंत नातवाचा संसार सुरू होणार किंवा समंजसपणे मुलगा व सुनेने तुमच्या नातवाच्या ताब्यात संसार दिला तर मुलगा व सुनेला संसार करायला मिळणारच नाही. आधी तुमच्या अधिपत्याखाली आणि नंतर सुनेच्या. याला उत्तर एकच

आहे. संसारातून रिटायर व्हा. औरंगजेबाने बापजाद्यांच्या कबरी करून तख्त काबीज केले. आजच्या काळात मुले तुम्हाला वृद्धाश्रमात ठेवतील आणि संसार काबीज करतील. वेळीच मुलाला राज्याभिषेक करा. राजमाता बनून सन्मान घ्या.

आपल्या पूर्वजांनी फार विचार करून आयुष्याची विभागणी चार आश्रमांमध्ये केली आहे. गृहस्थाश्रमानंतर संन्यासाश्रम आणि मग वानप्रस्थाश्रम. आता वनात जाऊन वानप्रस्थाश्रम आचरण्याची गरज नाही पण घरातच राहून अलिप्त राहायला शिका. कमलदलाप्रमाणे पाण्यात राहा पण ओले होऊ नका. मुलगा-सून यांना संसार चालवू द्या. त्यात ढवळाढवळ करू नका. समर्थ रामदासांनी सांगितल्याप्रमाणे 'विचारल्यावीण सांगो नये!' तुमचा सल्ला मागितला तरच सांगा. तसेच 'सांगितल्यावीण ऐको नये' तुम्हाला उद्देशून मुलगा सुनेने काही सांगितले तरच ऐका अन्यथा ऐकू आले तरी ऐकू न आल्यासारखे वागा.

मी फॅमिली डॉक्टर म्हणून काम करत असताना आणि वृद्धाश्रमाचे काम करत असताना जे अनुभव पाहिले, ऐकले त्यावर आधारित प्रातिनिधिक विचार मी तुमच्यापुढे मांडले आहेत. हे सर्वांना सर्वस्वी लागू होईलच असे नाही. प्रत्येक घरातील परिस्थिती, स्वभाव याप्रमाणे प्रत्येक प्रश्नाचे उत्तर बदलत असते. १, ३, ५ आणि ७ या आकड्यांची सरासरी ४ येते. या चारही संख्या ४ नाही तरीदेखील प्रत्येक संख्येचा चारशी संबंध आहे. त्याचप्रमाणे मी आपल्यापुढे ही सरासरी मांडली आहे. त्यावर आपण जरूर विचार करावा.

मदर तेरेसांच्या उपदेशाप्रमाणे –

Life is a Challenge – meet it !

Life is a Joy – Enjoy it !

Life is too precious – Care for it !

आयुष्यात अनेक समस्या येतील, त्यांना सामोरे जा. आयुष्यात आनंद भरून राहिला आहे. त्याचा आस्वाद घ्या. आयुष्य एक अनमोल देणगी आहे, त्याची काळजी घ्या. तब्येत सांभाळा, आनंदात राहा. इतरांना आनंद द्या!!

■

वृद्धाश्रमातील वास्तव्य

ज्यांनी लग्न केले नाही, अविवाहित राहिले, विनापत्य राहिले, जवळचे नातेवाईक कोणी नाहीत अशांचा सांभाळ करण्यासाठी वृद्धाश्रमांची गरज पडणे ही झाली आदर्श स्थिती. परंतु शहरी वातावरणात, लहान घरे, कोती मने, परिस्थितीप्रमाणे स्वभावाला मुरड न घालण्याचा हट्टी स्वभाव, अशा अनेक कारणांनी वृद्धाश्रम ही समाजाची एक गरज बनली आहे. वर वर विचार करता भारतीय संस्कृतीत 'वृद्धाश्रम' ही संकल्पना बसत नाही असे अनेकांना वाटते. पण आपल्या संस्कृतीत तर आयुष्याचे चार आश्रम, चार भाग मानले आहेत. पहिली पंचवीस वर्षे बाल्य, शिक्षण यात जातात, पुढची पंचवीस वर्षे गृहस्थाश्रमाचे आचरण करायचे, संसार करायचा. पन्नाशीनंतर किंवा असे म्हणू या आपल्या धाकट्या अपत्याचे शिक्षण, लग्न झाल्यावर तिसरा आश्रम सुरू होतो, तो वानप्रस्थाश्रम व शेवटी संन्यासाश्रम. गृहस्थाश्रमातील कर्तव्ये, अर्थार्जन, मुलांचे शिक्षण, लग्ने इत्यादी पार पडल्यावर संसारीक गोष्टीतून मन काढून घ्यायचे आणि संन्यस्त वृत्तीने जगायचे. हे ज्यांना जमत नाही त्यांच्यासाठी वृद्धाश्रम!

वृद्धाश्रमात का जावे लागते हे आपण पाहिले आहे. वृद्धाश्रमात आल्यावर घरच्या कटकटी नाहीत. जबाबदाऱ्या नाहीत. त्यामुळे बहुतके सर्व वृद्धांचे शारीरिक व मानसिक स्वास्थ सुधारल्याचे मी पाहिले आहे. त्याबरोबरच काही वृद्धांचे स्वभाव इतके विचित्र असतात की त्यांना वृद्धाश्रमात ठेवल्याने घराचे स्वास्थ्य सुधारल्याचीही उदाहरणे कमी नाहीत.

कोणत्याही कारणाने असो, आता वृद्धाश्रमात आलाच आहात तर तेथे आनंदात रहा. आता हेच आपले घर, असे समजून राहा. आपल्याबरोबर राहणारे इतर वृद्ध हे आपले बंधु-भगिनी आहेत. त्यांचे दुखले, खुपले पहा. त्यांना शक्य ती मदत करा.

प्रत्येक वृद्धाश्रमाचे कार्यक्रमाचे एक वेळापत्रक असते. ते काटेकोरपणाने पाळा. उदाहरणार्थ सकाळचा चहा सात वाजता मिळणार असेल तर तेव्हा झोपायचे आणि स्वयंपाकघरात काम करणाऱ्यांनी चहाचे सर्व आवरून ते पुढच्या

जेवणाच्या कामाला लागलेले असताना १० वाजता चहा मागायचा असे करू नका. तीच बाब जेवणाच्या वेळेची.

आश्रमाबाहेर जायचे असेल तर रीतसर परवानगी काढा. आपण कोठे जात आहोत, तेथील पत्ता, फोन नंबर व केव्हा परत येणार ती वेळ ऑफिसमध्ये लिहून ठेवा व त्यावेळी परत आश्रमात या. समजा, तुम्ही गावातल्या मैत्रिणीकडे, नातेवाईकांकडे गेलात, तेथे काही कारणाने वेळ लागला, ठरलेल्या वेळी आश्रमात परतता येणार

नाही असे लक्षात आले तर लगेच आश्रमात फोन करून उशीर होत असल्याचे कळवा.

आपण वृद्धाश्रमात पैसे देऊन राहतो आहोत म्हणजे आपल्याला सर्व सोयी मिळाल्याच पाहिजेत, ही भावना मनात ठेवू नका. वृद्धाश्रमातील एक आजी फार कटकट करीत. प्रत्येक गोष्ट दिलेल्या पैशाची वसूली या दृष्टीनेच पाहत. एक दिवशी सकाळी दूध नासले. साहाजिकच नवीन दूध आणणे, तापवणे यात वेळ गेल्यामुळे चहाला उशीर झाला. या बाई लगेच सेवकांशी भांडू लागल्या, "आम्ही काय येथे फुकट राहतो का? वाट्टेल ते करा पण चहा वेळच्या वेळी मिळालाच पाहिजे." वगैरे वगैरे. तक्रार मॅनेजरपर्यंत आली. त्यांनी आजींना विचारले, "आजी, एखाद्या दिवशी दूध नासले, मग चहाला उशीर घरात होतोच ना? घरी जे, तेच इथे." यावर त्या उत्तरल्या, "माझ्या सुनेची काय टाप आहे चहा उशीरा द्यायची. ती शेजारच्या हॉटेलातून मला वेळेवर चहा आणून द्यायची. मग इथे तर आम्ही पैसे देत आहोत." आजपर्यंतच्या त्यांच्या तक्रारीमुळे मॅनेजर वैतागलेलेच होते. त्यांनी आजींच्या मुलाला फोन लावला आणि आजींना सांगितले, "या महिन्यापासून मी तुमच्या मुलाला दरमहा एक हजार रुपये देतो. त्याला विचारा तो तुम्हाला सांभाळेल का?" मुलांचे उत्तर होते 'नाही!!!'

याचाच अर्थ व्यक्ती असो वा संस्था असो, तुम्हाला सांभाळणारे, तुम्ही जे पैसे देता त्यापेक्षाही पैशात मोजता न येणारे, काहीतरी अधिक तुमच्यासाठी करत असतात.

वृद्धाश्रमात राहताना पाळावयाची काही मार्गदर्शक तत्त्वे पाहू या, जी पाळल्यास तुमचे येथील वास्तव्य सुखाचे होईल आणि संस्था चालकांसाठी संस्था चालविणे सुकर होईल.

१) संस्थेचे वेळापत्रक तंतोतंत पाळा.

२) संस्थेचे नियम मोडू नका.

३) सेवकांबरोबर प्रेमाने वागा. त्यांच्याबद्दल काही तक्रार असेल तर सेवकाला गोड शब्दात सांगा. त्यानंतर सुधारणा झाली नाही तर व्यवस्थापकांना तुमची

तक्रार सांगा. सेवकांशी वाद वा भांडण करणे पूर्णपणे टाळा.

४) एकूण व्यवस्थेबद्दल काही तक्रार असेल तर व्यवस्थापक अगर जरूर पडल्यास संचालक मंडळाच्या कानावर घाला.

५) तुमच्या खोलीत असणाऱ्या इतर वृद्धांबद्दल काही तक्रारी असतील तर त्यांना प्रेमाने सांगा. त्यावर भागले नाही तर व्यवस्थापकांना सांगा. सहकाऱ्यांबरोबर वाद घालणे, भांडणे, अपशब्द वापरणे हे अजिबात करू नका. तुम्हा दोघांचे स्वभाव व प्रकृती अगदी विरुद्ध असतील तर जागा बदलून मागा. समजा, तुम्हाला उकाडा अजिबात सहन होत नाही, त्यामुळे सारखा पंखा हवा असतो आणि खोलीतल्या दुसऱ्या व्यक्तीला दमा, संधिवात आहे, त्याला गारवा अजिबात सहन होत नाही. अशावेळी रोज भांडणच होणार. तुम्ही पंखा लावायचा आणि दुसऱ्याने उठून बंद करावयाचा. हा खेळ रात्रंदिवस चालणार. दोघांचीही अडचण! त्यापेक्षा व्यवस्थापकांना समान प्रकृतीच्या लोकांना एका ठिकाणी हलवण्याची विनंती करा.

६) बरोबरच्या आश्रमवासीयांच्या घरगुती गोष्टींबद्दल जास्त चौकशी करू नका. तुम्ही जसे काही कारणाने येथे राहत आहात तशाच काही तरी कारणाने इतर वृद्धही येथे आले आहेत. आणि त्या आठवणी दुःखदच असणार आहेत. त्या आठवणी काढून पुढचे चार दिवस व्यथित अवस्थेत का ढकलता? त्यापेक्षा समान आवडी असणारे काही विषय नक्की सापडतील, त्यावर गप्पा मारा.

७) सर्व आश्रमवासीयांशी चांगले, प्रेमाचे संबंध ठेवण्याचा प्रयत्न करा. ज्याच्याशी आपले जास्त पटते असे वाटेल, त्याच्याशी मैत्री वाढवा. वृद्धाश्रम हा आदर्श वानप्रस्थाश्रम व्हावा. माणसाला इतर नातेवाईक नसले तरी चालू शकते पण मित्र हवेतच.

८) बरोबरच्या कोणाला तब्येतीचा काही त्रास होत आहे असे वाटल्यास किंवा स्वतःला काही त्रास होत असेल तर लगेच व्यवस्थापकांना कळवा. सहकाऱ्याला शक्य ती मदत करा.

९) जवळ जास्त पैसे, किंमती वस्तू ठेवू नका. प्रामाणिक सेवक ठेवण्याची जबाबदारी जरी व्यवस्थापनाची असली तरी त्यांना मोह पडेल असे काही जवळ न ठेवणे हेच शहाणपणाचे नाही का?

१०) एखाद्या वृद्धाला काही व्यंग असेल, एखाद्याने अंथरुण खराब केले असेल तर त्याची चेष्टा करू नका. त्या व्यक्तीसमोर किळस व्यक्त करू नका. एक लक्षात ठेवा, हीच परिस्थिती उद्या तुमची होऊ शकते. वाढत्या वयाबरोबर कोणतेही आजार होऊ शकतात. आज कोणी जात्यात असेल तर तुम्ही सुपात आहात. उद्या तुम्हालाही कोणत्याही क्षणी जात्यात जावे लागणार आहे.

११) वृद्धाश्रमात तुमचे स्वत:चे असे एक वेळापत्रक ठरवा. त्यामध्ये पुढील गोष्टींचा समावेश असणे आवश्यक आहे–

अ) सकाळी वा संध्याकाळी थोडातरी झेपेल एवढा व्यायाम. तुमची तब्येत चांगली राहणे ही तुमची जबाबदारी आहे. डॉक्टर किंवा अन्य कोणाची नाही.

ब) आपल्या तब्येतीला योग्य तेवढाच आहार घ्या.

क) काही वाचन, चिंतन, मनन रोज करा. तुम्ही येथे मन:शांतीसाठी आला आहात ती मिळविण्यासाठी या गोष्टी आवश्यक आहेत.

ड) सहकाऱ्यांच्या समवेत थोडा तरी वेळ घालवा. एखाद्याला नीट दिसत नसेल, त्याला वर्तमानपत्र, काही आध्यात्मिक पुस्तकांचे वाचन करून दाखवा. तुम्हाला स्वत:ला नीट दिसत नसेल तर मित्रांना मोठ्याने वाचून दाखविण्यास सांगा. वाचलेल्यावर चर्चा करा. टी.व्ही. पहा. टी.व्ही. वरील कार्यक्रमावर चर्चा करा.

इ) व्यवस्थापनाला करण्यासारखी काही मदत शक्य असल्यास करा. उदाहरणार्थ, भाजी निवडणे, चिरणे, बागेतील झाडांना पाणी घालणे, हिशोबात मदत करणे या गोष्टींनी तुमचा वेळही जाईल आणि आपण या कुटुंबाचे एक घटक आहोत ही भावना निर्माण होईल.

फ) काही सामूहिक कार्यक्रम करण्याचा प्रयत्न करा. उदाहरणार्थ, चांगल्या आध्यात्मिक पुस्तकांचे वाचन, भजन, गीता पठण इ.

१२) वृद्धत्व हा आयुष्याचा शेवटचा भाग आहे. त्यामुळे वृद्धाश्रमामध्ये मृत्यू होणे हा प्रसंग येतोच. उदास होऊ नका. मृत्यू हा प्रत्येक व्यक्तीला भेटणारा सखा आहे. मृत्यू हा वेदनांचा अंत आहे. जीवन आहे तोपर्यंत आनंदी राहणे व इतरांना आनंद देणे हे महान पुण्य आहे. मृत्यू अटळ आहे. त्याला सामोरे जावेच लागेल हा विचार करा आणि सहयोगी वृद्धांच्याही मनावर ठसवा.

वृद्धाश्रमात प्रवेश

हॉटेल्स, दवाखाने, किराणा दुकान, हॉस्पिटल, भाजी मंडई या प्रमाणेच वृद्धाश्रम ही समाजाची गरज झालेली आहे. त्यामुळे सेवाभावी संस्थांबरोबरच व्यवसाय म्हणूनही वृद्धाश्रम निघत आहेत. प्रत्येकाचे मासिक शुल्क, देणगी, अनामत रक्कम, दिल्या जाणाऱ्या सेवा यांत खूप फरक आहे. पंचतारांकित हॉटेल प्रमाणे सुविधा असणाऱ्यांपासून ते धुणी-भांडी स्वयंपाक वृद्धांनी करावयाचे येथपर्यंत सर्व प्रकारचे वृद्धाश्रम आहेत. आपला वानप्रस्थाश्रम कसा व्यतीत करावा व आपल्या खिशाला काय परवडते या सगळ्याचा विचार करून ज्याने त्याने निवड करावी.

जे अंथरुणास खिळून आहेत अशांची सेवा करण्याची सोयही काही वृद्धाश्रमात आहे. कॅन्सरच्या बरे होण्याच्या पुढची स्थिती असलेल्या रुग्णांची संपूर्ण सेवा वारजे, पुणे येथील सिप्ला पॅलिएटिव्ह सेंटरमध्ये पूर्णपणे मोफत केली जाते.

महाराष्ट्र सरकारच्या 'मातोश्री' वृद्धाश्रम योजनेखाली प्रत्येक जिल्ह्यात एक सुसज्ज वृद्धाश्रमाची योजना आहे. या योजनेखाली वार्षिक उत्पन्न रु. १२,०००/- पेक्षा कमी असलेल्या व वय वर्षे साठ पूर्ण झालेल्या स्त्री-पुरुषांना पूर्णपणे मोफत चहा, नाष्टा, दोन वेळा जेवण, कॉट, गादी, वैद्यकीय सेवा दिली जाते. वार्षिक उत्पन्न रु. १२,०००/- पेक्षा जास्त असणाऱ्यांना दरमहा रु. ५००/- शुल्क आकारले जाते. या योजनेची अधिक माहिती व प्रवेश यासाठी ज्या त्या जिल्ह्याच्या जिल्हा समाजकल्याण अधिकारी यांच्या कार्यालयात विचारणा करावी.

अन्नछत्रापासून ते पंचतारांकित हॉटेलपर्यंत जेवण कोठेही मिळते. आपली आवड व आर्थिक परिस्थिती यास अनुसरून निवड करावी. तशीच परिस्थिती आज वृद्धाश्रमांबाबत आहे.

महिला नोकरीस जात असल्याने हल्ली कित्येक घरांमध्ये दिवसभर कोणीच नसते. दिवसभर मुलांना सांभाळणारी पाळणाघरे खूप आहेत. त्याच पद्धतीने वृद्धांसाठी डे केअर सेंटर आता निघत आहेत. सकाळी ऑफिसला जाताना वृद्धास सेंटरमध्ये पोचवायचे व संध्याकाळी घरी परत आणायचे. दिवसभराची देखभाल, मनोरंजन, खाणे-पिणे संस्था पाहते. त्यामुळे घरी एकटे राहून वेळ जात नाही, काही आजार आल्यास मदत मिळत नाही शिवाय सुरक्षितता नाही हे प्रश्न मिटतात! दिवस समवयस्कांमध्ये व इतर वेळ स्वकीयांमध्ये छान जातो.

सर्व बाबींचा विचार करून ज्यांनी वृद्धाश्रमात प्रवेश घ्यायचे ठरविले असेल त्यांना एकच सल्ला. 'जग काय म्हणेल?' याचा विचार करू नका. जग काय म्हणेल या एका विचारापायी लक्षावधी लोकांनी आपल्या सुखाचे, मन:शांतीचे बळी दिले आहेत!

■

महाराष्ट्रातील वृद्धाश्रम

प्रस्तुत पुस्तकाचे लेखक डॉ. सुभाष दांडेकर, आनन्दाश्रम सातारा, ३९१ मंगळवार पेठ, सातारा – २ या संस्थेचे संस्थापक कार्याध्यक्ष आहेत. ऑगस्ट १९९२ मध्ये सार्वजनिक विश्वस्त संस्था म्हणून नोंदणी झाल्यावर ऑगस्ट १९९३ पासून हा आश्रम चालू आहे.

एक जुना वाडा भाड्याने घेऊन हा वृद्धाश्रम सुरू केला. नोकरांचा पगार, जेवण, वीज बील, फोन बील, इत्यादी दैनंदिन खर्च भागावेत या दृष्टीने कमीत कमी मासिक शुल्क ठेवायचे व जादा खर्च देणग्यांतून करायचे असे संस्थेचे उद्दिष्ट आहे. संस्थेस ८० उ आयकर सवलतीचे प्रमाणपत्र असल्याने व काम चांगले असल्याने देणग्या चांगल्या मिळतात. या देणग्यांमधून तीन वर्षात एक जुना वाडा विकत घेतला. वाड्याची थोडी डागडुजी करून वृद्धाश्रमाचे संस्थेच्या स्वत:च्या मालकीच्या जागेत स्थलांतर केले. त्यानंतर, जुन्या वाड्याच्या जागी अद्ययावत् नवीन इमारतीचे बांधकाम सुरू आहे.

वृद्धांना काहीही काम सांगायचे नाही. (त्यांनी आपणहून केल्यास हरकत नाही.) मासिक शुल्कातून ना फायदा, ना तोटा या तत्त्वावर, वृद्धाश्रम चालवायचा. मध्यमवर्गीय वृद्धाला परवडेल अशा शुल्कात वानप्रस्थाश्रमाचा उद्देश सफल करण्याचा हा प्रयत्न आहे.

दिनक्रम : सकाळी ७ वाजता चहा
सकाळी ८.३० वा. नाश्ता व दूध
दुपारी १२ ते १२.३० वा. जेवण
दुपारी ४ वाजता चहा
सायंकाळी ७ वाजता सामूहिक अभंग, भजन, श्लोक व त्यानंतर आरती व नंतर रात्रीचे जेवण.

कॉट, गादी, चादर, ब्लँकेट, मच्छरदाणी सर्व संस्थेतर्फे मिळते.

मनोरंजनासाठी दूरदर्शन संच, टेपरेकॉर्डर, दोन वर्तमानपत्रे व धार्मिक पुस्तकांचे छोटेसे वाचनालय आहे.

वेळच्या वेळी खाणे, पिणे, आपुलकीचे घरगुती वातावरण, बोलण्यासाठी समवयस्क यामुळे तब्येती सुधारतातच. शिवाय वेळच्या वेळी औषधपाणी माझ्याकडून मोफत मिळते. गंभीर आजारावर ताबडतोब हॉस्पिटलमध्ये नेऊन तज्ज्ञांच्या देखरेखीखाली उपचार सुरू होतात. नातेवाईकांना कळविले जाते पण नातेवाईक येईपर्यंत किंवा पैशाची सोय होईपर्यंत वृद्धावर उपचार करण्याचे थांबवले जात नाही. नातेवाईक नंतर पैसे देतात. जास्त आजारी असल्यास घरी घेऊन जाण्याची विनंती नातेवाईकांना केली जाते पण सक्ती केली जात नाही. वेळ पडल्यास अंत्यसंस्कारसुद्धा संचालकमंडळ संस्थेच्या वतीने पार पाडते.

घरच्या सर्वांना लग्नाला, ट्रिपला जायचे आहे अशा वेळी घरच्या वृद्धाला कोठे ठेवायचे हा प्रश्न अनेक वेळा येतो. अशा वेळी ८-१५ दिवसांसाठी तात्पुरता निवास आमच्या वृद्धाश्रमांत नेहमीच्या शुल्काच्या दुप्पट आकार घेऊन आम्ही ठेवून घेतो. त्यामुळे वृद्धांची चांगली सोय होते व घरच्यांना वृद्धाची काळजी राहात नाही.

वृद्धांना घरी खूपदा कंटाळा येतो. वातावरण बदल, हवा बदल म्हणून ८-१५ दिवस राहण्याची सोयही आम्ही ठेवली आहे. तसेच आश्रमवासियास भेटायला येणाऱ्या नातेवाईकास २-४ दिवस रहावे असे वाटल्यास त्यांनाही परवानगी देण्यात येते. अशा तात्पुरता निवासासाठी २ जागा आम्ही कायम मोकळ्या ठेवतो.

कायम राहायला येण्याची इच्छा असणारे वृद्ध अनुभवासाठी म्हणून एक महिना राहतात. संस्था व वृद्ध या दोघांनाही योग्य वाटल्यास अनामत रक्कम व देणगी स्वीकारून प्रवेश दिला जातो.

वृद्धांच्या आयुष्याची संध्याकाळ आनंदात व्यतीत व्हावी यासाठी 'आनंदाश्रम सातारा' सदैव प्रयत्नशील असते

महाराष्ट्रातील वृद्धाश्रमांची यादी

गरजूंना महाराष्ट्रातील वृद्धाश्रमांची यादी व थोडक्यात माहिती पुरवण्याचे काम अत्यल्प किंमतीमध्ये, 'लोकमान्य सेवा संघ, टिळक मंदिर' राम मंदिर मार्ग, विलेपार्ले (पूर्व) मुंबई ५७ ही संस्था देते.

या संस्थेच्या माहितीच्या आधारे वृद्धाश्रमांची यादी देत आहे. देणगी, अनामत रक्कम व मासिक शुल्क बदलत्या परिस्थितीनुरूप बदलत असतात. म्हणून त्या बाबतचे आकडे घातलेले नाहीत.

क्र.	वृद्धाश्रमाचे नाव व पत्ता	वृद्धाश्रमातील सोयी-सुविधा
१.	प्रमुख डॉ. ए. व्ही. कामत, स्थापना–१९३८, किंग जॉर्ज मेमोरिअल हॉस्पिटल, डॉ. ई. मोझेस रोड, फेमस स्टुडिओच्यापुढे, महालक्ष्मी, मुंबई ४०००११ दूरध्वनी ४९२३८७७	फक्त निराधार वृद्धांसाठी अखेरपर्यंत विनामूल्य संभाळतात.
२.	स्थापना–१८४७, सर जमशेट्जी जीजीभॉय धरमशाळा, जहांगीर बोमन बेहराम रोड, नागपाडा जंक्शन, मुंबई ४०००००८. मॅनेजर श्री. चंद्रकांत कांबळे. दूरध्वनी ३०५१६३०, ३००७९८३८.	हिंडत्या, फिरत्या निराधार वृद्धांसाठी नि:शुल्क
३.	ऑल सेन्टस् होम. ५४ ए. डॉकयार्ड रोड, माझगांव, मुंबई ४०००१०. स्थापना–१८९७, दूरध्वनी ३७७८३५७	फक्त महिलांसाठी नि:शुल्क किंव ऐपतीप्रमाणे. शिवाय १) नोकरी करणाऱ्या महिलांचे होस्टेल आहे. २) गरीबांच्या मुलांसाठी डे केअर सेंटर चालवतात.
४.	आशादान मिशनरीज ऑफ चॅरिटीज फॉर डाईंग डेस्टिट्युटस्, साखळी स्ट्रीट, भायखळा, मुंबई ४००००८	गरीब, निराधार, आजारी मरणोन्मुख वृद्धांसाठी नि:शुल्क
५.	स्थापना– १९८६. द मॅनेजिंग ट्रस्टी. "शांती आवेदना आश्रम", २१६, माऊन्ट मेरी रोड, बांन्द्रा, मुंबई ४०००५०दूरध्वनी ६४२७४६४.	कोणत्याही वयाच्या कॅन्सर रुग्णांसाठी नि:शुल्क.
६.	सेन्ट ॲन्थनीज होम फॉर द एजेड, चॅपेल रोड, बांद्रा, मुंबई ४०००५०.	फक्त वृद्ध स्त्रियांसाठी नि:शुल्क किंवा ऐपतीप्रमाणे.

क्र.	वृद्धाश्रमाचे नाव व पत्ता	वृद्धाश्रमातील सोयी-सुविधा
७.	स्थापना–१९५८ लिटल सिस्टर्स ऑफ द पुअर, होम फॉर द एजेड. महाकाली केव्हज रोड, अंधेरी (पूर्व), मुंबई ४०००९३. दूरध्वनी ८३२४२३४.	पूर्णपणे नि:शुल्क.
८.	डॉ. डायस नर्सिंग होम. शांती सदन, १५७ पेरी रोड, वांद्रे (प), मुंबई ४०००५०. दूरध्वनी ६४०२२८३.	फक्त अलझायमर रुग्णांकरिता, शुल्क प्रतिदिन प्रमाणे.
९.	सावित्रीबाई फुले महिला वृद्धाश्रम, भगतसिंग नगर क्र. १, गोरेगाव (प), मुबंई ४००१०४. दूरध्वनी ८७४१६२१. संपर्क– श्री. शि. ना. सोमवारे	नि:शुल्क.
१०.	स्थापना १९२७. श्रद्धानंद महिलाश्रमाचा वसई वृद्धाश्रम, ॲड. राजाणी मार्ग, दिपमाळेजवळ, झेंडा बाजार, वसई, जि. ठाणे, ४०१२०१. दूरध्वनी ९१२/ ३३२१८७. भेटण्याची वेळ – सकाळी ८ ते ११, दुपारी ३ ते ६. संपर्क : श्रद्धानंद महिलाश्रम,श्रद्धानंद मार्ग, माहेश्वरी उद्यान मांटुगा, मुंबई ४०००१९. दूरध्वनी ४०१२५५२/ ४०१०७१५	फक्त महिलांसाठी. निराधारांना नि:शुल्क, इतरांसाठी मासिक शुल्क व अनामत रक्कम.
११.	स्थापना– २४/०८/१९९७. श्री. मानव सेवा संघ संचालित, सी. यू. शहा ज्येष्ठ नागरिक निवास, २५५-२५७ सायन रोड, शीव (प.), मुबंई ४०००२२. संपर्क – श्री. अडलजा. दूरध्वनी २४०१५५६१, २४०९२२६६, २४०७१५५३, ४०७७३२७ (एक्सटेंशन ४१/४२).	मासिक शुल्क व अनामत रक्कम घेतात.

क्र.	वृद्धाश्रमाचे नाव व पत्ता	वृद्धाश्रमातील सोयी-सुविधा
१२.	जस्टीस चैनानी होम फॉर द एजेड, नवघर रोड, शहानी एस्टेटजवळ, मुलूंड पूर्व. मुंबई ४०००८१. संपर्क– चैनानी ट्रस्ट, नवजीवन को. ऑप. हौ. सोसा., डॉ. भडकमकर मार्ग, मुंबई ४००००८.	मासिक शुल्क, अनामत रक्कम घेतात.
१३.	स्थापना जून १९९७. "शरण वृद्धाश्रम" सेक्टर नं. ९, फादर ॲग्नेल पॉलीटेक्निकजवळ, वाशी, नवी मुंबई, दूरध्वनी ७६६१८४९. स्वागत कक्ष दूरध्वनी २७६५९४५५. श्री. नायक व्यवस्थापक. प्रत्येक खोलीत टेलीफोन आहे. कॉमन पॅसेजेसमधून टी.व्ही. आहेत. मेडिटेशन हॉल आहे. लायब्ररी आहे.	मासिक शुल्क आहे. अनामत रक्कम घेतात.
१४.	स्थापना ७-२-२०००. वात्सल्य ट्रस्टचा 'वानप्रस्थाश्रम'. सेक्टर, २ प्लॉट क्र. ११ सानपाडा, नवी मुंबई. दूरध्वनी २७६१७३९०. संपर्क– श्री. दामले वात्सल्य ट्रस्ट, कांजूर. दूरध्वनी– ५७८२९५८ / ५७९४७९८ भेटण्याची वेळ ३ ते ५.	मासिक शुल्क ऐपतीनुसार, प्रतिदिन शुल्क देऊन थोडे दिवस राहता येते.
१५.	"मातृसदन वृद्धाश्रम" प्लॉट नं. ३०, सेक्टर नं. १०, फेज नं. ११, तेरना मेडीकल कॉलेजच्यासमोर नेरुळ, नवी मुंबई. दूरध्वनी २७६८२३६०.	केवळ महिलांसाठी, मासिक शुल्क व अनामत घेतात.
१६.	स्थापना २/१०/१९८४. 'नर्मदा निकेतन', प्लॉट नं. २, सेक्टर नं. ८, सी.बी.डी. बेलापूर, नवी मुंबई. दूरध्वनी २७५७१५१५. वेळ– दुपारी १२ ते ५ या वेळात फोन	मासिक शुल्क, अनामत रक्कम

क्र.	वृद्धाश्रमाचे नाव व पत्ता	वृद्धाश्रमातील सोयी-सुविधा
१६.	करून अधिक माहिती मिळवावी. आजारी वृद्धांना सांभाळणे बंद केले आहे.	
१७.	परम शांतीधाम वृद्धाश्रम, वैराटवासी आबानंद महाराज, तळोजा. एम.आय.डी.सी. वृद्धवाडी, पो. वावजे, टेक्नोबा कंपनीजवळ. दूरध्वनी २७४१२६९५. संपर्क– श्री. राम उगावकर, दूरध्वनी २५९२७०५४. भेटण्याची वेळ – सकाळी ८ ते सायं ६. स्थापना १५/३/१९८८.	फक्त निराधारांसाठी नि:शुल्क, अंत्यविधी सुद्धा संस्थेतर्फे.
१८.	स्थापना–५/११/८६. रामकृष्ण निकेतन, शांतीवन, पो. नेरे, ता. पनवेल, जि. रायगड,४१०२०६. भेटण्याची वेळ निश्चित नाही. केव्हाही, गांधी सेवा मंडळ वांद्रे नॅशनल लायब्ररीजवळ तेथे आहे. दूरध्वनी २६४२३२२६. वेळ – १० ते २. याशिवाय, ''आधार-घर'' शांतीवन नेरे येथे आजाऱ्यांना सांभाळतात.	मासिक शुल्क, अनामत व प्रवेश फी द्यावी लागते.
१९.	स्थापना–१/२/२०००. 'धन्वंतरी वृद्धाश्रम', पाटील बिल्डींग, शांतीनगर रोड नं. २७. वागळे इस्टेट, जि. ठाणे (पश्चिम). दूरध्वनी- २५८२१९१०. बेडरिडन वृद्धांना प्रवेश देतात.	मासिक शुल्क व अनामत रक्कम.
२०.	स्वामी शांती प्रकाश वृद्धाश्रम. मेन बझार कॅम्प नं. ४, सेक्शन ३० च्या समोर, उल्हासनगर सेन्ट्रल रेल्वे. दूरध्वनी २५२८३३४.	नि:शुल्क.
२१.	''निराळा वृद्धाश्रम'', नेरळ, मध्य रेल्वे ४१०१०१. श्रीमती ठाकूर पर्ल सेंटर	मासिक शुल्क व अनामत.

क्र.	वृद्धाश्रमाचे नाव व पत्ता	वृद्धाश्रमातील सोयी-सुविधा
	सेनापती बापट मार्ग, दादर, मुंबई, ४०००२८. दूरध्वनी २४३०३९५२,२ ४३००७८०. वेळ – दुपारी ११.३० ते २.००.	
२२.	स्थापना–१५/८/१९८२. "नवदुर्गा वृद्धाश्रम", आपटेवाडीजवळ, मु. शिरगांव, बदलापूर, ता. उल्हासनगर, जि. ठाणे. श्रीमती उमा भांडारे – संस्थापक. दूरध्वनी– २५४०३७३५. ठाणे. संपर्काची वेळ – सकाळी ९ ते १२, दुपारी ४ ते ७.	मासिक शुल्क व अनामत.
२३.	"अमृतकृपा सागर शुश्रुषालय" वालीवली गांव, मांजरली रस्ता, बदलापूर (सेंट्रल रेल्वे), जिल्हा– ठाणे.	अखेरच्या अवस्थेतील कॅन्सर रुग्णांसाठी, विनामूल्य.
२४.	स्थापना १९/१/१९८९. श्री. एस. पी. बेरु संचालित, बेरु मतिमंद प्रतिष्ठान, बारवी डॅम रोड, मु. राहटोली, बदलापूर (प), सेन्ट्रल रेल्वे, जि. ठाणे. दूरध्वनी– ९११-२५९०५८९ /९११-२५९२७७२ (०२५१).	फक्त मतिमंद व अंथरुणास खिळलेल्या रुग्णांसाठी. मासिक शुल्क आहे.
२५.	स्थापना १९९४. "आधार" ठाकूरवाडी, कुळगाव, बदलापूर (पश्चिम), सेंट्रल रेल्वे. डॉ. फडणीस, दूरध्वनी (०२५१)२६९१४७६. असोसिएशन ऑफ पेरेन्टस ऑफ मेन्टली रिटार्डेड चिल्ड्रेन, सुश्रुषा बिल्डींग, रुपी बॅंकेच्या समोर, चरई, ठाणे (प.). दूरध्वनी – २५३३०८९५.	केवळ मतिमंदांसाठी मासिक शुल्क व अनामत रक्कम.
२६.	डॉ. केळुस्कर संचालित "तुषार पवार वृद्धाश्रम" व निसर्गोपचार केंद्र, सावरा रोड, वांगणी (प.) जि. ठाणे. दूरध्वनी – ९११/२६६००३९ अंबरनाथ.	मासिक शुल्क आहे.

क्र.	वृद्धाश्रमाचे नाव व पत्ता	वृद्धाश्रमातील सोयी-सुविधा
२७.	''सरस्वतीधाम निसर्ग निवास'' मु. पिंपळवाडा. ता. कर्जत, जि. रायगड. दूरध्वनी – (०२१४८) २२४०३७, २२४००२.	मासिक शुल्क व अनामत. सुदृढ, अपंग व बेडरिडन रुग्णांनाही मिळतात.
२८.	स्थापना ६/६/१९९०. ''रमाधाम वृद्धाश्रम'', मु. अदोशी, खोपोली-पेण मार्ग, ता. खालापूर, जि. रायगड, रमाधाम. दूरध्वनी – ०२१४२ २२४०३७-२२४००२. (शिवसेना भवन) दादर, मुंबई. दूरध्वनी – २४३०११६९. वृद्धांना भेटण्याची वेळ – स. ७ ते सायं ७.	मासिक शुल्क व अनामत.
२९.	स्थापना ६/१२/९७. लोकमान्य सेवा संघ पार्ले संचालित आनंदधाम वृद्धाश्रम, मु. जांभुळपाडा, ता. सुधागड, जि. रायगड. दूरध्वनी – ०२१४२-२४४१०४, ०२१४२-२४४०८९, चौकशी– लोकमान्य सेवासंघ पार्ले, टिळक मंदिर, राममंदिर रस्ता, विलेपार्ले (पू), मूंबई ४०००५७. दूरध्वनी – २६१४१२७६, २६१४२१२३.	मासिक शुल्क व अनामत. प्रतिदिन शुल्क देऊनही राहता येते.
३०.	मोहोर वृद्धाश्रम, कार्लेखिंड, पो. कामार्ले, पेण, अलिबाग रस्ता, पेट्रोल पंपाजवळ,ता. अलिबाग, जि. रायगड. स्थापना – अक्षय तृतीया १९९५. दूरध्वनी ३८६०२७०.	मासिक शुल्क व अनामत.
३१.	सौ. विमल दांडेकर संचालित वृद्धाश्रम, नारायण आळी, रेवदंडा, ता. अलिबाग, जि. रायगड. वृद्धाश्रमाची माहिती जुनी आहे.	मासिक शुल्क व अनामत.
३२.	श्रेयस वृद्धाश्रम, मु. पो. देवरुख, ता. संगमेश्वर, जि. रत्नागिरी.	मासिक शुल्क व अनामत.

क्र.	वृद्धाश्रमाचे नाव व पत्ता	वृद्धाश्रमातील सोयी-सुविधा
३३.	स्थापना ७/६/१९९२. महिलाश्रम लांजा संचालित श्रीमती मुक्ताबाई मंगेश परुळकर वृद्धांचे शांतिसदन लांजा, ता. लांजा, जि. रत्नागिरी. भेटण्याची वेळ - सकाळी १०.३० ते सायं ५.३०. दूरध्वनी २३००५०.	फक्त महिलांसाठी मासिक शुल्क व अनामत.
३४.	कै. ती. सौ. अनसूया-आनंदी महिला वृद्धाश्रम, अभ्यंकर मिलच्या मागे, ज्योतिस्मृति, पावस, रत्नागिरी ४१५६१६. स्थापना २४/१२/१९९५. दूरध्वनी ०२३५५२-३७३४३. मुंबईचा दूरध्वनी २८०७७१७१. श्री. सरदेसाई, कांदिवली.	फक्त महिलांसाठी मासिक शुल्क व देणगी.
३५.	भागिरथी वृद्धाश्रम, करजुवे, ता. संगमेश्वर, जि. रत्नागिरी, वृद्धाश्रमाची माहिती जुनी आहे. नवी माहिती मिळाली नाही.	मासिक शुल्क, अनामत व प्रवेश फी.
३६.	स्थापना १९९३. धी गोवा हिंदू असोसिएशनचे स्नेहमंदिर, बांदिवडे, फोंडा, गोवा ४०३४०१. मुंबईचा पत्ता– धी गोवा हिंदू असोसिएशन, ३५८, डॉ. भडकमकर मार्ग, मुंबई, ४००००७. दूरध्वनी – २३१४७९६. बांदिवडे	मासिक शुल्क अनामत व प्रवेश फी.
३७.	सावली वृद्धाश्रम, प्लॉट नं. ३२, मस्कारनेस कॉलनी,ॲटमप्लास्ट फॅक्टरीसमोर, तळेगाव-दाभाडे, पुणे-मुंबई महामार्ग, जिल्हा पुणे ४१०५०६. दूरध्वनी (०२११४) २२२७९२. स्थापना २/१/१९९२. मुंबई संपर्क – सौ. चंदा आमडेकर दूरध्वनी २४३७६५१९.	मासिक शुल्क व अनामत.
३८.	चां. का. प्रभु सभा दादर संचालित, कै. क. अ. भिसे वृद्धाश्रम, सत्यकमल कॉलनी, चाकण रोड. तळेगाव- दाभाडे ४१०५०७ जि. पुणे. स्थापना २२-१२-९१.	मासिक शुल्क देणगी व अनामत.

क्र.	वृद्धाश्रमाचे नाव व पत्ता	वृद्धाश्रमातील सोयी-सुविधा
	दूरध्वनी (२११४) २२२१५२. तळेगाव-दाभाडे. संपर्क कार्यवाह चां. का. प्रभु सभा, सीकेपी ज्ञातीगृह, राम मारुती रोड, दादर मुंबई २८. दूरध्वनी २४३०५७१६.	
३९.	महाराष्ट्र पेन्शनर्स असोसिएशन पुणे, निवृत सेवा संघ यांचा संयुक्त उपक्रम 'वानप्रस्थाश्रम'. स्थापना – १९९३. यशोगाथा सभागृह चौकाजवळ, २०/ए, तपोधाम वसाहत, तळेगाव दाभाडे, ता. मावळ. दूरध्वनी ०२११४/२२५७७६८.	मासिक शुल्क व अनामत.
४०.	नॅब लायन्स होम फॉर द एजिंग ब्लाइंड, अंधवृद्धाश्रम, खंडाळा, ४१०३०२. जुना खंडाळा रोड, ता. मावळ, जि. पुणे. स्थापना २९.३.१९७०. दूरध्वनी२५३९९१८. खंडाळा. संपर्क – नॅशनल असोसिएशन फॉर द ब्लाइंड, ११, खान अब्दुल गफार खान रोड, वरळी सी फेस, मुंबई ४०००२५. दूरध्वनी २४९३५३६५. २४९४५८२२ मुंबई.	अंध वृद्धांसाठी विनामूल्य.
४१.	"वानप्रस्थ निवास", देसाई सहजीवन ट्रस्ट, "वाल विहार" समोर, १८६ एफ, भांगरवाडी, लोणावळा. संचालक – डॉ. देसाई, नाना निवास, दादर पोलिसस्टेशनच्या मागे, दूरध्वनी २४२२७२८, २४२२६४३८ मुंबई. भेटण्याची वेळ– सकाळी ८ ते रात्री ८. लोणावळा दूरध्वनी (०२११४) २७२८५०.	मासिक शुल्क, देणगी व अनामत.
४२.	दादासाहेब नाटेकर मोरया ट्रस्टचा वृद्धाश्रम, मु. पो. चिखली, ता. हवेली, जि. पुणे, पिन – ४१२१५४. संचालक श्री. लक्ष्मण शंकर लिमये. दूरध्वनी (०२०) २७४६३८७०. मुबंई संपर्क– सौ. आशालता ताम्हणकर, अपर्णा महल, परांजपे ए स्किम, विलेपार्ले (पू), मुंबई ४०००५७. दूरध्वनी २८२९६६३ / २८२१९६३.	मासिक शुल्क व अनामत. तात्पुरता निवास प्रतिदिन शुल्क.

क्र.	वृद्धाश्रमाचे नाव व पत्ता	वृद्धाश्रमातील सोयी-सुविधा
४३.	सोसायटी ऑफ सिस्टर्स ऑफ सेन्ट जॉन, वर्धा संचालित "संध्या" वृद्धाश्रम, ४१०/११, नानापेठ, पुणे ४११००२.	विनामूल्य व ऐपतीनुसार शुल्क.
४४.	जनसेवा फौंडेशन संचालित वृद्धाश्रम, आंबी, रानवडी, पानशेत, पुणे. स्थापना १५/१/९२. दूरध्वनी (०२०) २४३३८७८७. जनसेवा फौंडेशन कार्यालय, इंदुलाल कॉम्प्लेक्स, शास्त्री रोड, पुणे ४११०३०. संपर्क प्रा. शिंदे दूरध्वनी (०२०) २४२६५०५९.	मासिक शुल्क व देणगी.
४५.	स्थापना १९८८. धर्मभास्कर कोपरकरबुवा संचालित साधकाश्रम, तपोधाम वारजे, पुणे ४११०२८. दूरध्वनी (०२०) २५४४६६८२. भेटण्याची वेळ दिवसा केव्हाही.	मासिक शुल्क व देणगी.
४६.	स्थापना १/१०/१९३३. महर्षि कर्वे स्त्री शिक्षण संस्थेचा वृद्धाश्रम, कर्वेनगर, पुणे ४११०५२. दूरध्वनी (०२०) २५४२५५२५४. भेटण्याची वेळ ऐच्छिक.	देणगी, जेवण स्वत: खोलीत बनवावे, अगर कॅन्टीनमधून विकत घ्यावे.
४७.	स्थापना १९६२. "मातृकुल" पुणे महिला मंडळ. व्यवस्थापक – श्रीमती मंदा कुलकर्णी, १७, पर्वती पायथा, पुणे ४११००९. दूरध्वनी (०२०) २४४४३५४८. भेटण्याची वेळ : सायंकाळी ४ ते ७. नोकरी करण्याऱ्या महिलांचे व विद्यार्थीनींचे वसतीगृह आहे. वृद्ध महिलांना पण सांभाळतात.	केवळ महिलांसाठी मासिक शुल्क व अनामत.
४८.	"माहेर वाट". व्यवस्थापक – श्रीमती कडुरकर, ज्येष्ठ नागरिक निवास, धायरी, सिंहगड रोड, पुणे ४११०४१. दूरध्वनी (०२०) २४३९२६२३.	मासिक शुल्क व अनामत.

क्र.	वृद्धाश्रमाचे नाव व पत्ता	वृद्धाश्रमातील सोयी-सुविधा
४९.	स्थापना २९/६/१९९७. "आधार" सेवाव्रती वृद्धाश्रम, सुखसागर नगर, कात्रज, पुणे ४११०४६. दूरध्वनी २५१००२८. भेटण्याची वेळ – सकाळी ९ ते १२, सायं ५ ते ८.	मासिक शुल्क व अनामत.
५०.	स्थापना १९९४. परिवार महिला निवास, पर्वती जलशुद्धीकरण केंद्राजवळ, गणेश मळा परिसर, विठ्ठलवाडी रस्ता, किनारा बंगल्याच्या मागे, पुणे. संचालक डॉ. शैलजा राजवाडे. उपरोक्त माहितीमध्ये बदल झाला असण्याची शक्यता आहे. दूरध्वनी (०२०) २४३३५१७३.	फक्त महिलांसाठी विद्यार्थिनी व नोकरी करणाऱ्यांसाठी जास्त जागा, थोड्या जागा वृद्ध स्त्रियांसाठी मासिक शुल्क, अनामत व देणगी
५१.	डॉ. अभ्यंकर संचालित 'जिव्हाळा' वृद्धाश्रम, परिंचेकर कॉम्प्लेक्स, सर्व्हे १९/६, रायकर नगर, गारमाळ, वडगाव-धायरी पुणे. दूरध्वनी (०२०) २४३९२०१२, २४३९२१४८. एका खोलीत एक, मासिक रु. २५००/-, एका खोलीत दोन, मासिक रु. १५००/-, १० अ) प्रतिदिन रु. १००/-, ९ अ) शुल्काबाबत फोनवर विचारावे. आजारी वृद्धांना शुल्क. एका खोलीत दोन, दरमहा रु. ५०००/-, कॉमन हॉलमधील शुल्क महिना रु. ४०००/-	मासिक शुल्क अनामत व देणगी.
५२.	स्थापना ७/११/१९८०. "आनंद आश्रम" मु. रांझे, पो. आर्वी, ता. भोर, जि. पुणे. पिन – ४१२२०५. दूरध्वनी (०२०) २५४१८१३. कचेरीचा पत्ता – १८६ प्रगती सोसायटी, सहकार नगर नं. २, पुणे ४११००९.	मासिक शुल्क व अनामत.
५३.	"उमा स्नेहाश्रम", गट क्र. ४१, कासुर्डी (खे. बा.) ता. भोर, जि. पुणे. संपर्क श्वेता टेरेसिस, ४०/२९,	मासिक शुल्क व अनामत.

क्र.	वृद्धाश्रमाचे नाव व पत्ता	वृद्धाश्रमातील सोयी-सुविधा
	भोंडे कॉलनी, एरंडवणा, पुणे ४११००४. दूरध्वनी २५४१०७०२/ २५४३२९४०. या वृद्धाश्रमाची माहिती जुनी आहे. माहितीमध्ये बदल झाला असण्याची शक्यता आहे.	
५४.	''सहजीवन'', प्लॉट नं. १३, गिरिनगर सोसायटी, धनकवडी, पुणे ४११०४३. दूरध्वनी (०२०) २५७५५०९.	मासिक शुल्क व अनामत.
५५.	हभप. र. गे. बोरावके ज्येष्ठ नागरिक निवास तांदळवाडी, ता. बारामती, जि. पुणे, पिन ४१३१०२. दूरध्वनी (०२११२) २२३२२४/२२२९४१.	आजारी वृद्धांना सांभाळतात. मासिक शुल्क व अनामत
५६.	मुक्ती सोपान न्यास, १७८, समर्थनगर, औरंगाबाद ४३१००१. दूरध्वनी २३२००४५ संपर्क श्री. भा. भ. बेलसरे. दूरध्वनी २३३९२०६.	मासिक शुल्क व अनामत.
५७.	''माऊली वृद्धाश्रम'', मु. पो. बोरवाडी,ता. माणगांव, जि. रायगड, ४०२१२०. संपर्क दूरध्वनी (०२१४०) २६३२०३, (०२१४०) २६३२४२.	मासिक शुल्क व अनामत
५८.	स्थापना १७/८/१९९३. 'आनंदाश्रम वृद्धाश्रम', ३९१,मंगळवार पेठ, सातारा ४१५००२. दूरध्वनी (०२१६२) २८११४२, २८४०६३. चौकशीची वेळ – स. ८ ते ११. वृद्धांना भेटण्याची वेळ – सकाळी ८ ते रात्री ८.	मासिक शुल्क, अनामत व देणगी.
५९.	आधारवड वानप्रस्थाश्रम, नांदूरकर बंधु संचालित, २६ शिवपुरी आळी, भोर, जि. पुणे. दूरध्वनी ०२११३/२२२२६१.	मासिक शुल्क व अनामत
६०.	स्थापना १/१/९८. इंद्रधनु वृद्ध सेवा केंद्र, गुलबर्गा रोड चौरस्ता, द्वारा पतंगे हॉस्पिटल, अजयनगर,	प्रतिदिन व मासिक शुल्क.

क्र.	वृद्धाश्रमाचे नाव व पत्ता	वृद्धाश्रमातील सोयी-सुविधा
	उमरगा, उस्मानाबाद, पि. ४१३६०६. एस.टी.डी. ०२७५/२५२४०८, २५२००४. चौकशी– स. ९ ते ६.	प्रवेश शुल्क.
६१.	स्थापना १९९६. राधा केशव चॅरिटेबल ट्रस्ट संचालित वृद्धाश्रम, ज्येष्ठ नागरिक निवास, ''होम फॉर द एल्डर्स'', १४-१७, आनंद ह्न - ऑक्ट्रॉय चेक नाका क्र. ६ च्या जवळ, लॅम रोड, देवळाली. भेटण्याची वेळ ९ ते १२, संध्या ४ ते ६ दूरध्वनी ०२५३/२५४३४९४.	मासिक शुल्क, अनामत व देणगी.
६२.	स्थापना १९६८. शेठ डुंगरसी नागजी ट्रस्ट संचालित वृद्धाश्रम, राममंदिर, तपोवन, पंचवटी, नाशिक ४२२००३.	मासिक शुल्क.
६३.	निर्मला होम फॉर द एजेड, एच.पी.टी. कॉलेज, नाशिक ४२२००	सत्तरी ओलांडलेल्यां-साठी मासिक शुल्क.
६४.	स्थापना ६/१/१९९२. सेवाश्रम संस्थेचा वृद्धाश्रम, संगमनेर, नाशिक-पुणे हायवे, हॉटेल प्रसादजवळ, नवरंग बागेजवळ. भेटण्याची वेळ– दु. ४ ते ६. दूरध्वनी (०२४२५)२५६०७०. रि. बन्सीलाल निहालचंद पारख, गांधीचौक, जयप्रकाश रोड, संगमनेर ४२२६०५ दूरध्वनी (०२४२५) २५५५६७.	मासिक शुल्क ऐपतीप्रमाणे.
६५.	स्थापना १/८/१९९१. आनंद विहार वृद्धाश्रम, नगांव, ता. जि. धुळे, नगांव. दूरध्वनी २२३१२८. भेटण्याची वेळ– सकाळी ८ ते १२, सायं. ४ ते ६.	नि:शुल्क.
६६.	ॐकार वृद्धाश्रम, मु. कुरवली, ता. फलटण, जि. सातारा. स्थापना गणेशचतुर्थी १९९२. भेटण्याची वेळ – केव्हाही. दूरध्वनी– २१६६/२२२६३९.	मासिक शुल्क, अनामत व देणगी.

क्र.	वृद्धाश्रमाचे नाव व पत्ता	वृद्धाश्रमातील सोयी-सुविधा
६७.	भाऊसाहेब फिरोदिया वृद्धाश्रम, जकात नाक्याच्या मागे, नगर-औरंगाबाद रोड, वसंत टेकडी, अहमदनगर ४१४००१. स्थापना १९६५. दूरध्वनी २३२९७१. भेटण्याची वेळ – सकाळी ९ ते दुपारी ४.	मासिक शुल्क व अनामत निराधारांसाठी विनामूल्य.
६८.	पाठक ट्रस्टचा वृद्धाश्रम, गद्रेवाडा, जुन्या मुरलीधर देवळासमोर, ब्राह्मणपुरी, मिरज ४१६४१०. जिल्हा सांगली. स्थापना ३०/११/१९९०. भेटण्याची वेळ – सायं.४ ते ६. दूरध्वनी २२२४७६९.	मासिक शुल्क व अनामत.
६९.	वृद्ध सेवाश्रम, कुपवाड रोड, लक्ष्मीनगरजवळ, ता. मिरज, जि. सांगली. वृद्धाश्रमाची माहिती जुनी आहे. माहितीमध्ये बदल झाला असण्याची शक्यता आहे. नवी माहिती मिळाली नाही.	मासिक शुल्क ऐपतीनुसार किंवा निशुल्क.
७०.	मातोश्री वृद्धाश्रम, आर. के. नगर, पांचगाव, कोल्हापूर. स्थापना १५/५/१९९३. भेटण्याची वेळ – दिवसा केव्हाही. दूरध्वनी २६३९०५३.	मासिक शुल्क.
७१.	स्थापना जून १९९१. जय जगदंबा वयोवृद्धाश्रम, बामनगुडा, तांडा, ता. किनवट, जि. नांदेड. भेटण्याची वेळ १० ते ४.	मासिक शुल्क.
७२.	मातृ सेवा संघ संचालित पंचवटी वृद्धाश्रम, उमरेड रोड, नागपूर ४४०००९. स्थापना ६.११.१९६१. दूरध्वनी – २७४४८५२.भेटण्याची वेळ दिवसा केव्हाही. येथे काही निराधार वृद्ध आहेत.	मासिक शुल्क.
७३.	संस्थापिका सौ. सुनंदा पात्रीकर, अस्वस्थ शुश्रुषा केंद्र, १९६, नेलको हौसिंग सोसायटी, सुभाष नगरच्या मागे, नागपूर २२. संपर्क – श्री. वसंत धुमाळ. दूरध्वनी २२२७२००. पेजर क्र. ९६९६-७२०७५९.	मासिक शुल्क, आजारी वृद्धांना सांभाळतात.

क्र.	वृद्धाश्रमाचे नाव व पत्ता	वृद्धाश्रमातील सोयी-सुविधा
७४.	स्थापना १९८०. महारोगी सेवा समिती, वरोरा, उत्तरायण, मु. पो. आनंदवन, ता. वरोरा, जि. चंद्रपूर. पिन – ४४२९१४. संपर्क डॉ. विकास आमटे.	मासिक शुल्क.
७५.	स्थापना ५/४/२०००, गुढीपाडवा. "आधार" वृद्धाश्रम, दौलतनगर, जैन मंदिर रस्ता, हिंदुजा हॉलच्या मागे, बोरिवली (पू), मुंबई ४०००६६. भेटायची वेळ – स. १० ते १२, सायं. ४ ते ७. दूरध्वनी – २८९४६४६३. व्यवस्थापक श्री. खर्डे.	मासिक शुल्क, अनामत.
७६.	मिशनरीज ऑफ चॅरिटीज संचालित "शांती दान", एल.टी. रोड, गोराई क्रीक, बोरिवली (पूर्व), मुंबई ४०००९१. दूरध्वनी २८६७१३६२.	नि:शुल्क. मरणोन्मुख, निराधारांना सांभाळतात.
७७.	साधना व्हिलेज, प्रियांकित अपार्टमेंट नं. १, लोकमान्य कॉलनी, पौड रोड, पुणे ३८. संपर्क श्री. देशपांडे. दूरध्वनी (०२०) २५३८०७९२.	१८ वर्षांवरील प्रौढ मतिमंदास सांभाळतात. मासिक देय.
७८.	मानव सेवा संघ, घाटकोपर. दूरध्वनी २५१५३४९३.	आजाऱ्यांची देखभाल करण्याकरता आया, बॉईज, नर्सेस सशुल्क पाठवले जातात.
७९.	निर्धार, ४८ ए, टोकरे-कणेर, विरार (पूर्व), ता. वसई, जि. ठाणे ४०१३०३. दूरध्वनी– ९१२-२५७१११०. मुंबई संपर्क श्री. श्रीपाद शेंडे. दूरध्वनी २४३०६६६६.	१८ वर्षांवरील मतिमंदांना सांभाळतात. तो आजारी नसावा. शासकीय डॉक्टरांचे

क्र.	वृद्धाश्रमाचे नाव व पत्ता	वृद्धाश्रमातील सोयी-सुविधा
		सर्टीफिकेट प्रवेशाकरता आवश्यक.
८०.	डॉ. गावडे, दूरध्वनी २८९३५७५४. सुमन मॅटर्निटी ॲन्ड नर्सिग होम, सहयोग को.ऑ.हौ. सोसायटी, पहिला मजला, गावडे नगर, कोकणी पाड्याजवळ, दहिसर (पूर्व) मुंबई.	आजारी अपंग वृद्धांना सांभाळतात दूरध्वनी २८९६६७३१. मासिक देय, अनामत.
८१.	कै. बबनराव अमृतराव पायगुडे प्रतिष्ठान, माया बंगला, तरडे कॉलनी, निर्मल मंगल कार्यालयाशेजारी, हिंगणे खुर्द, पुणे.	आजारी, अपंग, निराधार वृद्धांना सांभाळतात. दूरध्वनी (०२०) २४४७१५१७. मासिक देय, अनामत.
८२.	श्रीमती. लिलावती कपाळ, प्लॉट नं. ३८, गावठाण कळवण, जि. नाशिक – ४२३४०१. दूरध्वनी ०२४९२-२२११०६	हिंडत्याफिरत्या वृद्धांना आणि लहान मोठ्या मतिमंदाना सांभाळतात. मासिक शुल्क, समाजातील गरीब मुलांकरिता विनामूल्य. शिक्षणाची, निवासाची, भोजनाची सोय करतात.
८३.	श्री गोपाळ वृद्धाश्रम, लोकमान्य गोशाळा, गोग्रासवाडी, डोंबिवली (पूर्व),४२१२०१. जि. ठाणे. दूरध्वनी ९५२५१-२४४५६८४. दुबे कार्यालय दूरध्वनी ९५२५१/ २४५१०७३ व ९५२५१/२४४८८१०.	मासिक व अनामत देय.
८४.	श्री साईधाम वृद्धाश्रम, खिडकाळेश्वर महादेव मंदिराजवळ, पडलेगांव, ता.जि. ठाणे. डोंबिवलीहून खिडकाळी बसने जाणे.	मासिक व अनामत देय. मतिमंदांना सांभाळतात.

क्र.	वृद्धाश्रमाचे नाव व पत्ता	वृद्धाश्रमातील सोयी-सुविधा
	व्यवस्थापिका-सौ. कुलकर्णी. मो.९८२०७४०९२६.	
८५.	कमलधाम वृद्धाश्रम, (स्थापना : जून२००२). काकोळ गावच्या रस्त्यावर, जी.आय.पी. टँकजवळ, अंबरनाथ. (पूर्व), सेन्ट्रल रेल्वे. दूरध्वनी ९५२५१/२६०४३२२.	मासिक व अनामत देय.
८६.	वसंत स्मृती संचालित किसनगोपाल राजपुरिया वानप्रस्थाश्रम, गोराई गाव, रामरत्न विद्या मंदिराजवळ, एस्सेलवर्ल्ड रस्ता, उत्तन-गोराई मार्ग, ता. बोरिवली, जि. मुंबई. दूरध्वनी २८४५०१५८	मासिक व अनामत देय.
८७.	स्वयंसिद्धा वृद्धाश्रम, मु. चिंचोटी, ग्रामपंचायती शेजारी, पो. कामण, धबधबा रोड, ता. वसई जि. ठाणे. वेस्टर्न रेल्वेवरील नायगाव स्टेशनवर (पूर्व दिशेला) उतरून चेक नाक्यापर्यंत जाऊन पुढे ५/७ मि. चालल्यास वृद्धाश्रमापर्यंत पोहोचता येते. व्यवस्थापक- श्री. श्याम पाटील. दूरध्वनी ९५२५०/२२१०३७२.	हिंडत्या फिरत्या वृद्धांना सांभाळतात. मासिक देय, प्रवेश फी, अनामत. आजाऱ्यांना मा. देय रुपये ४०००/- संचालिका डॉ.आसावरी पराडकर २३८४१३२६.
८८.	शांती निकेतन वृद्धाश्रम, चामुंडा नगर, नारंगी फाटा, मातृछाया अपार्टमेन्टच्या बाजूला, विरार (पूर्व), संचालक- श्री. अजय मोरेश्वर म्हात्रे. दूरध्वनी ९५२५०/२५२८४०८, २५२२४२६, २५२४४४७.	मासिक शुल्क, प्रवेश फी,अनामत. हिंडत्या -फिरत्या किंवा आजारी वृद्धांना सांभाळतात. वयाची अट नाही.
८९.	विंग कमांडर चौधरी समाधान गृह. पारसपाडा, जामशेत, डहाणू आंबेसराई रोड, डहाणू (पूर्व), ४०१६०२. दूरध्वनी ९५२५२८/२८५४७७	मासिक शुल्क, अनामत, मेडीकल रु.१००००/- वयाची

क्र.	वृद्धाश्रमाचे नाव व पत्ता	वृद्धाश्रमातील सोयी-सुविधा
	संपर्क. मुंबई दूरध्वनी २६३२३४६४.	अट नाही. आजाऱ्यांना ठेवून घेतात.
९०.	श्री राजपूत फौंडेशन चॅरिटेबल ट्रस्ट व वृद्धाश्रम, मु. डोंगस्ते, पो. कुडुस, ता. वाडा, जि. ठाणे. दूरध्वनी ९५२५२६/२२१२९६	मासिक देय, प्रवेश फी व अनामत.
९१.	ब्राह्मण सेवामंडळ दादर यांचा आनंदाश्रम प्लॉट नं.११, सेक्टर ५, नेरूळ, नवी मुंबई ४००७०६. दूरध्वनी २७७१११७४.	मासिक देय व अनामत.
९२.	शांतिकुंज सेवाश्रम हरीग्राम, न्यू पनवेल, जि. रायगड. दूरध्वनी -९५२१४३/ २३६१०१. मुंबई २४१२१५३५.	मासिक देय, अनामत व प्रवेश फी.
९३.	माझं घर वृद्धाश्रम साई दीप बिल्डींग, खांदा कॉलनी, सेक्टर ४, प्लॉट नं. ५४/५५, राम मंदिर जवळ, न्यू पनवेल, ता. पनवेल, जि. रायगड. दूरध्वनी ५६१२१४७५.	मासिक शुल्क व अनामत.
९४.	वानप्रस्थाश्रम मु. कराडे खुर्द, पो. गुळसुदे, अँथनी गॅरेजच्या पुढे, रिलायन्स कंपनीजवळ, ता. पनवेल, जि. रायगड, पिन ४१०२०७. स्थापना २६/१/२००३. फोन ९५२१९२/२५०७८५.	मासिक देय व अनामत. देणगी नाही.
९५.	श्री समर्थ कृपा वृद्धाश्रम, मु. परहुर, पो. कामार्ले, ता. अलिबाग, जि. रायगड. (स्थापना २३.११.२००१). दूरध्वनी वृद्धाश्रम ९५२१४१/२४८३९१. मुंबई संपर्क दूरध्वनी २८७११७४९.	मासिक देय व अनामत.
९६.	अहिल्या महिला मंडळ, पेण, संचलित संजीवन	मासिक देय व

क्र.	वृद्धाश्रमाचे नाव व पत्ता	वृद्धाश्रमातील सोयी-सुविधा
	आश्रम. (स्थापना २५/६/२००३). डॉ. गजानन वि. घाटे यांचे घर, गणपती देवळाजवळ, झिराळ, पेण, रायगड. दूरध्वनी ९५२१४३-२५६७१८.	अनामत. आजाऱ्यांचे ज्यादा शुल्क.
९७.	स्नेहबंधन वृद्धाश्रम, स्थापना १९/२/२००३. मु. पो. कानसळ, ता. सुधागड, जि. रायगड. संचालक श्री. बापू पंडित. दूरध्वनी ९५२१४२-२४३२६७, ९५२१४२-२४३००४.	मासिक देय व अनामत.
९८.	निर्धार सेवा संघ संचालित माउली वानप्रस्थाश्रम, पिंपरी सदरोद्दीन, ता. इगतपुरी, जि. नाशिक.	मासिक देय, अनामत.
९९.	प्राचार्य सी. आर. आघारकर संचालित रेणुका आधाराश्रम, प्लॉट ४६, मॉडर्न कॉलनी, संजीवनी नगर समोर, सरदवाडी रोड, सिन्नर, (नाशिक).	मासिक शुल्क व
१००.	तन्मयी ज्येष्ठ नागरिक निवास, वाल्हेकर वाडी, स.न.१४०/१२, आकुर्डी स्टेशन जवळ, गुरुद्वारामागे, पुणे दूरध्वनी ९५२०/२७६५६१८२. स्थापना ६/२/२००३. संचालक श्री. अनिल रा. सहस्त्रबुद्धे.	१अ) १०. १ब) ४. २) पुरुष ६० वर्षे, स्त्री ५५ वर्षे ३अ) डॉक्टरी दाखला ४) हिंडत्या फिरत्या वृद्धांसाठी मासिक देय २०००रु. अनामत १००००रु. ६) ६अ) ७ब) ८अ) ११अ) १२) अनामत १००००रु. व प्रतिदिन १५०रु. घेऊन आजारी वृद्धांना सांभाळतात.

क्र.	वृद्धाश्रमाचे नाव व पत्ता	वृद्धाश्रमातील सोयी-सुविधा
१०१.	कम्फर्ट नर्सिंग होम, लेडी जमशेटजी रोड, पॅरेडाईज सिनेमाजवळ, मुंबई ४०००१६. दूरध्वनी २४४६२६८८.	मासिक देय व अनामत. आजाऱ्यांना सांभाळतात.
१०२.	परिवार महिला निवास, (स्थापना:१९९४) पर्वती जलशुद्धीकरण केंद्राजवळ, गणेश मळा परिसर, विठ्ठलवाडी रस्ता, किनारा बंगल्याच्या मागे, पुणे. संचालिका श्रीमती ऊर्मिला दातार. उपरोक्त माहितीमध्ये बदल झाला असण्याची शक्यता आहे. दूरध्वनी ९५२०/२४३३५१७३.	फक्त निपुत्रिकांना प्रवेश. ही संस्था केवळ महिलांकरता असून येथे बहुसंख्य नोकरी करणाऱ्या स्त्रिया व विद्यार्थिनी राहतात. वृद्ध स्त्रिया फक्त सहा आहेत. हिंडत्या फिरत्यांना प्रवेश देतात. वय वर्षे साठ ते सत्तर. मासिक, अनामत. १ एप्रिल ते १५ जून पर्यंत कोणत्याही वयाच्या स्त्रियांना हवापालटाकरता सशुल्क राहू देतात.
१०३.	श्रीमंत दगडूशेट हलवाई सार्वजनिक गणपती ट्रस्टसंचालित पिताश्री वृद्धाश्रम (स्थापना २४/५/२००३) भाग्योदय नगर, कोंढवा खु., सर्व्हे ५५, पुणे ४११०४८. दूरध्वनी ९५२०/२६९३१०६६.	१अ)१५०, १ब) आहेत. २)५५ (चहा, अल्पोपहार, भोजन, निवास व वैद्यकीय सल्ला यासाठी), सहा महिन्याचे आगाऊ मासिक देय १२०००रु. प्रवेश घेताना भरावे लागेल. अनामत ५०००रु. वैद्यकीय उपचाराकरिता.
१०४.	अभिरुची वानप्रस्थाश्रम (स्थापना १/४/२०००) स.नं. ५६/५ ब, वडगाव बु., पुणे ४११०४१. संपर्क श्री. सतीश भिडे, दूरध्वनी २४३९०४९८. या वानप्रस्थाश्रमाच्या बाजूलाच संचालकांचे फार्म आणि कॉटेज	१अ)१५. १ब)आहेत. ४)मासिक शुल्क ३०००रु. देणगी १००००रु. अनामत २५०००रु. ६) ६ब)६क) ७अ) ८अ) परिस्थितीनुसार ठरवले जाईल. ९अ) परिस्थितीनुसार ठरवले जाईल. ११अ) १२). अधून मधून

क्र.	वृद्धाश्रमाचे नाव व पत्ता	वृद्धाश्रमातील सोयी-सुविधा
	रेस्टॉरंट आहे.	राहणाऱ्यांसाठी मासिक शुल्क ६०००रु. अनामत १००००रु.देणगी १००००रु.
१०५.	अग्रसेन वृद्धाश्रम ई ५/२, वारजे नाका, हॉटेल यशोदीप शेजारी, मुंबई-बेंगलोर रोड, पुणे ४११०५२. दूरध्वनी २५२९३४४४. रोज ४ वेळा सत्संगाला बसणे आवश्यक.	हिंडत्या फिरत्या वृद्धालाच प्रवेश पॉप्युलर प्रेस्टिज सोसा.१४१,देतात. मासिक देय व अनामत
१०६.	जीवनाश्रम वृद्धाश्रम, मु. पो. नांदोशी, सिंहगड पायथा, ता. हवेली, जि. पुणे ४११०४१. मोबाईल -९८२२७६१७८३, ९८५०६०४८७५.	प्रतिदिन देय, मासिक देय व अनामत आहे.
१०७.	माई वृद्धाश्रम, मु. सांगिसे, पो. टाकवे, ता. मावळ, जि. पुणे. दूरध्वनी ९५२२११/२४६३४७१.	प्रतिदिन देय, मासिक देय व अनामत आहे.
१०८.	स्नेहभवन वृद्ध सेवाश्रम, प्लॉट नं. ७, दुबे नगर, केसनंद रोड, ता. हवेली, वाघोली, पुणे ४१२३०७. दूरध्वनी - २४४५२३८५ / २७०५२९२१, पुणे संपर्क -२४४५४२८७.	प्रतिदिन देय, मासिक देय व अनामत आहे.
१०९.	संगम सार्वजनिक सेवा समितीचा वृद्धनिवास. चंदननगर, खराडी रस्ता, पुणे संपर्क श्री.प्र.न. गोळे २५५११८६९.	प्रतिदिन देय, मासिक देय व अनामत आहे.

- आजारी वृद्धांना सांभाळणाऱ्या संस्था -

क्र.	वृद्धाश्रमाचे नाव व पत्ता	वृद्धाश्रमातील सोयी-सुविधा
१.	दुर्गा मॅटर्निटी ॲन्ड सर्जिकल होम. संचालिका- डॉ. शैलजा वाघ, चैतन्य बंगला, सरस्वती बाग, रामेश्वर मंदिराजवळ, जोगेश्वरी (पू), मुंबई ४०००६०. दू.ध्व. २८३२५८२५.	१) जागा उपलब्ध आहे की नाही याबाबत फोनवर चौकशी करावी. २) ४० वर्षांहून अधिक. परावलंबी व आजारी वृद्धांना सांभाळतात. प्रतिदिन १००रु. अनामत १०००रु. गंभीर आजाराचा खर्च वेगळा.
२.	डॉ. देसाईचे हॉस्पीटल, अे/७, रतन नगर, ग्रीन वे सोसायटी, दौलतनगर, १० वा रस्ता, बोरीवली (पू), दहिसर पोस्ट ऑफीस,दू.ध्व. २८९४८८०६.	आजारी, बेडरिडन वृद्धांना सांभाळतात. मासिक शुल्क रु. ५०००/- अनामत रु. १०००/-.
३.	रजपूत फौंडेशन चॅरिटेबल हॉस्पिटल व वृद्धाश्रम, ओम्‌शांती नगर, बेगर होमजवळ, चंदनसार रोड, विरार (पू), ठाणे. संपर्क -९५२५०/ २५२७०१४/२५२८३९२. डॉ. विनोदिनी रजपूत, मुंबई. दू.ध्व. २६३६२५५८.	आजारी, बेडरिडन वृद्धांना, मतिमंदांना सांभाळतात. प्रवेश फी २०००रु. अनामत ५०००रु. मासिक शुल्क १) २५००रु. २) ३०००रु. व ३) ३५००रु.
४.	सुमन मॅटर्निटी ॲन्ड नर्सिंग होम, सहयोग सोसा., पहिला मजला, गावडे नगर, कोकणी पाड्याजवळ, दहिसर (पू), मुंबई. संचालक - डॉ. गावडे, दू.ध्व. २८९३५७५४	आजारी, अपंग वृद्धांना सांभाळतात. नर्सिंग होमचा दूरध्वनी २८९६६७३१. मासिक देय, अनामत संबंधात फोनवर चौकशी करावी.
५.	आस्था हॉस्पिटल ॲन्ड ओल्ड ऐज केअर सेंटर, सिडको कमर्शियल कॉम्प्लेक्स, १५-१६, १ला	आजाऱ्यांसाठी मासिक देय ६०००रु. अनामत १००००रु. (रिफंडेबल). हिंडत्या फिरत्या

क्र.	वृद्धाश्रमाचे नाव व पत्ता	वृद्धाश्रमातील सोयी-सुविधा
	मजला, प्लॉट नं. ३१, सेक्टर ५, सानपाडा, नवी मुंबई ४००७०५.	व्यक्तींनाही मासिक ५०००रु. घेऊन सांभाळतात. संपर्क - डॉ. महावीर ९८६९१०४४५६, श्रीमती जयश्री महावीर - ९८९२१७६०९.
६.	राजपाल रुग्णालय, प्लॉट नं.१३, सेक्टर १०, कोपरखैराणे, नवी मुंबई- ४००७०९. दू.ध्व.२७५४९९११, २७५५०१०१.	एका खोलीत दोन रुग्ण- मासिक देय ६०००रु. अनामत १००००रु. एका खोलीत एक रुग्ण - मासिक देय ८०००रु. अनामत १५०००रु. आजारी, मतिमंदांना सांभाळतात.
७.	राजीव-रजन आधारघर, स्थापना २०-११-१९९७. विकलांगांना अखेरपर्यंत सांभाळतात. व्यवस्थापक- श्री. अजय शिर्के. दू.ध्व. ९५२१४३/२३८१३१. मु. शांतीवन, नेरे, पनवेल, जि. रायगड.	एकूण जागा ४२. रिकाम्या जागा आहेत. मासिक देय ३०००रु. प्रवेश फी १०००रु. अनामत ६०००रु. वयाची अट नाही.
८.	धन्वंतरी वृद्धाश्रम, (स्थापना १/२/२०००) पाटील बिल्डींग, शांतीनगर, रोड नं २७, वागळे इस्टेट, ठाणे (प), दू.ध्व. २५८२१९१०. बेडरिडन वृद्धांना प्रवेश देतात.	१अ) एकूण जागा ३०. १ब) रिकाम्या जागा २४. २) वयाची अट नाही. ४) मासिक ४०००रु., अनामत ४०००रु. ५) मासिक ३०००रु. अनामत ३०००रु. ६) ७अ) ८अ) ९अ) १०अ) ११ब) १२)
९.	शल्यवेध रुग्णालय, ठाणे. दू.ध्व. २५३६१११५ डॉ. सोनल, नित्यानंद आरोग्य धाम, कनकादित्य सोसायटी,	आजारी वृद्धांना सांभाळतात. शुल्क ३००रु. प्रतिदिन.

क्र.	वृद्धाश्रमाचे नाव व पत्ता	वृद्धाश्रमातील सोयी-सुविधा
२१.	अस्वस्थ शुश्रुषा केंद्र, संस्थापिका- सौ. सुनंदा पात्रीकर, १९६, नेलको सोसायटी, सुभाष नगरच्यामागे, नागपूर २२. संपर्क - श्री. वसंत धुमाळ. दू. २२७२००. पेजर क्र. ९६९६-७२०७५९.	हिंडत्या फिरत्या वृद्धाला मासिक शुल्क २०००रु. देणगी २००००रु. परावलंबी वृद्धाला मासिक ३५००रु. देणगी बेडरिडन वृद्धाला प्रतिदिन २००रु. ते २५० रु. शिवाय पंधरा दिवसांचा खर्च आगाऊ द्यावा लागतो. ६) ९ब) १०ब)
	- प्रौढ मतिमंदांच्या निवासी संस्था -	
१.	निर्धार, ४८ अे, टोकरे-कणेर, विरार (पू), ता. वसई, जि. ठाणे -४०१३०३ दू. ९१२-५७११९०. मुंबई संपर्क- श्री. श्रीपाद शेंडे. दू. ध्व. २४३०६६६६.	१८ वर्षावरील मतिमंदांना सांभाळतात. तो आजारी नसावा. जे. जे. रुग्णालयातील शासकीय डॉक्टरांचे सर्टिफिकेट प्रवेशाकरता आवश्यक. एकूण जागा ३०. रिकाम्या जागा १०. महिना २५००रु. देणगी ३००००रु.
२.	अस्तित्त्व मतिमंद मुलांची शाळा, स्टेट बँक रोड, एम्.आय्.डी.सी., डोंबिवली (पू), जिल्हा- ठाणे - ४२१२०३. दू. ध्व. ९५२५१/२४७१३५८, २४२१२७९.	मासिक शुल्क १९००रु., अनामत १५००रु., देणगी ५००००रु.
३.	घरकुल, निवासी संस्था, मु. खोणी, ता. कल्याण, जि. ठाणे.	मासिक १५००रु.

क्र.	वृद्धाश्रमाचे नाव व पत्ता	वृद्धाश्रमातील सोयी-सुविधा
४.	आधार, (स्थापना-१९९४), ठाकूरवाडी, मुळगांव, बदलापूर (प). सेन्ट्रल रेल्वे, अॅसोसिएशन ऑफ पेरेन्ट्स् ऑफ मेन्टली रिटार्डेड चिल्ड्रेन, शुश्रुषा बिल्डींग, रुपी बँकेच्या समोर, चरई, ठाणे (प), दू. ध्व २५३३०८९५.	मतिमंदांना अखेरपर्यंत सांभाळतात कमी काळासाठीही सांभाळतात. मासिक देय १५००रु. सभासद फी. १०००रु. अनामत १५००रु. पालकांच्या पश्चात् त्यांच्या मतिमंद मुलांना सांभाळतात. संपर्क- डॉ. फडणीस, दू. ध्व. ९५२५१/२६९१४७६.
५.	श्री. एस.पी. बेरु संचालित बेरु मतिमंद प्रतिष्ठान, (स्थापना १९/१/१९८९), बारवी डॅम रोड, राहटोली, बदलापूर (प), सेन्ट्रल रेल्वे, जि. ठाणे. दू.ध्व. ९५२५१/२६७०५८९, २५२५१/२६७३८१८.	येथे मतिमंद मुलंमुली व बेडरिडन आजाऱ्यांना सांभाळतात. मासिक रु. ३०००/-, औषधाचा खर्च रुग्णाचा. चौकशी ११ ते ५.
६.	जीवन ज्योत मंडळ, प्लॉट नं. ६२, तरटे कॉलनी, कर्वे रोड, पुणे ४११००४. दू.ध्व. ९५२०/२५३८०७९२	मासिक १५००रु. देणगी नाही. अनामत नाही. मुलांसाठी निवासी.
७.	साधना व्हिलेज, प्रियांकित अपार्टमेन्ट, नं. १, लोकमान्य कॉलनी, पौड रोड, पुणे ३८. संपर्क- श्री. देशपांडे. दू.ध्व. ९५२०/२५३८०७९२.	१८ वर्षावरील प्रौढ मतिमंदांस सांभाळतात. मासिक देय २५००रु. अनामत २००००रु.

क्र.	वृद्धाश्रमाचे नाव व पत्ता		वृद्धाश्रमातील सोयी-सुविधा
८.	द अॅन्करेज (प्रौढ मतिमंदांची) निवासी कार्यशाळा, उजमशी भवन १२७, वि. पटेल रोड, मुंबई ४००००४.	९.	स्कूल फॉर चिल्ड्रेन इन नीड ऑफ स्पेशल केअर मतिमंद मुलांची शाळा, परेल बॅक रोड, शिवडी हिल, शिवडी रोड मुंबई ४०००३३. (निवासी व अनिवासी)
१०.	होम फॉर मेंटली डेफिशियंट चिल्ड्रेन, व्ही. एन. पुरव मार्ग, मानखुर्द. मुंबई ४०००८८. दू. ध्व. २५५१११२६.	११.	दिलासा वसतिगृह, साईबाबा सेवाधाम, मुंबई-पुणे रस्ता, १५ वर्षाआतील मतिमंद व अपंग मुलांची निवासी संस्था, कान्हेफाटा, व्यवस्थापिका-सोनाताई. मासिक देय ऐच्छिक, ऐपतीनुसार दू. ध्व. ९५२११४-२६२५७४.
१२.	महाराष्ट्र शिक्षण संस्कार प्रतिष्ठानचे संस्कार केंद्र, (निवासी) मतिमंद मुलांची शाळा, पिरंगुट, ता. मुळशी, जि. पुणे.	१३.	भारतीय अपंग पुनर्वसन शिक्षण संस्था संचालित मतिमंद मुलांची शाळा, (निवासी) जिया उद्दीन डेपो, देवळाली, जि. नासिक.
१४.	शिरूर येथे प्रौढ स्त्रियांची (मतिमंद) निवासी संस्था. विनामूल्य.	१५.	अहमदनगरला प्रौढ पुरुषांची (मतिमंद) निवासी संस्था. विनामूल्य.
१६.	दिशा शिक्षण व विकास केंद्र संचालित चैतन्य अपंगमती विकास विद्यालय, (निवासी). आशीर्वाद निवास, संकेश्वर रस्ता, गडहिंग्लज, जि. कोल्हापूर ४१६५०२.	१७.	बोधवर्धिनी, कै. यशवंतराव चव्हाण विश्वस्त मंडळाचे विद्यालय व वसतिगृह, जुनी पाण्याची टाकी, हैदराबाद बँक कॉलनीजवळ, आंबेजोगाई, जि. बीड ४३५५१७.

क्र.	वृद्धाश्रमाचे नाव व पत्ता		वृद्धाश्रमातील सोयी-सुविधा
१८.	श्री. गजानन महाराज संस्थान संचालित श्री. गजानन महाराज मतिमंद विद्यालय, शेगांव, जि. बुलढाणा, ४४४२०३. (निवासी)	१९.	विकलांग शिक्षण संस्थेचे निवासी मतिमंद विद्यालय, लाईनगल्ली, देगलूर, जि. नांदेड, ४१३७१७.

- शेवटच्या अवस्थेतील कॅन्सर रुग्णाला सांभाळणाऱ्या संस्था -

१.	शांती आवेदना आश्रम, (स्थापना १९८६), २१६, माऊन्ट मेरी रोड, वांद्रे, मुंबई- ४०००५०. दू. ध्व. २६४२७४६४.	केवळ कॅन्सर पीडित असाध्य रुग्णांना (कोणत्याही वयाच्या) विनामूल्य अखेरपर्यंत सांभाळतात. वेदना मुक्तीची औषधे देतात. बांद्रा स्टेशन-पासून बस क्र. ७०, २११, २१२ २१४, २१५, २१९ व २२१.
२.	अमृतकृपासागर शुश्रुषालय, वालीवली गांव, मांजरली रस्ता, बदलापूर (सेंट्रल रेल्वे), जि. ठाणे.	येथे शेवटच्या अवस्थेतील कॅन्सरच्या रुग्णांना अखेरपर्यंत विनामूल्य सांभाळतात. दू. ध्व. ०२५१-२६९११३८.
३.	सिप्ला कॅन्सर परिहार सेवा केंद्र, रुग्ण सेवा प्रशिक्षण प्रकल्प, सर्वे नं. ११८/१ वारजे, पॉप्युलर नगरसमोर, मुंबई-बंगलोर रस्त्यानजिक, पुणे ४११०२९. दू.ध्व. ९५२०-२५४६६८३५.	कॅन्सरच्या अखेरच्या अवस्थेतील रुग्णांची सेवा, देखभाल करण्याचे प्रशिक्षण देणारी संस्था. रुग्ण व त्याच्याबरोबर एका नातेवाईकाला प्रवेश देतात. एकूण जागा ५०. विनामूल्य. रिकाम्या जागा आहेत.

आजाऱ्यांची देखभाल करण्याकरता आया / बॉईज / नर्सेस सशुल्क पाठवणाऱ्या संस्थांचे दू.ध्व. क्रमांक

क्र.	संस्थेचे नाव	फोन नंबर
१.	मानव सेवा संघ, घाटकोपर.	२५१५३४९३.
२.	ममीज् एम्प्लॉयमेंट, दहिसर.	२८९३८६९४.
३.	साई सर्व्हिसेस, कलिना.	२६१८७१९७.
४.	जिजामाता महिला केंद्र, विलेपार्ले	२६१२२९८९, २६१३१५९२. वेळ सायं. ५ ते ७. प्रतिदिन १३० रु.
५.	बीना नर्सेस ब्युरो, सायन.	२४०७४८९०/२४०७८२८३. २४०९३८३०/२४०९५०५०.
६.	छाया नर्सेस ब्युरो, सायन.	२४०९४९६५, २४०९४६३७, २४०९४९३९.
७.	प्रिया नर्सेस ब्युरो, मिरा रोड.	२८१२३३५१ मोबाईल ९८२०९४९३१६.
८.	साई नर्सेस ब्युरो, दादर.	२४३६७७१०, २४३६७२४६.

वृद्धांना विनामूल्य सांभाळणारे वृद्धाश्रम –

खाली नाव व पत्ता लिहिलेल्या वृद्धाश्रमातून वृद्धांना विनामूल्य सांभाळतात. त्यांची अधिक माहिती आमच्या चौकशी केंद्रात उपलब्ध आहे.

१. ''विसावा'' वृद्धाश्रम, मु. पो. खळेगांव, ता. लोणार, जि. बुलढाणा.

२. ''भामजी महाराज'' वृद्धाश्रम, पिंप्री खुर्द, पो. अरक, ता. मंगरुळपीर, जि. अकोला.

३. ''श्री. प्रभू प्रबोधन वृद्धाश्रम'', रिद्धपूर, ता. मोर्शी, जि. अमरावती.

४. ''स्वामी विवेकानंद वृद्धाश्रम'', रेल्वे स्टेशनजवळ, सावनेर, जि. नागपूर.

५. ''संत श्री दोळा वृद्धाश्रम'', उमरी पठार, ता. आरणि, पो. महाळुंगी, जि. यवतमाळ.

६. ''कै. राजीव गांधी निवासी वृद्धाश्रम'', दापका (राजा), ता. मुखेड. जि. नांदेड.

७. ''संध्या-छाया वृद्धाश्रम'', संचलिका श्रीमती इंद्रायणी बोधनकर. उद्योगनगर, नृसिंह गल्ली, होळी, नांदेड– ४३१६०२.

८. ''दुर्गावती वृद्धाश्रम'', स्वामी विवेकानंद समाजसेवा संस्था संचालित, जे/१३ लक्ष्मीनगर, नागपूर.

९. ''शांताई वृद्धाश्रम'', बामनवाडी, जांबोरी रोड, ता. जि. बेळगाव, कर्नाटक.

१०. ''श्री. काडसिद्धेश्वर सिद्धगिरी वृद्धाश्रम'', कणेरी मठ, कोल्हापूर.

११. ''होम फॉर एजेड अॅन्ड हॅन्डीकॅप्ड'', उंटखाना, नागपूर ४४००९.

१२. ''श्री. साई वृद्धाश्रम'', मौजा बिजेवाडा, ता. रामटेक. जि. नागपूर.

१३. ''काशिगोविंद वृद्धाश्रम'', लोहारी रोड, अकोट, जि. अकोला. पिन. ४४४१०१.

१४. ''श्री. विनोबा भावे वृद्धाश्रम'', वरवंटी, पो. पोहनेर, ता. जि. उस्मानाबाद. पिन. ४१३५०१.

१५. ''श्री. वेताळेश्वर वृद्धाश्रम'', लाडेगाव, ता. केज. जि. बीड.

१६. ''श्री. स्वामी बसवेश्वर वृद्धाश्रम'', मु. पो. साकोळ, ता. निलंगा, जि. लातूर, पिन. ४१३५४४.

१७. ''श्रीमती चंद्रभागाबाई वनलवाड वृद्धाश्रम'', केंद्र कुरळा, ता. कंधार, जि. नांदेड. पिन. ४३१७४२.

१८. ''अनाथ वृद्ध आनंद आश्रम'', अकलकुवा. जि. नंदुरबार. पिन. ४२५४१९.

मातोश्री वृद्धाश्रम योजना

महाराष्ट्रातील ग्रामीण भागातील वृद्धांच्या समस्यांचे निवारण कण्यासाठी, विशेषत: आर्थिक दृष्ट्या दुर्बळ असलेल्या वृद्धांसाठी, मातोश्री वृद्धाश्रम योजना आखून ती बहुतांशाने कार्यान्वीत करून महाराष्ट्र शासनाने वृद्धांसाठी फार मोठे मोलाचे कार्य केलेले आहे. एकतीस जिल्ह्यांपैकी प्रत्येक जिल्ह्यांत स्थानिक वृद्धांसाठी एक वृद्धाश्रम. कार्यान्वीत करण्याचे शासनाने ठरवले व त्यानुसार एकतीस जिल्ह्यांपैकी पंचवीस जिल्ह्यातील वृद्धाश्रम आता प्रत्यक्ष कार्यान्वीत झालेले आहेत असे कळते. मुंबई, सातारा, सांगली, बुलढाणा, उस्मानाबाद, चंद्रपूर या सहा जिल्ह्यातील वृद्धाश्रम अजून कार्यान्वीत होऊ शकलेले नाहीत. ज्या पंचवीस जिल्ह्यात ते कार्यान्वीत झालेले आहेत. त्यांची नावे व पत्ते येथे खाली दिलेले आहेत.

ज्या स्थानिक वृद्धाचे वार्षिक उत्पन्न बारा हजारापेक्षा कमी आहे अशा वृद्धाला या मातोश्री योजनेतील वृद्धाश्रमात अखेरपर्यंत विनामूल्य सांभाळले जाते. ज्या वृद्धाचे वार्षिक उत्पन्न बारा हजारापेक्षा अधिक आहे, त्या वृद्धाकडून महिना रु. ५००/- मासिक शुल्क घेऊन त्याला सांभाळले जाते. या वृद्धाश्रमातून पुरुषांसाठी प्रवेशाचे वय ६० वर्षे तर स्त्रियांसाठी ५५ वर्षे आहे. तेथे सर्व वृद्धांना दिवसाकाठी दोन वेळा भोजन, एक वेळ नाष्टा व तीन वेळा चहा दिला जातो.

संपर्क : जिल्हा समाजकल्याण अधिकारी

क्र.	जिल्हा	वृद्धाश्रमाचे नाव	पत्ता
१.	ठाणे	मातोश्री वृद्धाश्रम	मु. सोर, ता. भिवंडी, जि. ठाणे. (खडवली स्टेशन सेन्ट्रल रेल्वे)
२.	रायगड	मातोश्री वृद्धाश्रम	मु. पो. कोंडीवले, राजेवाडीजवळ, जि. रायगड.
३.	रत्नागिरी	मातोश्री वृद्धाश्रम	मु. अंबये, ता. खेड, जि. रत्नागिरी.
४.	सिंधुदुर्ग	मातोश्री वृद्धाश्रम	मु. सांगवे, ता. कणकवली, जि. सिंधुदुर्ग.
५.	नाशिक	मातोश्री वृद्धाश्रम	मु. नवीन सामनगाव, ता. जि. नाशिक, दूरध्वनी– २००६९.
६.	धुळे	मातोश्री वृद्धाश्रम	नकाणे तलाव, साक्रीरोड, धुळे.

७.	जळगाव	मातोश्री वृद्धाश्रम	मु. सावरखेडा, बुद्रुक, ता., जि. जळगाव.
८.	अहमदनगर	मातोश्री वृद्धाश्रम	मु. विळदघाट, नगर-मनमोड रोड, अहमदनगर.
९.	पुणे	मातोश्री वृद्धाश्रम	कर्वेनगर, कर्वे रोड, विठ्ठल मंदिराजवळ, पुणे.
१०.	सोलापूर	मातोश्री वृद्धाश्रम	श्री. तनपुरे महाराज सदगुरु प्रसाद संस्था. पंढरपूर.
११.	कोल्हापूर	मातोश्री वृद्धाश्रम	नामदेववाडी, ता. करवीर, जि. कोल्हापूर.
१२.	अकोला	मातोश्री वृद्धाश्रम	मौजे शिवापूर, जि. अकोला.
१३.	अमरावती	मातोश्री वृद्धाश्रम	मौजे मालेगाव, ता., जि. अमरावती.
१४.	यवतमाळ	मातोश्री वृद्धाश्रम	मौजे तिकाना, ता., जि. यवतमाळ.
१५.	नागपूर	मातोश्री वृद्धाश्रम	आदासा सोनपूर, ता. कळमेश्वर, जि. नागपूर.
१६.	वर्धा	मातोश्री वृद्धाश्रम	मेधे रसुलाबाद रोड, जि. वर्धा.
१७.	भंडारा	मातोश्री वृद्धाश्रम	(चांदणी टोळा) नागर, जि. गोंदिया.
१८.	चंद्रपूर	मातोश्री वृद्धाश्रम	भिवकुंड, निरजपूर-बल्लारमा मार्ग, जि. चंद्रपूर.
१९.	गडचिरोली	मातोश्री वृद्धाश्रम	चामोशी रोड, गड चिरोली.
२०.	औरंगाबाद	मातोश्री वृद्धाश्रम	गट नं. ११४, नक्षत्रवाडी, पैठणरोड, जि. औरंगाबाद.
२१.	जालना	मातोश्री वृद्धाश्रम	गट नं. ५४, गणेशनगर, आंबडेरोड, जि. जालना.
२२.	बीड	मातोश्री वृद्धाश्रम	सर्व्हे नं. ५७४, जि. बीड, आंबेजोगाई.
२३.	परभणी	मातोश्री वृद्धाश्रम	परभणी.
२४.	नांदेड	मातोश्री वृद्धाश्रम	मदनापूर, किनवट, जि. नांदेड.
२५.	लातूर	मातोश्री वृद्धाश्रम	मुक्काम आर्वी, ता. जि. लातूर.

■

घर

'असावे घरकुल अपुले छान' असे प्रत्येकालाच वाटत असते आणि त्यात गैर काहीच नाही. चिमणी-कावळ्यांनाही स्वतःचे घरटे असावे, त्यांत आपली पिल्ले वाढवावी असे वाटते; मग आपण तर माणसे!

चाळिशीनंतर हा महत्त्वाचा धागा मानून घराचा विचार करायचा तर दोन मुद्द्यांचा विचार करावा लागेल.

१) घर / सदनिका केव्हा घ्यावे?

२) आपले आई-वडील व पुढे आपण वृद्ध होणार आहोत. या दृष्टीने घरात कोणकोणत्या सोईसुविधा असाव्यात?

नुकताच माझ्या एका मित्राने बांधलेला बंगला पाहण्याची संधी आली. हा बंगला म्हणजे उत्कृष्ट स्थापत्याचा एक उत्तम नमुना आहे. चारी बाजूला बाग, ४-५ पायऱ्या चढून गेले की व्हरांडा. एक छोटी पायरी चढून गेले की हॉलमध्ये प्रवेश. हॉलमधूनच वरील मजल्यावर जाण्यासाठी सुंदर जिना, तळमजल्यावर एक पायरी उतरून किचन कम डायनिंग हॉल, शेजारीच सुंदर देवघर, स्टोअर रूम, गेस्ट रूम, वरच्या मजल्यावर चार खोल्या, दुसऱ्या मजल्यावर दोन खोल्या, मोठी गच्ची, सोलर वॉटर हीटर इ. इ.

मी सहज मित्राला विचारले, "खर्च किती आला?" "जवळ जवळ बत्तीस लाख. वीस लाखांचे कर्ज मिळाले, स्वतःचे ८-९ लाख शिल्लक होते. बाकीचे करू हळू हळू." घरी आल्यावर मी विचार करीत बसलो, पंचावन्नाव्या वर्षी एवढा मोठा बंगला बांधायची काय गरज होती? आता बँकेचे कर्ज फेडण्याच्या चिंतेत ५ वर्षे जाणार तोपर्यंत मुलगी लग्नायोग्य होणार आणि मुलगा नोकरी किंवा व्यवसाय सुरू करेल. तो कोणत्या गावी असेल सांगता येत नाही. पाहता पाहता साठी उलटून जाईल आणि एवढ्या मोठ्या घरांत नवरा-बायको दोघेच उरतील. तळमजला फक्त वापरात राहील.

ज्यांना हौस आणि पैसा दोन्ही आहे त्यांनी मोठा बंगला किंवा मोठी सदनिका घेण्याची हौस जरूर करावी. पण स्वतःच्या (पती व पत्नी) वापरासाठी

३ खोल्या ठेवून बाकीच्या भागाला स्वतंत्र प्रवेशही असावा. मुलगा स्वतंत्र पण शेजारीच राहावे म्हणाला तर त्याची सोय होईल. अन्यथा भाडेकरू ठेवून मिळकत आणि शेजार अश्या दोन्ही सोई करता येतील.

साठीच्या जवळपास (निवृत्त झाल्यावर) हाती मोठी रक्कम येते आणि मोठी सदनिका किंवा बंगला बांधावा असे वाटते. या वयापर्यंत मुलांच्या दिशा ठरलेल्या असतात आणि घरात कोण कोण राहणार हे ठरलेले असते. आपली गरज पाहून त्याप्रमाणे घरकुल करणे, तेही कर्ज न घेता शक्य होते.

निवृत्त होताना जमलेले पैसे आणि मुलांचे काही पैसे असे मिळून मोठे घर करण्याचा मोह अनेकांना होतो. पुढेमागे मुलगा-सून यांच्याशी पटेनासे झाले तर घरही नाही आणि पैसेही नाहीत अशी स्थिती अनेकांची झालेली आपण पाहतो. ('दागिने पॉलीश करून देतो असे सांगून फसविले' ही बातमी नावे, जागा बदलून जवळ जवळ रोज आपण वाचतो आणि तरीही शहाणपण येत नाही.) हा मोह टाळलाच पाहिजे. घराचा किमान काही भाग आपल्या व पत्नीच्या नावावर कागदोपत्री ठेवलाच पाहिजे. मुलगा, सून यांना घर तुमच्या पश्चात मिळेलच पण तोपर्यंत वाईट ते गृहीत धरून वाटचाल करा. चांगले झाले तर उत्तमच पण नको ते घडले तर पश्चात्तापाची पाळी येणार नाही.

माझ्या मते घर/सदनिका होण्याचे योग्य वय म्हणजे वय वर्षे ३० ते ४५. या काळात तुम्ही नोकरी व्यवसायांत स्थिर झालेले असता, आपल्या मिळकतीचा अंदाज आलेला असतो, कर्ज मिळणे सुलभ असते आणि ते फेडण्याची उमेदीची वर्षे शिल्लक असतात. सर्वांत महत्त्वाचे म्हणजे मोठे घर किंवा सदनिका घ्यायच्या तर एकाच मजल्यावरील दोन सलग घ्याव्या म्हणजे जरुरीप्रमाणे मधले दार उघडले की मोठे घर, दरवाजा बंद केला की दोन घरे.

आता वृद्धांच्या सोईच्या दृष्टीने घरातील सोई काय असाव्यात याचा विचार करू या. सुरुवात अर्थातच प्रवेशापासून. तळमजला उत्तमच. पण शक्य नसल्यास ८-१० पायऱ्यांपेक्षा जास्त असू नयेत. त्याहीपेक्षा वरच्या मजल्यावर वास्तव्य असेल तर लिफ्टची सोय असावी. जिन्याला एका बाजूस आधारासाठी धरता येईल एवढ्या उंचीवर रेलींग असावे. जमिनीवरून ३-४ पायऱ्या चढून मग प्रवेशद्वार असेल तर पायऱ्यांपेक्षा खडबडीत केलेला उतार असावा. दारावरील घंटेचे बटन फार उंचावर नसावे. साधारणतः जमिनीपासून ४ ते ४॥ फुटावर असावे. पाठीला बाक येणे, सांधे आखडणे, यामुळे हात उंच करून बटण दाबणे म्हातारपणी त्रासदायक होते. भिंतीचा व बटनाचा रंग एक नसावा. दृष्टी थोडी अधू झाली की बटण सापडणे अवघड जाते. दार बंद करून कुलूप लावणे, उघडणे या सोईही योग्य उंचीवर असाव्या, जेणेकरून ही कामे वृद्धांना

सहजी करता येतील. बाहेर कोण आले आहे हे पाहण्यासाठी दरवाजाला जे छोटे भोक असते तेही योग्य उंचीवर असावे. टाचा उंच करून त्यातून पाहण्याची गरज न पडता डोळ्यांच्या पातळीतच हे भोक असावे. घरात प्रवेश केल्या केल्या बसण्यासाठी १/२ खुर्च्या किंवा बाक असावे. बाहेरून आल्यावर वृद्धांना दम लागायची शक्यता असते. घरात आल्या आल्या पाच मिनिटे बसावे असे वाटणे साहजिक आहे.

दिवाणखान्यातील बैठक व्यवस्था फार बुटकी किंवा फार उंच असू नये. बसता उठताना गुडघ्यांना फारसा त्रास होणार नाही इतपत उंची असावी. अनेक छोटी टेबले, त्यावर महागड्या सहज फुटू शकतील अश्या वस्तू मध्ये असू नयेत. भिंतीच्या कडेला शोकेसमध्ये अशा वस्तू असणे चांगले; म्हणजे वृद्ध व लहान मुले यांच्या हातून त्यांना धक्का लागण्याची शक्यता कमी होते. घरातील टाईल्स गुळगुळीत नसाव्यात.

फोनशेजारी, महत्त्वाच्या फोन नंबरची यादी मोठ्या अक्षरांमध्ये असावी. उदा. डॉक्टर, पोलीस, हॉस्पिटल, अँब्यूलन्स, जवळचे नातेवाईक, घरातील सर्वजण बाहेर जाणार असतील तर जेथे जाणार तिथला फोन नंबर, घरच्यांचे मोबाईल नंबर्स इत्यादी.

वृद्धांना शक्यतो स्वतंत्र खोली असावी. म्हणजे त्यांच्या झोप न येण्याचा, खोकण्याचा त्रास इतरांना होणार नाही व तरुणांच्या उशिरापर्यंत टी.व्ही. बघण्याचा त्रास वृद्धांना होणार नाही. खोलीत कमीत कमी सामान असावे. कॉट, एक टेबलखुर्ची, एक कपाट, टेबलावर लेखन-वाचन साहित्य. बॅटरी, औषधे, पाण्याचे तांब्याभांडे अशा वस्तू असाव्यात.

खोलीला जोडूनच संडास, न्हाणीघर असावे. न्हाणीघरात आंघोळीस बसण्यासाठी योग्य उंचीचे स्टूल असावे. मांड्यांच्या स्नायूंमधील ताकद कमी झाल्यामुळे उठताना त्रास होतो. हातांनी आधार घेण्यासाठी जमिनीपासून साधारण चार फुटावर दणकट आडवा बार लावावा. संडास व न्हाणीघरात Exhaust Fan असावा. म्हणजे वाफ, कोंदटपणा यामुळे होणारी घुसमट होणार नाही. संडास व न्हाणीघर एकत्र असणे वृद्धांच्या दृष्टीने चांगलेच. त्यामुळे एकावेळी वापरता येणारी खोली मोठी होते. दाराला आतील कडीजवळ छोटी खिडकी असावी; व त्यावर अर्धपारदर्शक प्लॅस्टिकचा कागद लावावा. काच लावल्यास ती फोडताना काचेचे तुकडे आतील वृद्धास लागणे शक्य असते. संडास न्हाणीघराची दारे बाहेर उघडणारी असावीत. वृद्ध आत बेशुद्ध झाल्यास आत उघडणारे दार उघडणे त्रासाचे तर होतेच शिवाय आतील वृद्धास इजा होण्याची शक्यता असते.

संडासात कमोड (शक्यतो फोल्डिंग), आधाराला धरून उभे राहण्यासाठी आडवा बार या गोष्टी हव्यातच. संडास, बाथरूम व कॉटपाशी साधी हाताने वाजवण्याची घंटा असावी. म्हणजे काही त्रास होत असल्याची सूचना घरातील इतरांना देणे सोईचे जाते. विजेवरची घंटा नको अशासाठी की तिचे बटण न सापडणे, वीज नसणे, तसेच बटण ओढले जाऊन वायर तुटणे, शॉक बसणे या गोष्टी टळाव्या.

घरामध्ये एका खोलीतून दुसऱ्या खोलीत जाताना शक्यतो पायरी नसावी. इंग्रजी U आकाराचे वळण नसावे. असे वळण घेताना चक्कर आल्यासारखे वाटते. एकंदरीत काय तर घरामध्ये अपघात होण्याची शक्यता कमीत कमी असावी, झाल्यास मदत लवकरात लवकर करता यावी. जेणेकरून वृद्ध व तरुणांचे वास्तव्य जास्तीत जास्त सुखकर व्हावे! तसेच निर्धोकही व्हावे!

■

आर्थिक तयारी

आपण सतत आपल्या पुढील ५-१० वर्षांचा काळ डोळ्यासमोर ठेवून त्या काळाला सामोरे जाण्याची तयारी करत असतो. बाळपणी आपल्यातर्फे आपले आई-बाबा आपल्याला चांगल्या शाळेत प्रवेश मिळावा या दृष्टीने तयारी करत असतात. शाळेत असताना चांगले कॉलेज मिळण्याची, कॉलेजात असताना चांगले उच्चशिक्षण मिळावे जेणे करून आपल्याला चांगली नोकरी किंवा व्यवसाय करता येईल याचसाठी आपण झटत असतो. नोकरी/व्यवसाय करताना प्रमोशन किंवा व्यवसाय वृद्धीच्या दृष्टीने आपण प्रयत्नशील असतो. चाळिशी उलटल्यावर मुलगा, सून, नातवंडे यात आपण गुंतून जातो. कपाळ विशाल होत चालले आहे, केसांचा टोप वापरावा का? रूपेरी बटांना कलप करावा का? हा विचार करता करता नोकरीतून निरोप समारंभाचा दिवस येऊन ठेपतो. व्यवसायातून अंग काढून घेऊन पुढच्या पिढीवर जबाबदारी टाकण्याची वेळ येते. निवृत्ती सुरू होते. आता ऑफिसला जाण्याची धावपळ नाही, वेळेचा गुलाम बनण्याची गरज नाही. मस्त लोळत पडावे, सावकाश आंघोळ करावी असे थोडे दिवस जातात. मग त्याचाही कंटाळा येऊ लागतो. आर्थिक चणचण भासू लागते. फंडाचे आलेले पैसे मुलांना नवा ब्लॉक घेण्यासाठी देऊन टाकलेले असतात. येणारी पेन्शन पुरी पडत नाही. त्यातच डॉक्टर सांगतात की मोती बिंदू झालेला आहे. ऑपरेशन करायला हवे! मग धावाधाव सुरू होते. अधिकतर वृद्धांची अवस्था हीच असते. ती तुमची होऊ देऊ नका. मला नेहमी मानवी स्वभावाची गंमत वाटते! जन्मल्यावर बालपण, तारुण्य, प्रौढत्व, वृद्धत्व आणि मृत्यू या निश्चित येणाऱ्या अवस्था. पण वृद्धत्व आणि मृत्यू या दोन अवस्थांची तयारी तर सोडाच पण विचारही आपण टाळत असतो.

आपण नोकरी व्यवसायात स्थिरस्थावर झाल्यावर आपल्या दरमहाच्या मिळकतीचा अंदाज आपल्याला येतो. त्याचा विनियोग कसा कसा करायचा हे ठरवा. घरखर्च, मुलांचे शिक्षण, आजारपण हे वजा जाता शिल्लक किती राहील हे ठरवा आणि पुढील बाबींवर किती खर्च करायचा हे ठरवा. एक मात्र करा–

मी पुढे मांडत असलेल्या प्रत्येक खात्यावर थोडीतरी रक्कम खर्ची पडलीच पाहिजे.

१) बचत – दरमहा बचत खात्यात थोडेतरी पैसे टाकलेच पाहिजेत. हेच खाते अचानक येणाऱ्या खर्चाला (प्रवास, आजारपण) उपयोगी पडते. मनाशी एक आकडा ठरवा, तेवढे पैसे जमल्यावर त्यापुढे जमणारी रक्कम अल्पकालीन मुदतठेव करा.

२) विमा – आयुर्विम्याला पर्याय नाही हे अगदी खरे आहे. दुर्दैवाने तुम्हाला अपमृत्यू आला तर विमाच तुमच्या कुटुंबाला तारणार आहे. तुमच्या गरजेप्रमाणे योग्य मुदतीचे विमे उतरवा. उदाहरणार्थ –

अ) मुला-मुलींची लग्ने होण्याच्या सुमारास संपणारा एक विमा असावा.

ब) मुलांचे उच्च शिक्षण सुरू होण्याच्या सुमारास एका विम्याचे पैसे मिळावेत. जेणेकरून प्रवेशाच्या वेळेचे खर्च सहजगत्या व्हावेत.

क) तुम्ही रिटायर होण्याच्या सुमारास तयार होणारे बाकीचे विमे असावेत. या पैशांची योग्य गुंतवणूक मासिक व्याज देणाऱ्या योजनेत गुंतवून पेन्शन न मिळणाऱ्यांनाही स्वतःची पेन्शन योजना आखता येते. इतर विम्याप्रमाणेच हप्ते भरायचे व मुदतीनंतर दरमहा ठराविक रक्कम मिळून मृत्युपश्चात मोठी रक्कम वारसांना मिळण्याच्याही एल्. आय. सी.च्या स्कीम आहेत. तुम्ही सेवानिवृत्त झाल्यानंतर हप्ता भरावा लागणार नाही अशा प्रकारे विमा मुदतीचे नियोजन हवे.

विमा उतरविताना घेण्याची काळजी –

तुमच्या गरजा, तुम्ही जास्तीत जास्त किती हप्ता भरू शकता या दोन गोष्टींची सांगड घालून योग्य प्लॅन व हप्ता ठरवा. विमा उतरवताना आपण स्वतः व कुटुंबिय यांच्या आजारातील काहीही लपवू नका. हप्ता जादा बसला तरी बिघडत नाही पण आयुर्विमा करण्यामागचा हेतूच विफल होईल असे होऊ नये.

माझे एक परिचित श्री. चव्हाण यांना वयाच्या ५१ व्या वर्षी हार्ट ॲटॅक आला व ते वारले. विम्याची मुदत संपण्यास एक वर्ष बाकी होते. विम्याचा आधार मिळेल या आशेवर कुटुंबीय होते. विम्याच्या क्लेमचा अर्ज केला. विमा अधिकाऱ्यांनी शोधून काढले की विमा करतेवेळी श्री. चव्हाणांना मानसोपचार चालू होते व ही गोष्ट त्यांनी विमा करताना सांगितली नव्हती त्यामुळे विमा रक्कम मिळाली नाही. विमा हा एक करार आहे. हा करार तुम्ही दिलेल्या माहितीवर आधारीत असतो. तुम्ही काही गोष्टी लपविल्यात अगर चुकीच्या सांगितल्या तर करार रद्द ठरतो.

३) मेडिकल इन्शुअरन्स – हा अत्यावश्यक समजायला हवा. त्याचा हप्ताही मिळणाऱ्या फायद्यांच्या तुलनेत फार कमी असतो. या एकच प्रकारच्या विम्याचे हप्ते रिटायर झाल्यावरही चालू हवेत म्हणजे अचानक येणारे आजारपण, मोतीबिंदूचे ऑपरेशन, प्रोस्टेटचे ऑपरेशन व कदाचित बायपास सर्जरी, कॅन्सर या आजारांच्या खर्चाची तरी चिंता राहणार नाही.

४) गुंतवणूक – नोकरी व्यवसायात असताना विमा, पब्लिक प्रॉव्हिडंट फंड, पोस्टाच्या बचत योजना या सारख्या गोष्टींमध्ये गुंतवणूक करीत रहा. आयकर वाचवायला त्यांची मदत होतेच पण मुख्य म्हणजे या योजना सुरक्षित आहेत. प्रचंड व्याजांचे आमिष दाखविण्याऱ्या योजनांपासून लांब रहा. तुमच्या घामाचा पैसा घेऊन त्यावर चैन करायला दुसऱ्याला मिळते आणि तुम्ही मात्र कपाळावर हात मारून घेता. जवळ जवळ रोज अशा तऱ्हेच्या आर्थिक फसवणुकीच्या बातम्या वर्तमानपत्रात वाचतो आणि तरीही आपण सावध होत नाही. ज्यांच्याकडे काळा पैसा भरपूर आहे, त्यांना खुशाल या योजनांमध्ये गुंतवणूक करू दे. पैसे बुडले तर अशा लोकांचे फक्त पैसेच बुडतात; पण तुमच्या-आमच्या सारखे कष्टाने पैसे मिळवणारे संपूर्णच बुडतात. लक्षात ठेवा, हा अतिपैशाचा मोह टाळलाच पाहिजे कारण मोहाने योग्यायोग्य विचार नाहीसा होतो. विवेक नष्ट होतो आणि एकदा का बुद्धीचा, विवेकाचा नाश झाला की सर्वनाश हा ठरलेलाच.

५) कर्जफेड – अ) आई-वडील ही आपली जबाबदारी आहे असे समजा. प्रत्येक कर्त्या मुलाने व मुलीने आपल्या मिळकतीतील काही हिस्सा हा आई-वडिलांना दिलाच पाहिजे. त्यांचे ते आर्थिकदृष्ट्या सबल असले तरी द्या. ही कर्जफेड समजा. माता-पित्यांनी आपल्याला मोठे केले, शिक्षण दिले, प्रेम दिले, या जगात जगायला लायक केले. या ऋणातून अंशतः तरी मुक्त व्हा. किमान त्यांचे पैसे स्वतःच्या संसारासाठी वापरण्याचे टाळा. त्यांना अधेमधे काही उपयोगी भेटवस्तू द्या. या देण्यात आणि घेण्यात एक वेगळा आनंद आहे. आई-वडिलांनीही मुलांनी ही दिलेली पेन्शन गरज नसली तरी स्वीकारावी. तुमच्या पश्चात हे पैसे परत मुलांनाच मिळणार आहेत. 'मुले व्हावीत म्हणून आई-वडिलांनी संभोग केला नाही तर आनंदासाठी केला' हा पाश्चात्य विचार जवळही येऊ देऊ नका. सगळ्यात महत्त्वाचे म्हणजे मुलांची निरीक्षण शक्ती कल्पनेपेक्षा फार तीक्ष्ण असते. तुम्ही तुमच्या आई-वडिलांशी कसे वागता हे मुले बारीक नजरेने टिपत असतात आणि या निरीक्षणांचा परिणाम तुमच्या व त्यांच्या संबंधावर झाल्याशिवाय राहणार नाही.

ब) घर किंवा ब्लॉक घेणे, व्यवसाय सुरू करणे. एखादी मोठी वस्तू घेणे (टी.व्ही. वॉशिंग मशीन, संगणक, वाहन) यासाठी कित्येकदा कर्ज घेणे आवश्यक

ठरते. एकदम एवढी रक्कम आपल्याजवळ नसते. बचतीतून एवढी रक्कम जमा होईपर्यंत किंमती वाढत राहतात. शिवाय वेळही गेलेली असते. कर्ज घ्या पण हप्ता वेळच्या वेळी भरा. पगारातून हप्ता परस्पर कापला जाण्याची व्यवस्था सगळ्यात उत्तम. हप्ता कापूनच उर्वरित पगार हाती आला म्हणजे हप्ता चुकण्याला सबब उरत नाही. हातात आलेल्या पैशातून बाकीचे खर्च (गरज पडल्यास काही खर्चात काटकसर करून) आपोआप बसवावे लागतात.

विम्याचे हप्ते तर अजिबात चुकवू नका. पॉलीसी बंद पडली आणि दुर्दैवाने मृत्यू आला तर भरलेले पैसे वाया जाण्याची पाळी येते.

६) समाजऋण – या समाजाने आपल्याला भरभरून दिले त्याचे ऋण अंशत: तरी फेडण्याचा प्रयत्न करा. गरजू विद्यार्थांना सहाय्य करा. सत्कार्य करणाऱ्या संस्थेला देणगी द्या.

निवृत्तीनंतर दरमहा किती मिळकत असावी? पेन्शन ज्यांना मिळते त्यांना हा प्रश्न फारसा महत्त्वाचा नाही कारण महागाईच्या प्रमाणात पेन्शनही वाढत रहाते. कित्येक लोक असे आहेत की ज्यांना प्रत्यक्ष नोकरीत असताना जेवढा पगार होता, त्याच्या काही पट आज पेन्शन मिळते आहे. पेन्शन नसणाऱ्यांनी आपल्या प्रत्येकी येणाऱ्या खर्चाच्या सुमारे दुप्पट रक्कम पती व पत्नीस प्रत्येकी दरमहा मिळेल अशा रितीने गुंतवणूक करा. म्हणजे वाढत्या महागाईला तोंड देण्यास वृद्धापकाळी अडचण येणार नाही.

चाळिशीनंतर आपल्या वृद्धापकाळाची आर्थिक तयारी अशा पद्धतीने केल्यास आर्थिक विवंचनारहित वृद्धापकाळ जाईल. आणखी एक लक्षात ठेवा – **गरजा कमी करणे हा सुखी होण्याचा एकमेव मार्ग आहे!**

■

जोपासण्यासारखे छंद

रविवार माझा सुट्टीचा दिवस. रविवारी संध्याकाळी फिरणे हे एकच काम मी ठेवतो. असेच मी व माझी पत्नी बाजारपेठेत फिरत असताना फुटपाथवर एका ठिकाणी काही वृद्ध व काही लहान मुले यांचा घोळका दिसला. आयुष्याच्या या दोन टोकांना आकर्षित करणारे काय असावे या विचाराने कुतूहल जागृत झाले. पुढे जाऊन डोकावलो तर रामायण, महाभारतातल्या गोष्टींची सचित्र पुस्तके, मनाचे श्लोक, दासबोध, विवेकानंदाचे विचार, अशा धार्मिक विषयांवरच्या पुस्तकांच्या प्रती नेटकेपणाने मांडल्या होत्या. आणि त्यामागे बसले होते, माझे एक जुने स्नेही व रुग्ण श्री. केळकर. मला पाहताच जागेवरून उठले आणि नेहमीच्या प्रेमळ आवाजात म्हणाले, 'देवा, काय सेवा करू?' मी म्हणालो, 'किती वाजता स्टॉल बंद करता सांगा, मी त्यावेळी येतो.' त्यांनी सांगितल्याप्रमाणे रात्री आठ वाजता त्यांना परत भेटलो. त्यांच्या मुलाखतीमधून खूप काही सांगण्यासारखे आणि शिकण्यासारखे कळले. शासकीय सेवेत असतानाच त्यांना किर्तन करण्याचा आणि शास्त्रीय गायनाचा छंद होता. हे मला माहीत होतेच. पेन्शनही चांगली मिळत असणार. त्यामुळे निवृत्तीनंतर पैसे मिळवण्यासाठी काही करण्याची आवश्यकता नव्हती. मग त्यांनी हा उद्योग का सुरू केला? त्यांच्याच शब्दात सांगायचे तर, "देवा, (लहानपासून मोठ्यापर्यंत कोणालाही ते 'देवा'च म्हणत. प्रत्येक व्यक्तीत देवत्व पाहण्याच्या प्रवृत्तीचा तर हा परिणाम नसेल?) देवकृपेने पेन्शन चांगली मिळते. किर्तनाच्या छंदामुळे धार्मिक गोष्टी सांगण्याची आवड पण आता मोठ्या आवाजात जास्त वेळ बोलवत नाही. गाणेही जमत नाही. घरी वेळ जात नाही. वेळ जात नाही म्हणून सुनेमागे काहीतरी भुणभुण करण्यापेक्षा हा मार्ग ठरवला. सकाळी दहापर्यंत स्वत:चे सर्व आवरून थोडे जेवूनच येथे येतो. हा स्टॉल लावतो. लहान लहान मुले येतात, रामकृष्णांच्या पुस्तकात रमतात. हल्ली या गोष्टी सांगायला घरात कोणीच नसते. मुले ही पुस्तके घेतात, वाचतात. एखाद्याला पुस्तक वाचायचे असते पण जवळ पैसे नसतात त्याला त्या पुस्तकातल्या गोष्टी मी सांगतो. किंवा इथेच बसून वाचा

व वाचून झाल्यावर पुस्तक परत द्या असे सांगतो. माझ्या वयाच्याच एका गृहस्थाने रोज येथे येऊन अख्खा दासबोध वाचून काढला. चहावाला येथेच येतो. १-२ वेळा संध्याकाळपर्यंत चहा होतो. थोडी फार पुस्तक विक्री रोज होतेच आणि समजा नाही झाली तरी रिक्षाने येथे येऊन रिक्षाने रात्री परत गेलो तरी मला पेन्शन पुरेशी आहे. एखाद्या दिवशी तब्येत बरी नसली, स्टॉल लावला नाही, तरी बिघडत नाही, आवडत्या पुस्तकांच्या सान्निध्यात, समवयस्क अणि बाळगोपाळांच्या समवेत वेळ छान जातो. घरच्यांनाही त्रास नाही.''

केळकर आजोबांचे हे मनोगत ऐकून माझ्या मनात विचार आला की आपली तब्येत बरी असेपर्यंत प्रत्येक निवृत्ताने जर असा एखादा छंद लावून घेतला की, ज्यामुळे त्याचा वेळ छान जाईलच पण समाजालाही काही मिळेल. शक्य झाल्यास थोडीफार मिळकत होईल; मन गुंतलेले राहिल्यामुळे सैतानी विचारांना थैमान घालायला जागा राहणार नाही. (An Empty mind is a devil's workshop). तर घरात आणि वृद्धाच्या मनात शांतता नांदेल.

विचार करता करता प्रत्यक्षात तसे वागत असलेले अनेक वृद्ध आठवू लागले. उदा. बाबा माटे (श्री. गो. रा. माटे). दुपार झाली की घरच्यांची विश्रांतीची वेळ सुरू होते. आसपासच्या सर्व महिलांनी घरातला कचरा, कचराकुंडीच्या जवळपास टाकलेला असतो. बाबा माटे झाडू घेऊन ही सर्व घाण नीट कचरा कुंडीत टाकत. त्यानंतरचा त्यांचा कार्यक्रम असे की पाण्याची भरलेली बादली घराबाहेर ठेवून दारात बसून राहणे. कित्येक कुत्री, गायी-म्हशी अगदी गाढवे सुद्धा या पाणपोईचा आनंद लुटत. भर उन्हाच्या वेळेला पाण्यासाठी हिंडणारी जनावरे आपली तृषा शांत करीत आणि हा सोहळा पाणीभरल्या डोळ्यांनी बाबा पाहत. अनेक भटक्या जनावरांना ही बाबांची सवय माहिती झाली असावी. ठराविक वेळेला आपली तहान भागवायला ती हमखास जमा होत असत. बाबा माटे एका मोठ्या शाळेचे हेडमास्तर म्हणून रिटायर झाले होते.

त्यांना मी एकदा विचारले, ''बाबा, हे लोक रोज घाण करतात. तुम्ही ती काढता, पण घाण टाकणाऱ्यांना कधी असे वाटत नाही की आपण घाण नीट कचराकुंडीत टाकावी किंवा तुम्हाला मदत करावी. मग कशाला रोज हा उद्योग करता?''

त्यावर ते उत्तरले, ''अरे, विद्यार्थी अभ्यास करत नाहीत म्हणून का शिकवायचे थांबवायचे?''

''आणि बाबा रोज या जनावरांसाठी दुपारी पाणी काय देता?''

''भटकी जनावरे ती त्यांना कोण पाणी देणार? तृषार्ताची तहान भागवणे यासारखे समाधान कशातही नाही बरे.''

असेच एके काळी सिनेमा नाटकांत कामे करणारे यादव आजोबा शाळेबाहेर गोळ्या, बिस्किटे, पेरू विकत बसतात. एक हार्ट अ‍ॅटॅक येऊन गेलेला! कशाला हा उद्योग करता विचारले तर म्हणाले, "आम्हाला नाही पेन्शन. शिलकीतल्या चार पैशांना या उद्योगामुळे थोडी जोड मिळते, वेळ छान जातो पोरांच्या संगतीत आणि आजारपणही विसरायला होतं!"

ज्यांची तब्येत बरी आहे व पैशाची गरज आहे असे वृद्ध शिक्षण जास्त नसले तरी अनेक उद्योग करू शकतात. वृद्ध स्त्रियाही अनेक कामे करू शकतात. नवरा असेल तरी, नवरा नसेल तरी. ३-४ विद्यार्थी हाताशी धरावेत, जवळपास अनेक कुटुंबे असतील जिथे पती-पत्नी दोघेही नोकरीला जातात. अशा घरात रोज उद्या काय भाजी पाहिजे, ते विचारायचे. सकाळी मोठ्या मंडईतून होलसेल दरांत भाजी आणायची. ती निवडून, चिरून ऑर्डरप्रमाणे पॅकेटस तयार करायची व संध्याकाळी पोच करायची. आजच्या गृहिणीला तेवढी मदत होईल! आलेली भाजी फक्त फोडणीला टाकायची की झाले काम तिचे! कडधान्यांना मोड आणायला कोणाला वेळ आहे? अशी मोड आलेली कडधान्ये, स्वच्छ करून चिरलेल्या भाज्या, तयार पोळ्या, आधी नोंदविलेल्या ऑर्डरप्रमाणे पोच करायच्या किंवा तुमच्या घरून घेऊन जायला सांगायच्या. तुम्हाला चार पैसेही मिळतील. हात आणि मन गुंतलेले राहील आणि नोकरी व्यवसाय सांभाळणाऱ्या अनेक महिलांना मदत होईल.

होलसेल दरात साड्या, टॉवेल, पेन्स, घरगुती उपकरणे अशा अनेक वस्तूंचा छोटासा व्यापार करण्यासारखा आहे. तुम्ही नोकरी व्यवसायात जो प्रचंड अनुभव मिळवलात त्याचा फायदा पुढच्या पिढीला देण्यासाठी तुम्ही क्लासेस चालवू शकता. कन्सल्टन्सी चालवू शकता, एखाद्या सामाजिक संस्थेला मोफत सल्ला देऊन तुम्ही तुमच्या अनुभवाचे चीज करू शकता.

मुलांवर सुसंस्कार होत नाहीत म्हणून आजची पिढी एवढी बिघडली आहे ही तक्रार आपण नेहमीच ऐकतो. कोणाही आई-वडिलांना आपल्या पाल्यावर चांगले संस्कार होऊ नयेत असे वाटणे शक्य नाही. पण हे संस्कार करायला त्यांना वेळ नाही. तुम्हाला वेळ आहे ना रोज एक तासभर, मग संस्कारवर्ग चालवा. त्यामध्ये मुलांना काही चांगल्या गोष्टी सांगा, गीता, मनाचे श्लोक, परवचा (पाढे) यांचे पाठांतर घ्या, योगासने शिकवा. याकरिता खुशाल फी आकारा. तुम्हाला अपेक्षेपेक्षा चांगला प्रतिसाद पालकांकडून मिळेल. तुम्हाला पैशाची गरज नसेल तर वर्षातून एकदा तुम्ही स्पर्धा घ्या व मुलांच्या फीमधून जमलेल्या पैशांतून बक्षिसे द्या.

माझ्याकडे एकदा एक चाळिशीतले जोडपे व त्यांची मुलगी लीना असे

आले. मुलीचे लग्न ठरल्याचे सांगून त्यांनी लग्नाला येण्याचे आग्रहाचे निमंत्रण दिले. ''आता काय मज्जा ना!'' म्हणून मी मुलीची चेष्टा केली. ती थोडी कावरी-बावरी झाली. रात्री दवाखाना बंद करण्याच्या सुमारास ती मुलगी आली आणि म्हणाली, ''काका, मला हवं तर बावळट म्हणा; पण लग्नानंतर काय मज्जाच असं तुम्ही मगाशी म्हणालात. पण म्हणजे काय हे मला काहीच माहिती नाही. आईला विचारलं, तर म्हणते कशी, 'अगं, कळेल गं सगळं आपोआप.' मला तर बाई भितीच वाटते. मी काय करू?'' मी तिला सेक्स एज्युकेशनवरील एक पुस्तक वाचावयास दिले आणि सांगितले, ''हे वाच आणि उद्या दुपारी माझ्या पत्नीला भेट म्हणजे ती तुझे शंका निरसन करेल.'' लग्नानंतर काही दिवसांनी लीना माहेरी आली. मला भेटली आणि आनंद व समाधान यांनी भरल्या अंत:करणाने म्हणाली, ''डॉक्टरकाका थँक्यू फॉर एव्हरीथिंग. काकूंनाही सांगा.'' येथे एक गोष्ट नमूद करतो. माझी पत्नी डॉक्टर नाही पण २५-३० वर्षे संसार केल्यावर कोणतीही व्यक्ती लग्नास आलेल्या वरवधूंना कामक्रिडेबद्दल पिवळ्या कव्हरातील पुस्तकांपेक्षा जास्त चांगले मार्गदर्शन करू शकेल. मदतीला सेक्स एज्युकेशन या विषयावरची अनेक उत्तम पुस्तके इंग्रजी व प्रादेशिक भाषांमध्ये उपलब्ध आहेत.

सेक्स एज्युकेशनप्रमाणेच संसाराचे विविध पैलू आपण निवृत्त होईपर्यंत पाहिले, अनुभवलेले असतात. त्यांचा उपयोग करून कौटुंबिक सल्ला देण्याचे कामही करण्यासारखे आहे. निवृत्तीनंतरची किमान १० वर्षे तरी अशी असतात की, तुमची तब्येत बरी असते, पैशाची काळजी नसते आणि मुख्य म्हणजे वेळ भरपूर असतो. लहानपणापासून करावा्या असे वाटत असलेल्या अनेक गोष्टी असतील की ज्या करायला सवड मिळाली नाही. आता सवड आहे तुमच्या हौशी पुऱ्या करून घ्या. प्रवास करा, निसर्ग पहा. रोज किमान २-४ तास तरी घराबाहेर काढा. चार माणसांना भेटा. बागकाम करण्याची आवड असेल आणि घराला मोकळी जागा असेल तर पालेभाज्या, फुलझाडे लावा. वेळ छान जाईल. बागेला जागा नसेल तर घरात २-४ कुंड्या लावा. अपार्टमेंटमध्ये जिन्याच्या कोपऱ्यात शोभेचे झाड कुंडीत लावा. स्वत: जोपासलेल्या झाडाला पहिला धुमारा फुटताना, कळ्या फुलताना पाहण्यातला आनंद शब्दात मांडता येणार नाही.

निवृत्तीनंतर वेळ कसा घालवायचा हा मोठा प्रश्न निर्माण होतो. रोज ७-८ तासांचा कार्यक्रम निवृत्तीपूर्वी ठरलेला असतो. त्यामुळे बाकीचा वेळ कसा गेला हेही कळत नाही. निवृत्तीनंतर जोपासण्यासारखा काही छंद लावून घ्यावा ज्यायोगे आपला वेळ आनंदात जाईल, मनाला विरंगुळा राहील, शरीराची हालचाल होईल, आपल्या मोकळ्या वेळेचा इतरांना त्रास होणार नाही व शक्य झाल्यास काही सामाजिक कार्य होईल.

प्रत्येकाची आवड, तब्येत, इतर सुविधा, आर्थिक परिस्थिती याप्रमाणे काय छंद निवडावा हे ज्याचे त्याला ठरवावे लागेल. सामाजिक आशय असलेले काही आणखी छंद सुचवले आहेत.

प्रौढ साक्षर वर्ग – भारतातील अनेक समस्यांचे मूळ शिक्षणाच्या अभावात आहे, असे समाजशास्त्रज्ञ म्हणतात. प्रौढ साक्षर वर्ग चालविण्यासाठी काही खास ज्ञान किंवा प्रशिक्षणाची गरज नाही. राज्य किंवा केंद्र शासनाकडून यासाठीचे साहित्य मिळू शकते. पण त्यांची मदत न घेता देखील हे काम करण्यासारखे आहे. आपल्या आसपासची झोपडपट्टी, आपली मोलकरीण यांच्यातून विद्यार्थीवर्ग हमखास मिळेल व एक महान राष्ट्रीय कार्य केल्याचे समाधान आपल्याला मिळेल.

नेत्रदानाच्या प्रचाराचे कार्य – आपल्या गावातील नेत्रपेढीकडून माहितीपत्रके व नेत्रदानाची इच्छापत्रे आपणांस मिळू शकतील. दररोज २-३ घरांमध्ये जायचे, नेत्रदानाबद्दल माहिती सांगायची, इच्छापत्र भरून देण्याची विनंती करावयाची. भरलेली इच्छापत्रे नेत्रपेढीकडे पाठवायची. यामध्ये तुमचा रोज १-२ तासांचा वेळ छान जाईलच पण नेत्रदानाच्या महान कार्यास हातभारही लागेल. या अनुषंगानेच आपल्या ओळखीत मृत्यू झाल्यास नातेवाईकांना नेत्रदान करण्याची विनंती करावी व नेत्रपेढीशी त्याबाबत संपर्क साधावा.

हॉस्पिटलमधील रुग्णांना मदत – हल्ली कुटुंब लहान असल्याने कोणी आजारी पडले तर रुग्णापाशी थांबायला वेळ नसतो. तुमच्यापाशी वेळ आहे. तुमच्या सोयीने वेळ ठरवा व जवळच्या हॉस्पिटलमध्ये त्यावेळी जात जा (तेथील डॉक्टरांच्या परवानगीने). कोणा ना कोणा रुग्णास तुमची गरज असेल. एखाद्यापाशी नुसते बसणे गरजेचे असेल, एखाद्याचा सलाईन लावलेला हात धरून ठेवण्याची आवश्यकता असेल, तर कोणाला वर्तमानपत्र, मासिके वाचून दाखवायची गरज असेल. एखाद्या रुग्णाला डॉक्टरांनी औषधे लिहून दिली असतील ती केमिस्टकडून आणून द्यायला त्याच्याजवळ कोणी नसेल. हॉस्पिटलमध्ये अशी अनेक छोटी छोटी कामे असू शकतात, की जी करणे तुम्हास सहज शक्य आहे. यामुळे पेशंटला व त्याच्या नातेवाईकांना मोलाची मदत होऊ शकते.

अंध, अपंग यांना मदत – आपले डोळे चांगले असतील तर एखाद्या अंध विद्यार्थ्याला अभ्यासाची पुस्तके वाचून दाखवणे, यात तुमचा वेळ तर चांगला जाईलच पण त्या विद्यार्थ्याला बहुमोल मदत होईल. माझ्या माहितीत एक अंध विद्यार्थिनी १० वी पासून अभ्यासात अशी मदत मिळाल्यामुळे एम. ए. झाली. सर्वच पुस्तके ब्रेल लिपित नसतात. त्यामुळे इतर वाचन अंधांना तुमच्या मदतीनेच शक्य होते.

अभिनंदनपर पत्रलेखन – जगात वाईट गोष्टींचा भरणा आहे हे खरे असले तरी समाजात सचोटीने वागणारी, सत्कार्य करणारी, दुसऱ्याचा जीव वाचविण्यासाठी स्वत:चा जीव धोक्यात घालणारी अशीही माणसे आहेत. रोजच्या वर्तमानपत्रात अशी एखादी तरी बातमी असते. ही माणसे का चांगली वागतात? त्यांना कसले बक्षिस मिळवावयाचे असते? त्यांच्या सत्कार्याला जर कोणी दाद दिली तर त्यांना आनंद होईलच पण आणखी सत्कार्य करण्याचा हुरूप येईल. अशा सत्प्रवृत्त व्यक्तींना तुमच्यासारख्या जेष्ठ नागरिकांकडून शाबासकी मिळवणे नक्कीच आवडेल. एक पोस्टकार्ड लिहून तुम्ही हे काम करू शकता. कोणी काही चांगले काम केल्याचे तुम्हाला समजले तर त्याबाबत 'वाचकांचा पत्रव्यवहार'मध्ये वर्तमानपत्रात तुम्ही लिहू शकता. थोडक्यात, समाजात जे चांगले घडते ते शोधा आणि त्याला प्रोत्साहन द्या.

आठवणी लिहा व विचार लिहा – चार माणसांशी संपर्क नको असा एकलकोंडा स्वभाव असेल आणि काही काम नसेल तेव्हा कागदाचा गठ्ठा आणि पेन घ्या. लहानपणापासूनच्या आठवणी लिहीत बसा. आठवणी कोणाला सांगत बसू नका. समोरच्या व्यक्तीला त्यात रस असण्याची शक्यता कमी असते. एखाद्या विषयावर तुम्हाला जे विचार सुचतील ते लिहा. तुम्हाला मन मोकळे केल्याचा आनंद मिळेल व हे लेखन भविष्यात कोणाच्या तरी उपयोगी नक्की पडेल.

कार्यमग्नता जीवन व्हावे,
मृत्यू ही विश्रांती!

■

चिता आणि चिंता

एका अनुस्वाराचाच फक्त फरक पण किती जवळचं नातं! काम एकमेकींना पूर्णपणे पूरक! चिंता जिवंतपणी जाळते व मरण जवळ आणते तर चिता मेल्यावर जाळते! चिंता (मानसिक ताण) ही ब्लडप्रेशर, हार्ट ॲटॅक, डायबेटीस, अल्सर अशा चितेकडे नेणाऱ्या अनेक रोगांची कारण आहे. आश्चर्य म्हणजे ज्या गोष्टी आपल्या हातातल्या नाहीत अशा गोष्टींची चिंता करण्यात आपण आपले रक्त जास्त आटवतो. जी गोष्ट आपल्या हातातली नाही त्यावर जास्त विचार करणे, त्याची चिंता करणे आपण सोडले तर प्रत्येकाच्या अंगातला सदरा सुखी माणसाचा सदरा असेल! आलेल्या संकटांचा आपण विचार करू या. आपण उदाहरणे घेऊ या.

भूकंप, पूर, अपघात यांत शेकडो माणसे रोज मरतात. हजारो बेघर होतात. पुढचे ८-१५ दिवस वर्तमानपत्रातील वर्णने, फोटो आपण पहात असतो. आणि व्याकूळ होत असतो. हे व्याकूळ होणे आपण थांबविले पाहिजे. मग काय पाषाणहृदयी बनून आपल्या येथे भूकंप झाला नाही म्हणून आनंदोत्सव साजरा करायचा? नाही. आपण या समाजाचे घटक आहोत. या समाजासाठी झीज आपण सोसलीच पाहिजे. म्हणजे काय करायचे? ज्याला शक्य आहे, त्याने स्वयंसेवक म्हणून प्रत्यक्ष तेथे जाऊन काम करावे. ज्यांना शक्य नाही त्यांनी आपल्या कुवतीप्रमाणे धन, धान्य, कपडे योग्य व विश्वासार्ह संस्थेकडे देऊन आपल्या दैनंदिन कामास लागावे. योग्य व विश्वासार्ह संस्था अशासाठी की आपण दिलेल्या मदतीचा योग्य वापर होईल की नाही ही चिंता नको.

आपल्या शेजाऱ्याचा अकस्मात मृत्यू झाला. उगाच त्याच्या आठवणी काढून गळा काढू नका. मृत्यू झालेल्याच्या घरच्या लोकांचा विचार करा.

> "जरा, मरण यातुनी सुटला कोण भाग्यवंत,
> अतर्क्य ना घडले काही जरी अकस्मात!"

या ओळी स्वत:शी म्हणा. मृत्यू पावलेल्याच्या नातेवाईकांची समजूत घाला. त्यांच्या नातेवाईकांना निरोप पोचवायचा आहे, कोणाला फोन करायचा आहे,

अंत्यसंस्काराची काय व्यवस्था करायची, आर्थिक मदत हवी आहे का? याची चौकशी करा. त्यातले तुम्हाला जे करणे शक्य आहे, ते करा आणि शांत रहा.

आता एक उदाहरण अगदी घरातले घेऊ या. मुलगा डॉक्टर/इंजिनियर व्हावा अशी आपली इच्छा आहे. त्याला ९ वी/१०वी पासून आपण क्लास लावला. घरचे एकही काम सांगितले नाही. मुलानेही नीट अभ्यास केला, तरीदेखील १२ वी ला मार्क म्हणावे तसे पडले नाहीत. ओपन सीटमधून त्याला ॲडमिशन मिळणे शक्य नाही तर सामान्य आई-बाप काय करतात? मुलावर रागावतात. त्याने अभ्यास नीट केला नाही म्हणून. रागावतात, वेळी मारतात देखील. ''आम्ही आमची ऐपत नसताना देखील तुला क्लास लावले, घरचे एकही काम सांगितले नाही, तरी तू परीक्षेत दिवे लावलेस.'' वगैरे ऐकवतात. त्यातून निष्पन्न काय होणार? व्हायचे ते होऊन गेले. उगाच त्रागा करून मुलावर अन्याय करू नका. आता काय मार्ग काढावा हा विचार करा. थोडी काटकसर करून आवाक्यात राहील एवढे कर्ज काढून त्याला पेमेंट सीट मधून ॲडमिशन मिळविता येईल का? याचा विचार करा. ते शक्य दिसले नाही तर पैशाने परवडेल, मुलाला झेपेल असा अन्य काही कोर्स त्याला देता येईल का? याचा विचार करा. जेव्हा काय मार्ग चोखाळावा हे समजत नाही तेव्हा सरळ कागद, पेन घ्या आणि आपल्या जमेच्या बाजू आणि विरुद्ध बाजू लिहून काढा. त्याची बेरीज करा व उत्तर तुम्हाला समोर दिसेल– शक्य आहे अथवा शक्य नाही.

अशा पद्धतीने विचार केल्यावर हवे तेच घडेल असे गृहीत धरा व विपरित घडले तर काय करता येईल याचा विचार करून ठेवा.

कमीत कमी खर्चात (वेळ व पैसा) जास्तीत जास्त मिळविण्याचा आपण नेहमी प्रयत्न करतो आणि अपयश आले की खचून जातो. ब्लडप्रेशर, हार्ट ॲटॅक, अल्सर हे हिंस्त्र प्राणी अशा खचून गेलेल्या सावजाचीच वाट पहात असतात. त्यापेक्षा आपल्या क्षमतेचा पूर्ण विचार करा. क्षमता थोडी ताणून उद्धिष्ट ठरवा. आपली लांब उडी १० फूट जात असेल तर १५ फूटाचे उद्दिष्ट ठेवा व प्रयत्न करा. यश निश्चित मिळेल पण ३० फूटांचे उद्दिष्ट ठेवायला जाल तर अपयश हमखास आहे. मग वैफल्य, पराभूतता आपला घास गिळणारच!

आपण अकारण भीती व चिंता यांनी तणावग्रस्त फार वेळा होतो. '५०० प्लेगने मेले आणि ५०,००० प्लेगच्या भीतीने मेले' ही इंग्रजी म्हण अगदी सत्य आहे. आपण एखाद्या तरुणाचा अपघाती मृत्यू वाचतो. त्याला पत्नी व दोन लहान मुले आहेत. आपल्याला लगेच धडधडायला लागते. आपल्याला असाच अपघात झाला तर माझ्या बायको-मुलांचे काय होईल, या विचाराने. पण लक्षात ठेवा–

१) असे अपघात हे हजारो तरुण जोडप्यात एखाद्याला होतात. त्यामुळे तुम्हाला होण्याची शक्यता फार कमी आहे.

२) समजा झालाच तर तुम्ही शक्य तेवढा विमा उतरवलेला आहे. तुमच्या जागी पत्नीला नोकरीत घेतले जाईल, तिला फॅमिली पेन्शन मिळेल. ती स्वत: काही उद्योग करेल. कोणत्या ना कोणत्या मार्गाने तुमच्या कुटुंबाचा आर्थिक प्रश्न सुटेल.

३) सर्वात महत्त्वाचे– असा अपघात जर झालाच तर तुम्ही काही करू शकणार नाही. तुम्ही मेलेले असाल. काय करायचे याचा विचार बाकीचे करतील. तुम्ही आता जिवंत आहात या आनंदात कामाला सुरुवात करा.

तणावग्रस्त राहण्यापेक्षा आपले कर्तव्य प्रामाणिकपणे करा आणि त्याचे परिणाम भगवंतावर सोपवा. आपण मनातल्या मनात अनेक चिंता करत असतो. पण त्या दुसऱ्याला बोलून दाखवत नाही इतकेच काय पण स्वत:शीही देखील आपण हे कबूल करत नाही. तरी देखील आपल्या वागण्यात व शरीरात या मानसिक तणावाचे प्रतिबिंब पडतेच.

आपल्यामध्ये पुढीलपैकी काही लक्षणे दिसतात का हे जरूर पहा.

१) वरचेवर डोळे दुखणे.

२) चेहरा, जबडा दुखणे.

३) तोंड व घशास कोरड पडणे.

४) मान दुखणे.

५) गरगरणे.

६) बोलताना अडखळणे, तोतरेपणा येणे, योग्य शब्द न सुचणे.

७) पाठ, कंबर दुखणे.

८) अशक्तपणा वाटणे.

९) बद्धकोष्ठ, अपचन किंवा जास्त वेळा संडासला लागणे.

१०) मळमळणे.

११) पोट दुखी.

१२) भूक न लागणे किंवा खा खा सुटणे.

१३) छातीत दुखणे.

१४) वरचेवर लघवीस लागणे.

१५) झोप न येणे.

१६) अति झोप येणे.

१७) ब्लडप्रेशर वाढणे.

१८) सांधे दुखणे.

१९) वरचे वर अपघात होणे.

२०) पाळीच्या वेळी अंगावर जास्त जाणे.

२१) धाप लागणे किंवा श्वासास त्रास होणे.

२२) चिडचिडेपणा.

२३) मनस्थिती सतत बदलणे, कधी छान तर कधी एकदम बेकार.

२४) उदास वाटणे.

२५) मनाची एकाग्रता कमी होणे.

२६) विसराळूपणा.

२७) भांडखोरपणा.

२८) अस्वस्थता.

२९) छोट्या छोट्या गोष्टींनी नाराजी येणे.

३०) वाईट स्वप्ने पडणे.

३१) मानसिक हतबलता वाटणे, वैफल्य वाटणे.

३२) समाजात मिसळायला नकोसे वाटणे.

३३) स्वभाव तापट होणे.

३४) कामवासना कमी होणे.

अशी अनेक लक्षणे सांगता येतील. ती लक्षणे तणावग्रस्त असल्यामुळे येऊ शकतील तसेच काही आजारामुळे येऊ शकतील. रोग नाही याची शहानिशा जरूर करून घ्यावी.

आपण तणावग्रस्त आहात असे लक्षात आले तर किंवा तणावग्रस्त होऊ नये यासाठी काय करावे?

१) आत्मपरीक्षण – आपल्याला सध्या भेडसावणारे प्रश्न कोणते आहेत, वर सांगितल्यातील काही लक्षणे आपल्यात दिसतात का? हल्ली आपण चहा जास्त पितो का? दारू, सिगरेट, तंबाखू यांचे प्रमाण वाढले आहे का? टी.व्ही. जास्त पाहतो का? किरकोळ नुकसान टाळण्यासाठी आपण फार रक्त आटवतो, तसे तर होत नाही ना? हे तपासा.

२) मनाला योग्य वळण लावणे– कोणत्याच बाबतीत अती ताठर भूमिका घेणे कोणाच्याच हिताचे नसते. स्वतःच सर्व जबाबदारी पेलू नका. थोडे ओझे कमी केलेत तर उरलेले काम तुम्ही जास्त चांगल्या रीतीने आणि उत्साहात, आनंदात करू शकाल. आपण केलेल्या कामाच्या फलाची काळजी करू नका. निष्काम कर्म हे फलाशेने केलेल्या कामापेक्षा जास्त सुंदर असते.

३) रोज थोडे तरी घराबाहेर चाला. त्यामुळे मन व शरीर टवटवीत राहाते. रोज तुमच्या कामाशी निगडित नसलेले काही ना काही वाचन करा. टी.व्ही.

वरचा कार्यक्रम पहा. काही धर्मग्रंथ रोज वाचा. धार्मिक वृत्ती नसलेल्यांनी देखील विनोबाजींची गीतेवरील प्रवचने वाचण्याचा प्रयोग जरूर करावा. मन शांत व आनंदी राहण्यास निश्चित उपयोग होईल.

४) दोन दोन महिन्यांनी का होईना दोन दिवस रोजच्या कार्यक्रमापासून वेगळ्या वातावरणात रहा. मित्रांना भेटा. निसर्ग पहा. वेगळ्या लोकांना भेटा. या दोन दिवसात काहीही हातचे न राखता आनंदात रहा. दुसऱ्याला त्रास, दुःख देऊन सुख मिळवणे म्हणजे पाप अशी साधी, सरळ पापाची व्याख्या आहे, जे करताना आनंद वाटतो पण नंतर स्वतःला किंवा दुसऱ्या कोणासही त्यामुळे त्रास, दुःख होईल असे कृत्य करण्याचे टाळलेत तर जीवन आनंदमय आहे. आनंद मिळवा, आनंद लुटा!

दुसऱ्या महायुद्धाचे वेळी इंग्लंडचे पंतप्रधान चर्चिल दिवसाला २०-२० / २२-२२ तास काम करीत आणि तरीही कायम उत्साहात असत. एका पत्रकाराने त्यांना या उत्साहाचे रहस्य विचारले असता चर्चिल म्हणाले,

''बसणे शक्य असते तेव्हा मी कधीच उभा रहात नाही, आडवे होणे शक्य असते तेव्हा मी बसत नाही आणि झोपणे शक्य असते तेव्हा जागा रहात नाही.''

कितीही प्रतिकूल परिस्थिती असली तरी डोके शांत ठेवून जास्तीत जास्त विश्रांती (शारीरिक व मानसिक) घेतली तर प्रश्नांना जास्त समर्थपणे सामोरे जाता येते!

■

स्वेच्छामरण व दयामृत्यु

साऱ्या जगभर गेली काही दशके उलट सुलट चर्चा होत असूनही ठाम निर्णय घेऊन एकही देश ज्यावर कायदा करू शकला नाही असा विषय म्हणजे 'स्वेच्छामरण व दयामृत्यू!' प्रत्येक व्यक्तीला जगण्याचे स्वातंत्र्य आहे. तर नकोसे झालेले जीवन संपविण्याचे व्यक्तिस्वातंत्र्य असायला हवे, तसा कायदेशीर अधिकार हवा! हा विचार जगभर अनेकांनी मांडला आहे व तो पटण्यासारखाही आहे. पण असा कायदा झाल्यास हे स्वेच्छामरण आहे असे भासवून अनेक खून केले जाण्याची शक्यता नाकारता येत नाही. आणि या भीतीपोटीच असा कायदा करण्यास सर्वच देश कचरतात.

स्वेच्छामरणाचा विचार अनेक बाजूंनी होणे आवश्यक आहे. स्वेच्छामरण म्हणजे साध्या शब्दात आत्महत्त्या. आत्महत्त्येचा प्रयत्न करणे हा गुन्हा आहे. आत्महत्त्या करण्यात अयशस्वी झालेल्यांवर खटला भरून कायदेशीर कारवाई केली जाते. जे यशस्वी होतात, त्यांच्यावर कारवाईचा प्रश्नच उद्‌भवत नाही. ताडोबाच्या राखीव जंगलातील तलावात खूप सुसरी आहेत. तेथे एक मोठा फलक लावला आहे. "तलावात उतरण्यास सक्त मनाई आहे. जिवंत बाहेर येणाऱ्यांवर कायदेशीर कारवाई केली जाईल." आत्महत्त्येचेही तसेच आहे.

तरुण, प्रौढ यांनी आत्महत्त्या करणे व टोकाचे व्याधीग्रस्त, जराजर्जर यांनी आत्महत्त्या करणे यात फार मोठा फरक आहे. व्याधीग्रस्त व अतिवृद्ध हे जीवनाला, जिवंत राहण्याच्या वेदनेला कंटाळून आत्महत्त्या करण्यास प्रवृत्त होतात. त्यांच्या जिवंत राहण्याने त्यांना प्रचंड दु:ख सहन करावे लागत असते, तर त्यांच्या नातेवाईकांना असहाय्य होऊन हे हाल पाहणे व औषधे, हॉस्पिटल यावर पैसा खर्च करणे आणि दोघांनीही रुग्णाच्या मृत्यूची वाट पाहणे याशिवाय काहीच हातात नसते.

काही मानसिक आजारांमध्ये आत्महत्त्या करण्याची प्रवृत्ती होते. त्यांना योग्य उपचार मिळाले तर त्यांच्या आत्महत्त्या टळून ते रुग्ण सामान्य जीवन जगू शकतात. कित्येकदा तात्पुरत्या रागातून, वैफल्यातून आत्महत्त्या केली जाते.

नापास होणे, प्रेमभंग, नवरा-बायकोचे भांडण, अशा कारणांसाठी होणाऱ्या आत्महत्त्या टाळता आल्या पाहिजेत.

एक दिवशी पहाटे माझा एक रुग्ण माझ्या घरी आला. तो सांगत होता की, त्याची एक महिन्यापूर्वी बाळंत झालेली बायको गाढ झोपली आहे. मूल रडले, नवऱ्याने हाका मारल्या, हलवले तरी उठत नाही. मी त्याच्या घरी जाऊन पाहिले तर तो सांगत होता तशीच परिस्थिती होती. क्षणात माझ्या लक्षात आले की तिला फिटस् येतात व त्यासाठी तिला झोपेच्या गोळ्या चालू होत्या. मी नुकतेच एक महिन्यांच्या गोळ्यांचे प्रिस्क्रिप्शन दिले होते. त्याला त्या गोळ्या शोधण्यास सांगितले. एकही गोळी शिल्लक नव्हती. याचा अर्थ तिने २५-२६ गोळ्या एकदम घेतल्या होत्या. विचारल्यावर काल रात्री नवरा-बायकोचे किरकोळ भांडण झाल्याचेही कळले. तिला ताबडतोब हॉस्पिटलमध्ये हलवले. बाई वाचली. विसरलेपणी चुकून जास्त झोपेच्या गोळ्या घेतल्याची नोंद पोलिस दप्तरी केली गेली. त्यानंतर नवरा-बायकोला मी थोडे समजावले. या प्रसंगाला वीस वर्षे होऊन गेली. त्यानंतर त्या जोडप्याला आणखी दोन मुले झाली. संसार सुखात चालू आहे.

अशा तरुण, प्रौढ व्यक्तींच्यासाठी डॉक्टर, सामाजिक कार्यकर्ते, पोलिस अशांचे कौटुंबिक सल्ला केंद्र प्रत्येक गावात असायला पाहिजे. आत्महत्त्येत अयशस्वी झालेले व आत्महत्त्येचा विचार मनात आलेल्यांना या सल्ला केंद्रात नातेवाईकांच्या मदतीने उमेदीने आयुष्य जगण्यास प्रवृत्त केले पाहिजे.

माझे एक ८० वर्षांचे नातेवाईक अतिशय प्रेमळ आणि वास्तवतावादीही! त्यांना अर्धांगाचा सौम्य झटका आला. घरच्या सर्वांनी प्रेमाने शुश्रुषा केली. औषधोपचार आणि शुश्रुषा यामुळे तब्येत बरीच सुधारली. घरातल्या घरात कॉटचा, टेबलाचा आधार घेऊन फिरण्याइतपत प्रगती झाली. मुलगा, सून नोकरीवर जाऊ लागले. नातवंडे शाळेत जाऊ लागली. ''मी आता पूर्ण परावलंबी झालो आहे. घराबाहेर जाऊ शकत नाही. दिवसभर घरात एकटाच असतो. माझ्या आजारपणात सर्वांनी माझी फार शुश्रुषा केली. ते दिवस अजून आठवतात. मुलाला, सुनेला माझी शी-शू काढावी लागली. ते आठवते व ते समोर आले तरी स्वत:चीच लाज वाटते.'' असे मी त्यांना भेटावयाला गेल्यावर त्यांनी सांगितले. काही दिवसांनी बातमी कळली की, ते रोजची झोपेची गोळी घेतल्याचे नाटक करीत होते व गोळी लपवून ठेवित होते. बऱ्याच गोळ्या साठवल्यावर त्या एकदम घेऊन त्यांनी आयुष्य संपवले.

असाच एक अंथरुणाला खिळलेला कॅन्सरचा अखेरच्या टप्प्यातील माझा रुग्ण धाय मोकलून माझ्यापाशी रडत असे आणि 'मरायचे इंजेक्शन द्या' असा

हट्ट करीत असे. त्याला वेदना असह्य होत होत्या. त्याचे हाल घरच्यांना पाहवत नव्हते. आपण ज्यांना वाढवले त्या आपल्या मुलामुलींना आपली घाण काढावी लागते, याचे तर दुःख त्यांना नरकयातना देत असे. पण 'परमेश्वरा, यांना मृत्यू देऊन वेदनामुक्त कर' अशा प्रार्थनेशिवाय नातेवाईक काही करू शकत नव्हते आणि रुग्ण स्वत: मृत्यूची भीक मागत होता. अशा रुग्णांसाठी कायदेशीररीत्या काहीच करता येणार नाही का?

बरे करता येणे शक्य नाही आणि जीवन असह्य झाले आहे अशा ५० रुग्णांना त्यांच्या नातेवाईकांच्या संमतीने व रुग्णाच्या विनंतीवरून मरण्यास मदत केल्याची कबुली आपणहून डॉ. आयर्विन या अमेरिकन डॉक्टरने दिली आहे. त्याच्यावर ५० खून केल्याचा खटला सरकारने भरला आहे. अहिंसेचे पाइक महात्मा गांधींची एक शेळी आजारी पडली. ती बरी होणे शक्य नाही, तिला दयामृत्यू द्यावा असा सल्ला डॉक्टरांनी दिला. वेदनामय आयुष्य संपवणे ही मानवता म्हणावी की तिला वेदनेतच ठेवून तिची तडफड पाहात तिची शुश्रुषा करणे ही मानवता हा प्रश्न महात्माजींना सोडविणे अवघड गेले. रुग्णांच्या यातना डॉक्टरांना सततच पाहाव्या लागतात व त्यांना वेदनामुक्त करण्याचे कामही करावे लागते. जे रुग्ण बरे होणे शक्य नाही, त्यांना यातनेतच ठेवायचे. शिवाय त्यांच्यावर औषधोपचाराचा प्रचंड खर्च करून ते वेदनामय आयुष्य लांबवायचे. यापेक्षा त्यांना दयामृत्यू द्यावा असेच मत किमान ९० टक्के डॉक्टर देतील!

जे रुग्ण बरे होऊ शकत नाहीत व आयुष्यास कंटाळले आहेत त्यांच्या विनंतीवरून व नातेवाईकांच्या संमतीने दयामृत्यू देण्याचा अधिकार असलेले एक दयामृत्यू मंडळ असावे. त्यामध्ये तज्ज्ञ डॉक्टर्स, न्यायाधीश, पोलिस अधिकारी व सामाजिक कार्यकर्ते असावेत. असे कायदेशीर मंडळ प्रत्येक जिल्ह्यात अस्तित्वात असावे. यामुळे अनेक रुग्णांच्या शारीरिक वेदना व त्या असहाय्यपणे पाहण्याचे नातेवाईकांचे हाल तर वाचतीलच पण अशा रुग्णांवर होणाऱ्या महागड्या औषधोपचाराचा अपव्यय टळून तो जास्त गरजू रुग्णांना उपयोगी पडेल.

काही वर्षांपूर्वी प्रा. वर्दे यांनी एक खाजगी विधेयक महाराष्ट्र विधानसभेत मांडले होते. "आपण मृत्युपत्रात जसा एक्झिक्युटर नेमतो, त्याप्रमाणे एक मुखत्यार नेमायचा व आपण असाध्य रोगाने बेशुद्धावस्थेत असलो तर या मुखत्याराने दयामृत्यूस रुग्णातर्फे संमती द्यायची व दयामृत्यु-मंडळाने दयामृत्यूचा निर्णय घ्यावयाचा." असा या विधेयकाचा आशय होता. हा कायदा करण्यामुळे अथवा न करण्यामुळे पुढील निवडणुकीत जादा मते मिळण्याची शक्यता

नसल्याने या विधेयकाचे पुढे काहीच झाले नाही हे सांगण्याची गरज नाही.

मेंदू मृत्यू पावला आहे (ब्रेन डेथ) किंवा अशा अनेक कारणांनी आजारी असलेला रुग्ण कृत्रिमरित्या अनेक वर्षे जिवंत ठेवता येवू शकतो, पण या प्रक्रियेला नातेवाईकांवर येणारा प्रचंड आर्थिक व मानसिक ताण देऊन शेवटी मृत्यूच पदरी येणार असेल तर हे सर्व करावे की सलाईन, कृत्रिम श्वसन, ऑक्सिजन थांबवून यमराजाला त्याचे काम करू द्यावे? अत्यवस्थ झालेल्या व बरे होणे शक्य नाही अशा रुग्णांना 'हॉस्पिटलमधून घरी घेऊन जा. येथे ठेवून काही उपयोग नाही.' असे डॉक्टर सांगतात. घरी गेल्यावर ऑक्सिजन वगैरे सर्व बंद होते व रुग्ण लवकरच मरतो. आपण म्हणतो, 'त्यांना घरी येऊनच प्राण सोडावयाचा होता.' खरे तर माझ्या मते हा दयामृत्यूच आहे. म्हणजेच प्रचलित कायद्यानुसार खूनच! खून दोन प्रकाराने करता येतो. पहिला प्रकार म्हणजे प्रत्यक्ष कृतीने जीव घेणे. (ॲक्ट ऑफ कमिशन) उदा. गळा दाबणे, विष देणे इ. दुसरा प्रकार म्हणजे आवश्यक कृती वगळल्याने. (ॲक्ट ऑफ ओमीशन) उदा. अंथरुणास खिळलेल्या व्यक्तीस अन्नपाणी न देणे, बांधून ठेवलेल्या जनावरास चारा-पाणी न देणे. या दुसऱ्या प्रकारात अत्यवस्थ रुग्णास घरी पाठविण्याचा प्रकार मोडेल.

नकोसे झालेले आयुष्य संपवता येत नाही. हे शरीरभोग आहेत. ते भोगलेच पाहिजेत. अन्यथा पुढील जन्मी भोगावे लागतील असे अध्यात्मात म्हटले जाते. पण ज्यास भोगावे लागते तो आणि ज्या नातेवाईकांना असहाय्यपणे पाहावे लागते ते म्हणतात, "पुढचा जन्म परवडला. पण आता या वेदना बंद करा." तुम्हा आम्हाला काहीही वाटो, पण वेदना सुखात जगू देत नाहीत आणि कायदा मरू देत नाही, अशीच आजची परिस्थिती आहे!

■

दत्तक विधान

प्राचीन कालापासून विनापत्य दांपत्याने मुलगा दत्तक घेण्याची परंपरा आपल्याकडे आहे. दत्तक मुलगा घेण्याची कारणे प्रामुख्याने तीन आहेत –

१) आपल्याला मुलगा नसेल तर आपल्या मृत्यूनंतर आपली श्राद्धकर्मे केली जाणार नाहीत, त्यामुळे आपल्याला मोक्ष मिळणार नाही. हे धर्मसंकट टाळण्यासाठी मुलगा दत्तक घेतला जातो. कारण दत्तक मुलाला दत्तक घेणाऱ्याचे क्रियाकर्म करण्याची संमती धर्माने दिली आहे.

२) आपली संपत्ती, पारंपरिक अधिकार यांना आपल्या पसंतीचा वारसा मिळावा यासाठी विनापत्य श्रीमंत लोक, राजे दत्तक घेतात. दत्तक मुलाला औरस मुलाला मिळणारे सर्व अधिकार प्राप्त होतात.

३) विनापत्य दांपत्याला, विशेषतः पत्नीला मूल वाढवून मोठे करण्याची, मातृत्वाची भूक असते. ते समाधान मिळण्यासाठी दत्तक घेतला जातो. या प्रकारातील लोक बरेचदा मुलगी दत्तक घेतात. मूल वाढवण्याचा आनंद तर मिळतो व एकदा तिचे लग्न करून दिले की जबाबदारी संपते.

दत्तक मुलगा हा शक्यतो आपल्या जवळच्या नातेवाईकाचा घेतला जातो. भावाचा मुलगा, चुलत घराण्यातील मुलगा, बहिणीचा मुलगा, दूरच्या नात्यातील मुलगा अशाला जास्त पंसती दिली जाते. कारण यामुळे आपली संपत्ती, हक्क हे आपल्याच घराण्यात राहतात. शिवाय त्याच्या अनुवंशिकतेबद्दलही खात्री असते. हल्ली वैद्यकिय शास्त्रसुद्धा कॅन्सर, हार्टअॅटॅक, मूळ प्रवृत्ती अशा अनेक गोष्टींना अनुवंशिकता जबाबदार असल्याचे मान्य करू लागले आहे.

दत्तक या विषयावरील यापुढील चर्चा हिंदू कायदा (Hindu Adoptions and Maintainance Act 1956) ला धरून केलेली आहे.

दत्तक विधान रजिस्टर करणे आवश्यक आहे अन्यथा ते कायदेशीर ठरत नाही. धार्मिक विधी हा ऐच्छिक आहे. केवळ धार्मिक विधीने दत्तक कायदेशीर ठरत नाही. दत्तक विधानामध्ये काय काय असावे– धार्मिक विधी केला असल्यास त्याचे थोडक्यात वर्णन, पुरोहित, हजर असलेल्या व्यक्ती यांचा उल्लेख असावा.

"मी × × माझा मुलगा/मुलगी/पाल्य × × × यास माझी पत्नी × × × हिच्या संमतीने आज दिनांक × × × रोजी प्रत्यक्ष तुम्ही × × × यांच्या मांडीवर ठेवून तुम्हाला दत्तक दिला आहे व तुम्ही × × × त्याला मांडीवर घेऊन प्रत्यक्ष आपला दत्तकपुत्र/पुत्री म्हणून तुमची पत्नी × × × तिच्या संमतीने स्वीकार केला आहे." अशी शब्द योजना असावी. दत्तक देणारा, घेणारा व दोघांच्याही पत्नी यांच्या सह्या दत्तक विधानावर असायला हव्यात.

दत्तकाच्या अटी –

दत्तक देण्यात येणारा मुलगा/मुलगी १५ वर्षापेक्षा कमी वयाचा असायला हवा. परंतु त्याच्या जातीजमातीत जर कोणत्याही वयाचा दत्तक देणेची रुढी असेल तर मोठा चालू शकतो.

दत्तक हा दत्तक घेणाऱ्यापेक्षा किमान एकवीस वर्षांनी लहान हवा. (अपवाद परत जाती जमातीतील रुढीचा). जनकपिता आपल्या पत्नीच्या संमतीशिवाय आपले मूल दत्तक देऊ शकत नाही. अपवाद १) पत्नी हयात नाही. २) पत्नीस वेड लागले आहे. ३) पत्नी कुटुंब सोडून गेली आहे. हेच नियम जन्मदात्या आईस लागू होतात.

मुलाचे आईवडील हयात नसतील, किंवा त्यांनी मुलाला टाकले असेल तर मुलाचा पालक (हे स्थान एखादी संस्थाही घेऊ शकते) वडिलांचे जागी समजून मूल दत्तक देऊ शकतो. अनाथ बालकांचा सांभाळ करणारा पालक अगर असे कार्य करणारी संस्था मूल दत्तक देऊ शकते. मूल दत्तक देताना त्याबदली कोणत्याही प्रकारचा मोबदला अगर काही फायदा घेण्याच्या अटीवर दत्तक देता घेता येत नाही.

आई-वडील या नैसर्गिक पालकांशिवाय अन्य कोणी दत्तक देत असेल तर त्याचे पालकत्त्व जिल्हा न्यायालयामार्फत मान्य करून घ्यावे लागले. लग्न झालेले बालक दत्तक घेता येत नाही. (अपवाद – जमातीतील रुढी)

आता दत्तक घेणाऱ्यांचा विचार करू या –

पती व पत्नी या दोघांच्या संमती शिवाय दत्तक घेता येत नाही. दोघांतील एकच जिवंत असेल, किंवा एकाने कुटुंबास सोडून दिले असेल किंवा एकास मानसिक आजार असेल तर पती किंवा पत्नी एकट्याच्या विचाराने दत्तक घेता येतो.

हिंदू कायद्याप्रमाणे दत्तक देणारा व घेणारा दोन्ही हिंदू असणे आवश्यक आहे. एक व्यक्ती एकच दत्तक घेऊ शकते. तसेच एक मूल एकच व्यक्ती दत्तक

घेऊ शकते (२-४ जणांत मिळून एक दत्तक घेता येत नाही.)

एकदा दत्तक घेतलेले मूल परत दुसऱ्यास दत्तक देता येत नाही, तसेच एकदा घेतलेला दत्तक रद्द करता येत नाही.

दत्तक पुत्रास औरस पुत्र असल्याप्रमाणेच सर्व हक्क प्राप्त होतात.

आता काही अपवादात्मक परिस्थितीचा विचार करू या –

पती निधनानंतर विधवा पत्नी स्त्री मूल दत्तक घेऊ शकते, मुलास पित्याचे नाव म्हणून त्या विधवेच्या पतीचे नाव लावले जाते. पण अविवाहित स्त्रीने मूल दत्तक घेतल्यास पित्याच्या नावाच्या जागी कोणाचे नाव लावायचे? पित्याच्या नावाच्या जागी दत्तक घेणाऱ्या महिलेचे नाव लावण्यास सुप्रीम कोर्टाने संमती दिली आहे.

स्वत:चा मुलगा, मुलाचा मुलगा, (मुलाकडून) नातवाचा मुलगा (पणतू) जिवंत असताना मुलगा दत्तक घेता येत नाही.

तसेच स्वत:ची मुलगी, मुलाची अगर मुलींची मुलगी (नात) जिवंत असताना स्त्री बालक दत्तक घेता येत नाही.

मुलगा दत्तक घेण्याबाबत थोडक्यात असे म्हणता येईल की कायदेशीर वारस जिवंत असताना मुलगा दत्तक घेता येत नाही. घेतल्यास तो कायदेशीर ठरत नाही. मुले असताना तुम्ही तुमची इच्छा झाल्यास आणखी कितीही मुलांचे संगोपन करू शकता पण कायदेशीर दत्तक घेऊ शकत नाही. अशा मुलांना कोणताही कायदेशीर अधिकार प्राप्त होऊ शकत नाही.

समजा तुम्हाला मूल नाही म्हणून तुम्ही दत्तक घेतलात आणि त्यानंतर तुम्हाला औरसपुत्र झाला तर? अशा परिस्थितीत दत्तक व औरस अशा दोन्ही मुलांना धार्मिक व इस्टेटीचे समान हक्क प्राप्त होतात.

समजा तुम्हाला मुलगा आहे पण तुमचे त्याचे पटत नाही, तुम्हाला इस्टेटीतील काहीही त्याला देण्याची इच्छा नाही. स्वकष्टार्जित मिळकत तुम्ही कोणालाही देऊ शकता पण वारसा हक्काने मिळालेल्या इस्टेटीमधील मुलाचा हिस्सा तुम्हाला मुलाला द्यावाच लागेल. मृत्युपत्र करून त्यात तसे स्पष्ट लिहावे लागेल. मृत्युपत्र नसल्यास सर्व इस्टेट मुलालाच मिळेल.

तुम्ही दत्तक घेतला नसतात तर तुमची इस्टेट वारसाहक्काने ज्यांना मिळाली असती (उदहारणार्थ – इतर भाऊ, पुतणे इ.) ते दत्तक विधान खोटे असल्याचे सिद्ध करण्याचा प्रयत्न करू शकतील. अशा परिस्थितीत रजिस्टर्ड दत्तक विधान खरे मानणे कोर्टावर बंधनकारक असते व ते खोटे सिद्ध करण्याची जबाबदारी फिर्यादीवर येते. या उलट दत्तक रजिस्टर केला नसेल तर दत्तक घेतल्याचे सिद्ध

दत्तक घेणारा, दत्तक स्वत: यांच्यावर येते. यासाठी दत्तक विधान रजिस्टर करणे अतिशय महत्त्वाचे असते. दत्तक घेतल्यानंतर ते काही कालावधीने रजिस्टर केले तरी चालू शकते. दत्तक विधान पूर्वलक्षी करता येत नाही. दत्तक विधानाचा वैधानिक कार्यक्रम झाल्या दिवसापासून दत्तक अंमलात येतो.

दत्तक घेताना पूर्वापार पद्धतीने नात्यातील मुलगा दत्तक घेतला तर फारसा प्रश्न येत नाही. अनाथ मूल दत्तक घेताना मात्र त्याची एड्ससाठी टेस्ट जरूर घ्या कारण असे मूल सर्वसाधारणपणे अनैतिक संबंध, वेश्याव्यवसाय यांतून जन्माला आलेले असते. त्याची अनुवंशिकता माहिती नसते पण जास्तीत जास्त संस्कार त्यावर घडावेत म्हणजे हे दत्तक मूल तुमच्या कुळाला कलंक लागेल असे वागणार नाही. अनाथाश्रमातील बालक दत्तक घेणे हे मोठे समाजकार्य आहे. एका अनाथाला आपण घर मिळवून देतो, नाव, कुटुंब देतो. फक्त संभाव्य धोके लक्षात ठेवून वागावे म्हणजे झाले!

दत्तकाबाबतचे कायदे जास्तीत जास्त काटेकोर केले गेले आहेत याचे कारण दत्तकाचा गैरवापर होण्याची शक्यता खूप असते. हक्काचा घरगडी म्हणून त्याला वापरले जाऊ शकते. मुलगी घेतली तर कामवालीसारखे तिला वागवले जाण्याची शक्यता असते. ती वयात आल्यावर तिला गैरमार्गाला लावले जाण्याची शक्यता नाकारता येत नाही.

ज्या संस्था किंवा व्यक्ती आपले मूल दत्तक देऊ इच्छितात त्यांनी दत्तक घेणाऱ्यांची पूर्ण चौकशी करूनच दत्तक द्यावे. दत्तक दिल्यावरही बालकाची चौकशी वरचेवर करावी. बालकाच्या नावे काही रक्कम फिक्स डिपॉझीट करायला लावावी.

दत्तकापेक्षा दत्तक घेणारी व्यक्ती किमान एकवीस वर्षांनी मोठी असावी हा कायदाही याकरता केला गेला आहे की कोणतेही अनैतिक संबंध येऊ नयेत. २१ वर्षांनी लहान असलेल्या व्यक्तीशी पिता-कन्या, माता-पुत्र हेच प्रेमसंबंध होऊ शकतील अशी कायद्याची अपेक्षा आहे. विनापत्य व्यक्तींना कायदेशीर वारस मिळावा, मातृपितृप्रेमाचा वर्षाव करायला जागा मिळावी हा दत्तकाचा उद्देश आहे!

औरस मुलाला ज्या मुलीशी लग्न करता आले नसते (उदाहरणार्थ बहीण) त्या मुलीशी दत्तक मुलालाही लग्न करता येणार नाही. दत्तक आईवडिलांच्या मालमत्तेचा, धार्मिक हक्क व जबाबदाऱ्या संपूर्णपणे औरस मुलाइतक्याच दत्तक मुलाला प्राप्त होतात.

ख्रिश्चन व्यक्तीने दत्तक घेतल्यास त्याला जरी हिंदू कायदा लागू नसला तरी दत्तक ही संकल्पना हिंदू दत्तक कायद्याप्रमाणे लागू होते.

■

मृत्युपत्र

Will या इंग्रजी शब्दांचे मराठीकरण 'इच्छापत्र' असे जास्त योग्य होईल. पण मृत्युपत्र हा शब्द जास्त प्रचलित आहे. आपल्या मृत्यूनंतर आपल्या इच्छापत्राची अंमलबजावणी होणार असल्याने 'मृत्युपत्र' हा शब्द जास्त वापरला जात असावा. मरायला टेकलेल्या माणसाने मृत्युपत्र करायचे असा एक गैरसमज आपल्याकडे आहे. वास्तविक आजच्या धकाधकीच्या काळात मृत्यू केव्हाही येऊ शकतो. आपण कमावलेल्या संपत्तीचा विनियोग आपल्या मृत्यूनंतर आपल्या इच्छेप्रमाणे व्हावा असे वाटणाऱ्या प्रत्येक प्रौढ व्यक्तीने मृत्युपत्र करण्यात गैर काहीच नाही.

मृत्युपत्र म्हणजे काय? आपल्या मृत्यूनंतर आपल्या मालमत्तेची व्यवस्था, वाटप कसे व्हावे याबाबतच्या इच्छेचे कायदेशीर निवेदन म्हणजे मृत्युपत्र असे म्हणता येईल.

या प्रकरणात केलेले विवेचन भारतातील हिंदू धर्मीयांना लागू असणाऱ्या कायद्यास धरून केलेले आहे. मुस्लिम व ख्रिश्चन याबाबतचे वेगळेपण शेवटी सांगितले आहे.

एखाद्याने मृत्युपत्र केले नसल्यास त्याच्या मालकीच्या सर्व मालमत्तेत सर्व मुलगे, पत्नी व आई यांना समान हिस्सा लागू होतो. महाराष्ट्रात महाराष्ट्र सरकारने लागू केलेल्या कायद्यानुसार १९ जून १९९४ रोजी अविवाहित असलेल्या व त्यानंतर जन्मास येणाऱ्या प्रत्येक मुलीस देखील संपत्तीत समान वाटा प्राप्त होतो.

मृत्युपत्र का करावे? वडिलोपार्जित मिळकतीचे वरीलप्रमाणे वारसा कायद्यानुसार वाटप होते. परंतु स्वकष्टार्जित मिळकतीचे वाटप देखील मृत्युपत्र केले नसल्यास या वारसा कायद्याप्रमाणे होते. आपल्याला घरातील सर्वांबद्दल सारखे प्रेम असेलच असे नाही. तसेच एखाद्या व्यक्तीस आपण आधीच खूप दिलेले असेल. समजा तुमचे दुकान आहे. ते एक मुलगा चालवत आहे. दुसरा नोकरी किंवा अन्य व्यवसाय करीत आहे. तुम्ही कष्टाने उभ्या केलेल्या व्यवसायाचे गुडविल एकाला मिळेल व त्याचा व्यवसाय सुरुवातीपासून चांगला चालेल तर दुसऱ्याला झगडावे लागेल. पिता म्हणून संपत्तीतला अधिक वाटा आपण त्याला मृत्युपत्राद्वारे देऊन हा अन्याय दूर करू शकता. घरातील एखादी व्यक्ती तुमच्यावर अधिक प्रेम करते, आजारपणात तुमची देखभाल करते. त्या व्यक्तीचे मृत्युपत्राद्वारे आपण

उतराई होऊ शकतो. आपण मिळविलेली संपत्ती काही समाजकार्यास उपयोगी व्हावी अशी आपली इच्छा असल्यास ती इच्छाही मृत्युपत्राद्वारे पूर्ण होऊ शकते. पण मृत्युपत्र केले नसल्यास मात्र वारसा कायद्याप्रमाणे संपत्तीचे वाटप केले जाईल.

वडिलोपार्जित मिळकतीचे वारसा कायद्याप्रमाणे विभाजन होत राहते. एक मुलगा (आता मुलगीही) जन्माला आल्याबरोबर त्याचा वाटा लागू होतो. याचाच अर्थ एक मूल झाले की तुमची वडिलोपार्जित इस्टेट अर्धी झाली, दुसरे मूल झाले की एक तृतीयांश! मुलांमध्ये प्रॉपर्टीची वाटणी करण्यापूर्वी तुम्ही ती विकू शकता. पण फक्त कायदेशीर गरजांसाठी. कायदेशीर गरजा म्हणजे मुले, पत्नी, स्वत: यांच्या आजाराचा खर्च भागविणे, कर्जफेड, शिक्षण, लग्नकार्य, धार्मिक समारंभ अशा अत्यावश्यक बाबी. वडिलोपार्जित घर विकून तुम्ही काश्मीरची सहल करू शकत नाही!

मृत्युपत्राबाबत महत्त्वाचे –

१) मृत्युपत्र कशाचे करता येते?

अ) वडिलोपार्जित मिळकतीतील तुमचा स्वत:चा वाटा.

ब) स्वकष्टार्जित– तुम्ही स्वत: कमावलेली संपत्ती.

क) तुमच्या मृत्यूनंतरही मिळत राहणारे पैसे. उदा. तुम्ही लिहिलेल्या पुस्तकाची, नाटकाची रॉयल्टी, एल.आय.सी. एजंट असाल तर एजंट्स कमिशन इ.

२) मृत्युपत्र बदलता येते का?

आपण कितीही वेळा मृत्युपत्र बदलू शकतो. त्यातील मृत्युपूर्वीचे शेवटचे जे असेल ते ग्राह्य धरले जाते.

३) मृत्युपत्र केव्हा व कसे करावे?

मृत्युपत्र करताना आपले संपूर्ण मानसिक संतुलन असणे आवश्यक आहे. म्हणून मृत्युपत्र फार म्हातारपण आल्यावर किंवा जास्त आजारी झाल्यावर करण्यापेक्षा आपली मानसिक व शारीरिक स्थिती उत्तम असतानाच करावे, जेणेकरून मानसिक संतुलन योग्य नसताना मृत्युपत्र केले अशा मुद्द्यांवर ते बेकायदेशीर ठरू नये. आपले मृत्युपत्र खरे असल्याचे कोर्टात सिद्ध होण्यास अडचण येणार नाही अशी सर्व खबरदारी घेणे आवश्यक आहे.

४) मृत्युपत्रात काय काय असावे?

आपले संपूर्ण नाव, वय, पत्ता, मृत्युपत्र करण्याची तारीख हे तर हवेच. पण आपल्या मालकीच्या संपूर्ण प्रॉपर्टीचे विवरण व कोणास काय दिले जावे, याचा पूर्ण तपशील असावा. जवळच्या नात्याचा असूनही ज्याला आपण इतरांपेक्षा कमी किंवा अधिक देऊ इच्छितो त्याच्या पूर्ण नावाचा स्पष्ट उल्लेख व कमी/

अधिक देण्याची कारणमीमांसा लिहिलेली असावी.

मृत्युपत्रातील सर्व उल्लेख नि:संदिग्ध असावेत, कारण त्यांचे स्पष्टीकरण द्यायला आपण जिवंत नसतो. मृत्युपत्रातील तरतुदींबाबत जर संबंधित लोक कोर्टात गेले, तर आपली इच्छा मृत्युपत्रात लिहिल्याप्रमाणेच होती हे कोर्टाला पटायला हवे! मृत्युपत्रात वर्णन करावयाचे राहिलेली मालमत्ता असू शकते, तसेच मृत्युपत्र केल्यानंतर आपल्या मालमत्तेत भर पडू शकते. अशा मालमत्तेची व्यवस्था काय लावावयाची याबद्दलही स्पष्ट आदेश मृत्युपत्रात असावा.

साक्षीदार

दोन साक्षीदार व मृत्युपत्र करणारा यांनी एकमेकांसमक्ष मृत्युपत्रावर स्वत:चे पूर्ण नाव, पत्ता, सही व तारीख घालावी. साक्षीदारांपैकी एक डॉक्टर– शक्यतो फॅमिली डॉक्टर असावा म्हणजे मृत्युपत्राच्या दिवशी मृत्युपत्र करणाराचे पूर्ण मानसिक संतुलन असल्याची साक्ष डॉक्टर देऊ शकेल. दोन साक्षीदार व मृत्युपत्र करण्याच्या तारखेचा डॉक्टरचा दाखला (व्यक्तीचे पूर्ण मानसिक संतुलन असल्याचा) मृत्युपत्रासमवेत असावा.

साक्षीदारांचे पूर्ण नाव व पत्ता अशासाठी की त्यांची ओळख पटवता यावी. तारीख अशासाठी की त्या तारखे पूर्वीचे मृत्युपत्र रद्दबातल ठरवता यावे किंवा नंतरच्या तारखेचे मृत्युपत्र असल्यास आधीचे रद्दबातल ठरवता यावे.

मृत्युपत्र करताना शारीरिकदृष्ट्या आपण सुदृढ असणे आवश्यक नाही, मात्र मानसिक संतुलन योग्य असणे आवश्यक आहे. म्हणूनच आपल्या फॅमिली डॉक्टरची सही अगर दाखला आवश्यक आहे. आपण हॉस्पिटलमध्ये असाल किंवा एखाद्या मोठ्या आजारावर उपचार चालू असेल तर उपचार करणाऱ्या डॉक्टरची सही/दाखला असावा.

साक्षीदार हे फार महत्त्वाचे आहेत व ते नीट पारखूनच घ्यायला हवेत. आपले मृत्युपत्र आपल्या मृत्युनंतर अंमलात येणार असते व ते योग्य रीतीने अंमलात येते हे पाहण्याची जबाबदारी साक्षीदारांची असते. साक्षीदार तुमच्यापेक्षा बरेच तरुण असावेत म्हणजे तुमच्या मृत्युनंतर ते सुदृढ व जिवंत असतील व मृत्युपत्र अंमलात आणू शकतील.

साक्षीदार जर तुमच्या स्मृतीशी प्रामाणिक राहणार नसतील तर काय होऊ शकते ते पाहू या.

गरीबीतून कष्टाने श्रीमंत झालेल्या एका व्यक्तीने आपल्या मुलांचे शिक्षण, लग्ने सर्व व्यवस्थित केले. त्यांना स्थैर्य प्राप्त करून दिले. त्यानंतर त्यांच्या मनात आले की आपण आपल्या मुलांचे सर्व व्यवस्थित केले आहे, आता ज्या

समाजाने आपल्याला हे वैभव दिले त्या समाजासाठी उर्वरित प्रॉपर्टी उपयोगी व्हावी. एक ट्रस्ट करून त्याद्वारे होतकरू तरुणांना मदत व्हावी अशी व्यवस्था त्यांनी मृत्युपत्रात केली. हे गृहस्थ मृत्यु पावल्यावर मुले या साक्षीदारांना भेटली व म्हणाली, "आम्हा मुलांना काहीही न देता पिताजींनी सारे काही समाजाला दिले आहे. आता तुम्ही काही तरी करा. आम्ही तुमच्या उपकारांची परतफेड करू." या प्रलोभनाला साक्षीदार भुलले. त्यांनी मृत्युपत्रच गायब केले! मुलांनी वारसा कायद्याप्रमाणे संपत्तीची वाटणी केली. गावकऱ्यांना आश्चर्य वाटले. त्यांनी साक्षीदारांना विचारले, "गुरुजींनी सारी मालमत्ता मृत्युपत्राने समाजकार्याला दिल्याचे ऐकले होते. पण प्रत्यक्षात वेगळेच दिसते आहे, हे कसे?" यावर साक्षीदारांनी उत्तर दिले, "हो, आम्हीही असेच ऐकले होते, पण ते मृत्युपत्र आहे कोठे?" मृत्युपत्र गायब करण्याची किंमत अर्थातच साक्षीदारांनी वसूल केली होती!

साक्षीदार शेवटी माणसेच आहेत, मोहाला बळी पडू शकतात. यासाठी आपले मृत्युपत्र आपल्या वकीलाकडे किंवा लॉकरमध्ये ठेवावे. तिसरा व सर्वोत्तम उपाय म्हणजे एक्झिक्युटर कंपनीला एक्झिक्युटर म्हणजेच अंमलबजावणी करणारा नेमता येतो. आपल्या मृत्यूनंतर एक्झिक्युटर मृत्युपत्र कोर्टास सादर करून प्रोबेट म्हणजे मृत्युपत्राचा अंमल करण्याचा अधिकार मिळवितो व नंतर मृत्युपत्राची अंमलबजावणी करू शकतो. आपल्या पूर्ण मालमत्तेचा किंवा काही भागाचा ट्रस्ट करून विशिष्ट सामाजिक कामासाठी त्याचा वापर करण्याची व्यवस्था आपण मृत्युपत्राद्वारे करू शकतो.

मृत्युपत्र हाताने लिहिलेले किंवा टंकलिखित केलेले कसेही चालते. ते रजिस्टर करणे आवश्यक नाही पण पुढे त्याच्या खरेपणाविषयीचा वाद टळावा यासाठी रजिस्टर करणे चांगले. रजिस्ट्रार हा सरकारी अधिकारी असल्याने त्याच्यासमोर केलेला कागद वादातीत राहतो.

मृत्युपत्राबाबत काही पथ्ये पाळावीत. ती अशी–

मृत्युपत्रातील तरतुदींबाबत जाहीर चर्चा करू नये. त्यावर समाजात विनाकारण उलट-सुलट चर्चा होते व ज्या व्यक्तीला तुम्ही जास्त दिले आहे, त्या व्यक्तीचा व तुमचा ज्यांना कमी दिले आहे त्यांच्याकडून छळ होण्याची शक्यता असते. जवळचे नातेवाईक तसेच मृत्युपत्राने ज्यांना काही लाभ होणार आहे अशा कोणाचीही सही, सहभाग अगर पुढाकार मृत्युपत्र करण्यात नसावा म्हणजे संशयास जागा राहत नाही.

मूळ हिंदू कायद्यात मृत्युपत्र ही संकल्पना नाही. ख्रिश्चन कायद्यावरून ती घेतली आहे. तसेच लेकी वारसा ही तरतूद मुस्लिम कायद्यातून घेतली आहे. हिंदू

कायदा हाच जास्त सर्वासमावेशक आहे. मूळ हिंदू कायद्यात लेकीवारसा नाही. त्यामुळेच कदाचित आपल्या संपत्तीचा काही वाटा मुलीला तिच्या लग्नाच्या वेळी द्यावा व तिचा संसार सुखी व्हावा या वधूपित्याच्या इच्छेत हुंडाप्रथेचे मूळ असेल. पण पुढे त्याला वरपित्याकडून विकृत केले गेले व हुंडाबंदीचा कायदा व लेकीवारसाचा कायदा करावा लागला.

मुस्लिम कायद्यात मृत्युपत्राची तरतूद नाही पण बक्षिसीची प्रथा आहे. ही बक्षिसी लेखीच हवी असेही नाही.

मुस्लिम व्यक्ती मृत्यु पावल्यावर संपत्तीत पत्नी व मुली यांना मुलांच्या निम्म्याने हिस्सा वारसा हक्काने मिळतो. समजा, मृत व्यक्तीस दोन पत्नी, ४ मुली व २ मुलगे आहेत व १० लाख रु. ची प्रॉपर्टी आहे तर प्रत्येक पत्नी व मुलीस एक लाख व प्रत्येक मुलास प्रत्येकी दोन लाख रुपये मिळतील.

ख्रिश्चनांमध्ये will करणे ही इतकी जुनी प्रथा आहे की मृत्युपत्राप्रमाणे संपत्तीचे वाटप हा नियम आहे व मृत्युपत्र नसल्याने वारसाहक्काप्रमाणे संपत्तीची वाटणी हा अपवाद ठरतो. ख्रिश्चन वारसाहक्क हा हिंदू कायद्याप्रमाणेच आहे.

थोडक्यात – आपली संपूर्ण संपत्ती किती आहे, आपल्याबद्दल जवळचे नातेवाईक, मुले यांचे प्रेम किती आहे, आपल्याला कोणत्या सामाजिक कार्याबद्दल आपुलकी आहे, या सर्व गोष्टींचा गंभीरपणे विचार करून, वकिली सल्ला घेऊन, आपली मानसिक स्थिती उत्तम असताना मृत्युपत्र अशा रीतीने करावे की, ज्याचा तंतोतंत अंमल केला जाईल व कोठेही संशयास जागा राहणार नाही.

महत्त्वाचे – तुम्ही मृत्युपत्र करा अगर न करा, पण एका वहीत तुमचा सर्व आर्थिक ताळेबंद जरूर लिहा व ही वही नोंदीबाबत अद्ययावत ठेवा. कित्येकदा तुमचे सर्व आर्थिक व्यवहार घरच्यांना माहिती असतातच असे नाही. त्यामुळे तुमच्या पश्चात अशा नोंदी नसतील तर मिळवलेले सर्व तुमच्या वारसांना मिळेलच अशी खात्री देता येत नाही. उदाहरणार्थ, घरच्यांना न सांगता मित्रांना त्यांच्या अडचणीच्यावेळी तुम्ही काही रक्कम उसनी दिली असेल, तर तुमच्या पश्चात ती रक्कम आपणहून परत केली जाण्याची शक्यता आजच्या काळात फार कमी आहे. या उलट तुम्ही काही रक्कम उसनी घेतली असेल व तुमच्या पश्चात त्या रकमेची मागणी मित्राने केल्यावर तुमच्या वारसांनी त्यावर कसा विश्वास ठेवावा?

एखाद्या बँकेत घरच्यांना माहिती नसलेले खाते असेल तर तुमच्या पश्चात मागणी झाल्याविना वारसांना बँक कसे पैसे देईल? असे खाते डेड अकाऊंट ठरायचे!

तुमचा प्रत्येक आर्थिक व्यवहार– विमा पॉलिसी, शेअर्स, कर्जे (दिलेली व घेतलेली), उसनवारी, बँक खाती अशा सर्व बाबींच्या नोंदी एका वहीत करीत राहावे.

■

नेत्रदान

भारतातील अंधापैकी ६० ते ७० टक्के अंध हे मोतीबिंदू झाल्यामुळे व ३० टक्के अंध हे डोळ्यात फूल पडल्यामुळे अंध आहेत. मोतीबिंदूवर शस्त्रक्रिया करून हे अंधत्व दूर होते. मोतीबिंदूची शस्त्रक्रिया शासकीय व खाजगी दवाखान्यांमधून सर्वत्र उपलब्ध आहे. परंतु डोळ्यात फूल पडल्यामुळे आलेल्या अंधत्वावर शस्त्रक्रिया फक्त नेत्रपेढीतच होऊ शकते व त्यासाठी मृत व्यक्तींच्या नेत्रदानातून मिळालेले डोळे आवश्यक असतात.

डोळ्यात फूल पडणे म्हणजे काय?

डोळ्याचा बाहेरून दिसणारा भाग हा स्वच्छ काचेसारखा पारदर्शक बाह्यपटलाचा भाग (कॉर्निया) होय. यामधून प्रकाशकिरण डोळ्याच्या आत जातात व अंत:पटलावर पडणाऱ्या प्रतिमेमुळे आपल्याला दिसण्याची क्रिया घडते. या पारदर्शक पटलास जखम झाल्यास जंतूंचा प्रादूर्भाव होऊन तेथील भाग अपारदर्शक होतो. यालाच फूल पडणे असे म्हणतात. (कॉर्निअल ओपॅसिटी) डोळ्यात धुळीचा कण गेल्यामुळे, मशीनवर काम करताना लोखंडाचा तुकडा डोळ्यात जाऊन, लहान मुले खेळत असताना मारामारी करताना, अशा प्रकारची जखम होऊ शकते. याचाच अर्थ फूल पडल्यामुळे अंधत्व येण्याचा प्रकार हा लहान मुले व तरुण वर्ग यामध्ये जास्त आहे.

बुब्बुळ रोपण म्हणजे काय?

हे समजण्यासाठी उत्तम उदाहरण घड्याळाच्या काचेचे देता येईल. काच तडकली, अपारदर्शक झाली तर आत घड्याळ चालू असूनही नीट दिसू शकत नाही. त्याप्रमाणेच फूल पडल्यामुळे बाह्यपटलाचे पारदर्शकत्व कमी होते. घड्याळाची काच बदलल्यावर किती वाजले आहेत हे स्पष्टपणे दिसू लागते, बुब्बुळ रोपणाची शस्त्रक्रिया तशीच आहे. खराब झालेला बुब्बुळाचा भाग काढून टाकून त्याजागी दान मिळालेल्या डोळ्याच्या बुब्बुळाचा भाग बसवला जातो. डोळ्याचे बाह्यपटल पारदर्शक असते व त्यात रक्तवाहिन्या नसतात. त्यामुळे इतर अवयवांच्या (उदा.

किडनी) रोपणामध्ये निर्माण होणारे रक्तगट जुळणे इत्यादी प्रश्न बुब्बुळ रोपणात निर्माण होत नाहीत व या शस्त्रक्रिया जास्त प्रमाणात यशस्वी होतात.

मरणोत्तर नेत्रदानाबाबत महत्त्वाचे.

नेत्रदान कोण करू शकतो?

ज्याचे डोळ्याचे बाह्यपटल निरोगी पारदर्शक आहे अशा कोणाचेही डोळे दान करता येतात. चष्मा असला, तिरळा असला तरी चालतो. वय ८ ते ८०. अति वृद्ध जराजर्जर व्यक्तीचे डोळे चालतात. पण ते ज्या रुग्णास बसवावयाचे त्याला फार काळ चालत नाहीत. कारण वृद्ध होण्याची क्रिया डोळ्यातही आलेली असतेच.

ज्या रुग्णावर शस्त्रक्रिया केली जाते त्याच्या डोळ्यांचा रंग बदलतो का? नाही. फक्त सिनेमातच असे दाखवले जाते. पण ते पूर्ण चूक आहे. कारण डोळ्याचा पारदर्शक काचेसारखा पुढील बुब्बुळाचा भागच फक्त बदलला जातो. डोळ्याचा रंग आतील बाहुलीमधील रंगद्रव्यामुळे असतो.

नेत्रदान कसे करावे?

महाराष्ट्रात प्रत्येक जिल्ह्यात किमान एक नेत्रपेढी आहे. त्या नेत्रपेढीकडून किंवा टाईम्स आय रिसर्च फौंडेशन, १०, दर्यागंज, नवी दिल्ली ११० ००२ यांच्याकडून नेत्रदानाचा फॉर्म मागवून घ्यावा व भरून पाठवावा. शक्यतो सर्व कुटुंबियांनी फॉर्म भरावा म्हणजे प्रत्येकाच्या मृत्यूनंतर लगेच नेत्रपेढीस कळवण्याची आठवण राहते. फॉर्म भरून पाठविल्यावर नेत्रदानाचे इच्छापत्र भरल्याचे एक प्रमाणपत्र आपणांस मिळेल. ते दिवाणखान्यात अगर कोठेतरी अशा जागी लावून ठेवा. जेणेकरून,

१) तुमची नेत्रदानाची इच्छा सर्वांना कळेल.

२) इतरांना नेत्रदान करण्याची इच्छा होईल. म्हणजेच नेत्रदानाचा प्रचार होईल.

३) तुमच्या मृत्यूनंतर त्या प्रमाणपत्रामुळे नेत्रपेढीस लगेच संपर्क साधण्याची गरज लक्षात येईल.

नेत्रदानाची इच्छा व्यक्त करण्याचे फक्त तुमच्या हातात असते. कारण मृत्यूनंतर तुमचा वारस हाच तुमच्या देहाचा कायदेशीर मालक असतो. त्याच्या परवानगीशिवाय तुम्ही इच्छापत्र भरले असले तरी डोळे काढता येत नाहीत. या उलट तुम्ही इच्छापत्र भरले नसले तरी वारसाच्या संमतीने नेत्रदान घेता येते. हा वाद निर्माण होऊ नये यासाठीच सर्व कुटुंबियांनी इच्छापत्र भरणे चांगले. म्हणजे नेत्रदानाविषयी सर्वच कुटुंबिय इच्छुक व जागरूक राहतात.

मृत्यूनंतर सहा तासात डोळे काढणे आवश्यक असते. त्यानंतर ते खराब होऊ लागतात. मृत्यूनंतर मृताच्या वारसाला नेत्रदानाची आठवण करून देणे फार

महत्त्वाचे असते कारण यावेळी वारस दु:खात, व्यवस्थेत गुंतलेला असतो. वारसाचे मित्र, फॅमिली डॉक्टर हे महत्त्वाचे काम करू शकतात. मृत्यूनंतर जितक्या लवकर नेत्रपेढीस कळवले जाईल तितके चांगले. म्हणजे वेळेत आणि चांगल्या स्थितीत डोळे काढता येतील. नेत्रदानासाठी देह जिथे असेल तेथे जाऊन नेत्रदान घेतले जाते.

मृत्यूनंतर घरच्या लोकांनी काय करावे?

१) डोळे अर्धवट बंद असल्यास पूर्ण मिटवावेत.

२) डोळ्यात अँटिबायोटिक आय ड्रॉप्स घालावेत.

३) डोळ्यावर ओल्या कापडाची किंवा स्वच्छ कापडाची घडी ठेवावी. डोळे थंड व ओलसर राहणे आवश्यक आहे.

४) मृताचे डोके उशीवर ठेवावे. शरीरापेक्षा उंचावर डोके ठेवल्याने डोळ्यात रक्त साठून डोळे काढल्यावर रक्तस्राव होत नाही.

५) मृत्यूनंतर लवकरात लवकर नेत्रपेढीस कळवावे.

६) डॉक्टरांकडून मृत्यूचा दाखला घेऊन ठेवावा. (त्यामुळे नेत्रपेढीस मृत्यूचे कारण कळते.)

७) नेत्रदान झाल्यावर नेत्रपेढी, नेत्रदान केल्याचे प्रमाणपत्र देते. ते प्रमाणपत्र मृतदेहाशेजारी सर्वांना दिसेल अशा ठिकाणी ठेवावे. म्हणजे अंत्यदर्शनाला येणारे सर्व पाहतील. अंत्ययात्रेनंतरही हे प्रमाणपत्र भेटायला येणाऱ्या सर्वांना दिसेल अशा ठिकाणी ठेवावे. त्यामुळे मृत व्यक्तीबद्दलचा आदर लोकांना वाटेलच शिवाय नेत्रदानाच्या प्रचारास हातभार लागेल.

डोळे काढल्यावर–

डोळे काढल्यावर त्या खोबणीत खोटा डोळा किंवा कापूस भरून पापण्या अशा तऱ्हेने शिवतात की डोळे शांतपणे मिटलेले आहेत असे वाटावे. शवास विद्रूपता अजिबात येत नाही. नेत्रदानाचे प्रमाणपत्र पाहिल्यावरच डोळे काढल्याचे समजते. बुब्बुळ फक्त वापरले जात असले तरी ते वापरेपर्यंत नीट राहण्यासाठी संपूर्ण डोळा काढला जातो. डोळ्याच्या बाकीच्या भागाचा उपयोग विद्यार्थ्यांच्या अभ्यासासाठी होऊ शकतो.

डोळे काढल्यावर फ्रीजमध्ये ४८ तास राहू शकतात. विशिष्ट औषधामध्ये १५ दिवस राहू शकतात. इतके दिवस डोळे जपून ठेवण्याची पाळी सहसा येत नाही. कारण नेत्रपेढीमध्ये रुग्णांची प्रतिक्षायादी तयार असते. प्रतिक्षेतील दोन रुग्णांना बोलावून त्यांच्यावर बुब्बुळ रोपणाची शस्त्रक्रिया केली जाते. आपल्याकडे अंधांचे प्रमाण प्रचंड आणि नेत्रदानाचे प्रमाण अत्यल्प असल्याने दोन्ही डोळ्यांनी अंधव्यक्तीस अग्रक्रम दिला जातो व त्याच्याही एकाच डोळ्यावर शस्त्रक्रिया केली

जाते. जास्तीत जास्त अंधांना किमान एका डोळ्याने हे जग दिसावे हा यामागचा हेतू आहे. दोन्ही डोळ्यांनी अंध रुग्ण मिळत नसेल तेव्हा एका डोळ्याने अंध असणाऱ्यांवर शस्त्रक्रिया करण्याचा प्रघात आहे.

कोणाचे नेत्रदान करता येत नाही?

१) फूल पडलेले डोळे.

२) जराजर्जर व्यक्ती.

३) एड्स, कावीळ अशा विषाणूंमुळे (व्हायरस) मृत्यु.

४) सर्पदंश, विषप्रयोग यामुळे मृत्यु.

५) कर्करोगामुळे मृत्यु

६) मृत्यूचे कारण माहीत नाही.

७) नशील्या द्रव्यांच्या अतिसेवनाने मृत्यु.

नेत्रदानास कोणत्याही धर्माची आडकाठी नाही. आपण मेल्यावर देह जाळला काय, पुरला काय किंवा गिधाडांनी खाल्ला काय? आपण वेदनांच्या पलीकडे गेलेलो असतो. मृत्यूनंतरही समाजाच्या उपयोगी पडण्याचे नेत्रदान हे उत्तम साधन आहे.

''मरावे परी किर्तीरूपी उरावे ।''

''मरावे परी नेत्रदानारूपी उरावे ।''

''अनंताच्या पलीकडे जाऊनही अस्तित्त्व उरावे ।''

नेत्रदानाचे इच्छापत्र भरल्यानंतर नेत्रपेढी प्रमाणपत्र देते त्याचा नमुना

नेत्रपेढी

प्रमाणपत्र क्रमांक दिनांक

श्री/श्रीमती ----------------------------------

यांनी स्वत:चे मृत्यूनंतर ------- नेत्रपेढीस आपले डोळे दान केले आहेत. या त्यांच्या मानवतावादी उदार नेत्रदानाबद्दल हे प्रमाणपत्र देण्यात येत आहे. नेत्रपेढीने या डोळ्यांचा उपयोग कोणाही अंधास दृष्टी देण्यासाठी किंवा नेत्ररोगाच्या उपचारासाठी किंवा संशोधनासाठी करावयाचा आहे.

सही

अध्यक्ष, नेत्रपेढी

वारस, नातेवाईक, मित्र, फॅमिली डॉक्टर यांना विनंती –

माझ्या मृत्यूनंतर माझे डोळे बंद करून ठेवावेत व ताबडतोब ---- नेत्रपेढी फोन नंबर ------ या ठिकाणी कळवून माझे डोळे काढून नेण्यासाठी डॉक्टरांना पाठविण्याची विनंती करावी. डॉक्टर येऊन डोळे काढून नेईपर्यंत अंत्यविधी थांबवावा. डॉक्टरांचेकडून मृत्यू प्रमाणपत्र (Death certificate) घेऊन ठेवावे.

नेत्रदान करणाऱ्याची सही

■

देहदान

भारतासारख्या प्रचंड लोकसंख्येच्या देशात वैद्यकीय विद्यार्थ्यांना मानवी देहाचा अभ्यास करण्यासाठी शवांचा तुटवडा पडतो ही किती खेदाची गोष्ट आहे! बहुतेक वैद्यकीय महाविद्यालयांमध्ये २०-२५ विद्यार्थ्यांत मिळून एका देहाचे शवविच्छेदन करावे लागते तर कित्येकदा शिक्षकांनी शवविच्छेदन करावयाचे व सर्व वर्गाने नुसते पाहायचे, इतकेच काय प्रसंगी शवाच्या कृत्रिम मॉडेल्सवर अभ्यास करायचा असे करावे लागते.

बेवारशी, सडू लागलेली अशी प्रेते प्रचंड वाहतूक खर्च करून कित्येकदा महाविद्यालयांना मिळवावी लागतात. मृत्यूनंतर लगेच देह ताब्यात मिळाला तर त्यावर टिकवण्यासाठी प्रक्रिया करून वैद्यकीय महाविद्यालयात शवविच्छेदनासाठी वापरला जातो. खराब, सडू लागलेल्या शवाचे विच्छेदन ही अतिशय किळसवाणी गोष्ट असते. साहाजिकच विद्यार्थ्यांचा कल विच्छेदन टाळण्याकडे राहतो. तोच देह चांगला असेल तर अभ्यासपूर्ण रीतीने विद्यार्थी शवविच्छेदन करतात.

आपण वैद्यकीय महाविद्यालयास देहदान केल्यास भावी डॉक्टर्सना अभ्यासात मदत केल्याचे समाधान व पुण्य मिळेल. आपल्या देहाची कुचेष्टा, विटंबना विद्यार्थी करतील अशी भीती बाळगू नका. शवविच्छेदनाच्या पहिल्याच दिवशी 'हे शव तुम्हाला गुरुस्थानी आहे कारण त्यामुळेच तुम्हाला मानवी देहाचा अभ्यास करायला मिळत आहे. या शवाचा योग्य सन्मान राखावा.' असे शिक्षक विद्यार्थ्यांना समजावून तर सांगतातच पण शरीरशास्त्राच्या पुस्तकांच्या प्रस्तावनेत लिहिलेले असते. विद्यार्थ्यांनाही या गोष्टीची कल्पना असतेच.

देहदान करण्यात हिंदू धर्मात तर काहीच अडचण नाही. देहाचे एकादे बोट घेऊन देखील किंवा त्याशिवायसुद्धा त्यावर संस्कार करता येतात. कित्येक वेळा मृत्यूनंतर देहच मिळत नाही तेव्हा काय करणार? उदा. विमान अपघात, बोट बुडणे इ.

देहदान घेण्यासाठी वैद्यकीय महाविद्यालयांना सरकारकडून खास परवानगी घ्यावी लागते. अशा महाविद्यालयांकडून देहदानाचा फॉर्म आणून तो भरून

महाविद्यालयाकडे द्यायचा. या फॉर्मवर स्वत:ची, एक मित्र व एक जवळचा नातेवाईक (शक्यतो वारस) यांच्या सह्या आवश्यक असतात. मृत्यूनंतर घरच्यांच्या लक्षात राहावे यासाठी एक देहदानाचे इच्छापत्र भरल्याचे प्रमाणपत्र मिळते. मृत्यु झाल्याचे कळवल्यानंतर लगेच महाविद्यालय शववाहिनी पाठवते व शव टिकावे, त्याच्या रोहिण्या स्पष्ट व्हाव्यात यासाठीच्या प्रक्रिया शवावर केल्या जातात.

जिवंत असताना आपण अनेक सत्कृत्ये करू शकतो पण मृत्यूनंतरही नेत्रदानाने दोन अंधांना दृष्टी व देहदानाने वैद्यकीय विद्यार्थ्यांना शिक्षणात मोलाची मदत देऊ शकतो. त्याप्रमाणे इच्छापत्र भरणे व वारसांची मानसिक तयारी आपल्या जिवंतपणी करून ठेवणे आवश्यक आहे!

■

दिनचर्या

"हे मधुकरराव कोण हो? मी त्यांच्या शिस्तीबद्दल खूप ऐकलंय, पण त्यांना काही पाहिले नाही." मला माझ्या मित्राने असे एकदा विचारले. मी त्याला उत्तर थोडे कोड्यात दिले, 'ठराविक वेळेला, ठराविक ठिकाणी रोजच्या रोज तोच माणूस जर परत परत दिसला, तर तेच मधुकरराव.' मला १०-१२ दिवसांनी त्याच मित्राचा फोन आला की "मधुकरराव रोज सकाळी ७ वाजता फिरून येताना वर्तमानपत्र घेऊन येतात."

आपला दिनक्रम इतका कालबद्ध असावा की नाही याबद्दल दुमत असू शकेल. माझे तर आहेच आहे. परंतु आयुष्य पूर्णपणे बेबंदही असू नये. चित्राला शोभा चौकटीने येते. बागेला कुंपणाने, समुद्राला क्षितीजाने! त्याचप्रमाणे आपल्या दिनचर्येत काही गोष्टी रोज असायलाच हव्यात. येथे कोणीही अमरत्व घेऊन आलेले नाही. मधुकरराव जाधवही वारले पण वयाच्या ७८ व्या वर्षी हृदयक्रिया बंद पडून वारले त्या दिवशी सकाळी ७ वाजता फिरून येताना वर्तमानपत्र घेऊन आले होते. मरण हे येणारच आहे. पण मृत्यूपर्यंत आपण समाधानी आणि परावलंबित्व न येता जगावे यासाठी काही गोष्टी चाळिशीनंतर आपल्या दिनचर्येमध्ये अविभाज्य ठरतात.

सर्वात प्रथम व्यायाम. प्रत्येकाचे काम, इतर श्रम अशा अनेक गोष्टींवर किती व्यायाम करायचा, केव्हा करायचा हे ठरवावे लागेल. सकाळी उठल्यावर १० तरी सूर्यनमस्कार घालावेत. आणि ५ किलोमीटर चालून यावे असे मी म्हटले तर ज्याला रोज सकाळची ६-३७ ची लोकल पकडून कामावर जायचे आहे, त्याला हे कसे शक्य आहे? व्यायाम कशासाठी करायचा हे आधी ठरवू या. चाळिशीनंतर सुरुवात करून आपल्याला कोठे कुस्तीच्या मैदानात उतरायचे आहे? मग व्यायाम का करायचा?

१) स्नायूंचे बळ व लवचिकता कायम राखणे, २) सांध्यांची लवचिकता जपणे, ३) शरीरातील जादा चरबी कमी करणे, ४) हृदय, फुफ्फुसे, व रक्तवाहिन्यांचे आरोग्य राखणे, ५) मन प्रसन्न ठेवणे. एका सर्व्हेमध्ये असे

आढळून आले आहे की व्यायाम कोणत्याही प्रकारचा केला तरी व्यायाम न करणाऱ्यांपेक्षा व्यायाम करणाऱ्यांचे स्नायू अधिक बलवान व लवचिक राहतात.

जे रोज काही खेळ पूर्वीपासून खेळत आहेत त्यांनी खेळणे त्रास न होता खेळता येत आहे तोपर्यंत जरूर चालू ठेवावे. मी स्वत: कित्येक वर्षे बॅडमिंटन खेळत असे. पुढे गुडघे दुखायला लागले. बॅडमिंटन बंद केल्याच्या तिसऱ्या दिवशी औषध न घेता गुडघे दुखायचे थांबले. मला खात्री आहे मी बॅडमिंटन तसेच चालू ठेवले असते तर माझी गुडघेदुखी कायमची डोकेदुखी झाली असती. इतक्या वर्षांच्या हालचालींनी सांध्यांचा गुळगुळीतपणा कमी होऊन खरखरीपणा येऊ लागतो. जादा त्रास देणे थांबवले की निसर्ग दुरुस्तीचे काम लगेच करून टाकतो. चाळिशीनंतर धावपळीचे व्यायाम खेळ नव्याने चालू करू नयेत. पण भरभर चालणे, योगासने, सूर्यनमस्कार हे करायला काही हरकत नाही.

चालणाऱ्याचे नशीब चालते म्हणतात. चालणे हा एक अत्यावश्यक व्यायाम आहे. वय वाढत जाईल तसे इतर व्यायाम प्रकार अवघड होत जातात, पण चालण्याचा व्यायाम कोणीही करू शकतो. आपले वय, तब्येत, इतर आजार याप्रमाणे किती चालावे, काय गतीने चालावे हे आवश्यक पडल्यास डॉक्टरी सल्ल्याने ठरवावे. चाळिशीतील व्यक्तीने रोज ३-४ किलोमीटर सलग चालण्यास हरकत नाही. भरभर चालावे. शक्यतो पहाटे चालावे व शक्य असल्यास गावाबाहेर चालावे. यावेळी हवेत प्रदूषण कमी असते व ओझोनचे प्रमाणही हवेत जास्त असते. चालल्याने पायाच्या स्नायूंना, हृदयाला चांगला व्यायाम मिळतो. काही अंतर चालल्यावर पाय दुखतात. विश्रांती घेतल्यावर किंवा तसेच चालत राहिल्यास पाय दुखणे कमी होते असे होऊ लागल्यास डॉक्टरांना भेटा. Intermittant claudication नावाच्या रक्ताभिसरणाचा आजार असण्याची शक्यता आहे. पूर्वी जितके चालल्यावर दमायला होत असे त्याआधीच दम लागतो किंवा छातीत, डाव्या हातात दुखते, घाम फुटतो असे होऊ लागल्यास डॉक्टरांना त्वरित भेटा.

ज्यांना फिरायला जायला वेगळा वेळ काढणे शक्य नाही त्यांच्यासाठी काही उपाय– कामावर जाताना किंवा येताना एक वेळा तरी चालत जा. उंच इमारतीत राहता व जिने चढण्यास डॉक्टरांनी मनाई केली असेल तर घरातल्या घरात २०-२५ मिनीटे न थांबता चालण्याचा प्रयत्न करा. मला स्वत:ला फिरण्यासाठी बाहेर जाणे जमत नाही म्हणून मी सकाळी कॉर्डलेस फोन खिशात ठेवतो आणि घर, बाग यात अर्धातास न थांबता चालतो. फोन आला तरी चालणे थांबवत नाही.

चालण्याशिवाय इतरही काही व्यायाम रोज करणे आवश्यक आहे. या इतर व्यायामाचे उद्देश असे –

१) शरीरातील प्रत्येक सांध्याची हालचाल ४-५ वेळा तरी झालीच पाहिजे.

२) शरीरातील प्रत्येक स्नायू थोडावेळ तरी ताणला गेला पाहिजे. यासाठी योगासने उत्तम उपाय. सुरुवात करताना तरी तज्ञांच्या मार्गदर्शनाखाली २-३ महिने योगासने करावीत नंतर स्वत:च्या घरी करायला हरकत नाही. चुकीच्या पद्धतीने केली गेल्यास फायद्यापेक्षा तोटा जास्त होण्याची शक्यता. सूर्यनमस्कार घालण्यामध्ये अनेक योगासनांचा समावेश आहे. सर्वांग सुंदर व्यायामाचे तक्ते मिळतात. ते समोर ठेवूनही व्यायाम करता येईल. यातही मघाशी सांगितलेले तत्त्वच आहे. प्रत्येक सांध्याची हालचाल आणि प्रत्येक स्नायूस ताण. तुम्हाला मणक्यांचा त्रास अगर हृदयरोग असेल तर कोणते व्यायाम करायचे नाहीत हे डॉक्टरांकडून ठरवून घ्या. मणक्यांच्या आजारांमध्ये सर्वसाधारणपणे पुढे वाकणे टाळावे लागते. मणके व त्यामधील सांधे चांगले राहण्यासाठी, मानेचे मणके चांगले राहण्यासाठी, मानेने हो व नाही म्हणण्याची कृती व डोके सर्व बाजूंनी वाकवून फिरवण्याची कृती रोज ५-१० वेळा करा. सर्व हालचाल सावकाश हिसके न देता करा. बाकीच्या मणक्यांसाठीही चारी दिशांना वाकणे व शरीर उलट-सुलट पिळणे उपयोगी पडते. जमेल तेवढा जास्तीत जास्त ताण द्या. हालचालींमध्ये लवचिकता वाढत असल्याचे तुम्हाला जाणवेल. उदाहरणार्थ गुडघे न वाकवता हातांनी पायांच्या अंगठ्यांना स्पर्श करण्याचा प्रयत्न करा. सुरुवातीस अंगठ्यापासून वीतभर वर हात राहील. रोज प्रयत्न करा. आठवडाभरात हात जमिनीला टेकू शकतात.

ज्यांना खूप वेळ टेबल-खुर्चीवर बसून काम आहे, मिटींगमध्ये खूप वेळ बसावे लागते अशांना मोकळेपणाने आळसही देता येत नाही आणि अंग तर पार आंबून जाते अशावेळी करण्यासारखे व्यायाम :- बसल्याजागीच मांड्यांचे स्नायू घट्ट करा. ताण जाणवेपर्यंत २ ते ४ मिनीटे ही स्थिती ठेवा व सैल सोडा. हाच प्रकार कुल्ल्याचे स्नायू, पोटऱ्या, पावले यांना करा. नंतर नमस्कारप्रमाणे हात जोडा व एकमेकांवर घट्ट दाबा, त्यानंतर बोटे एकमेकांत गुंतवा व हात लांब करण्याचा प्रयत्न करा. नंतर हनुवटीवर उजवा हात घट्ट दाबून मान उजव्या बाजूस वळविण्याचा प्रयत्न करा. तसेच डावा हात घट्ट दाबून डाव्या बाजूसच मान नेण्याचा प्रयत्न करा. डोळे जरा घट्ट मिटा. जबड्यावर ताण देऊन चावण्याचा प्रयत्न करा. दोन्ही हात खुर्चीच्या डाव्या हातावर ठेवून सर्व शरीर डावीकडे पिळवटा. मग तोच प्रयोग उजवीकडे. हे सर्व करताना तुम्ही काही वेगळे करत आहात असे कोणासही वाटणार नाही. पण तुमच्या लक्षात येईल, अंग आंबल्यासारखे वाटणे थांबले आहे, आळस गेला आहे. समोरच्या माणसाचे बोलणे आपण जास्त लक्षपूर्वक ऐकून घेतो आहोत.

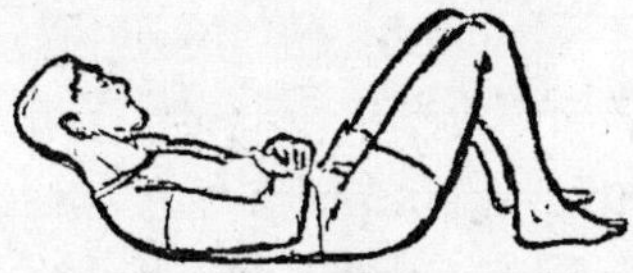

अ) डोके व छाती वर उचला.

ब) नंतर पाय उचलून गुडघ्यावर हात ठेवा.

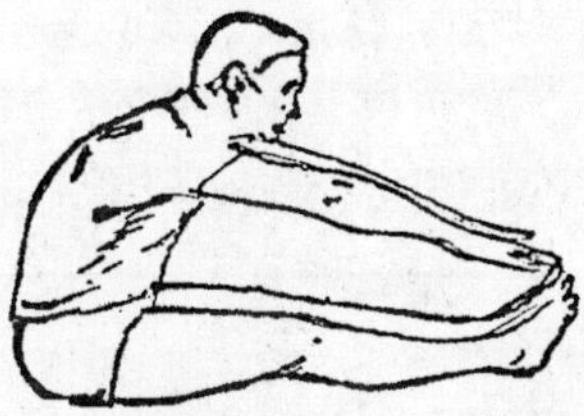

अ) बसून अंगठे धरा.

अ) पाठीवर झोपा.

ब) एक पाय ताठ ठेवून वर उचला

क) दोन्ही पाय उचला.

पाठ व कंबर यासाठी व्यायाम

कंबरेतील वेदना दूर करण्याचे काही व्यायाम प्रकार

तुमच्याप्रमाणेच लक्षावधी लोकांना कंबरेतील वेदनांचा त्रास सहन करावा लागतो. परंतु तुमची ही समस्या केवळ तुम्हीच कमी करू शकता किंवा दूर करू शकता. त्यासाठी तुमच्या कंबरेतील स्नायूंना ताण देणारे आणि तुमच्या पोटाचे स्नायू बळकट करणारे व्यायाम प्रकार करायला हवेत.

डॉक्टरनी काही वेगळ्या सूचना दिल्या नसतील तर पुढे दिलेले व्यायाम प्रकार प्रत्येकी १ ते ५ वेळा याप्रमाणे दिवसातून दोनदा करा. आवर्तनांची ही संख्या हळूहळू वाढवीत जाऊन दिवसातून दोनदा त्यांची १० आवर्तने करण्याचे लक्ष्य पुढे ठेवा. व्यायम हळूहळू आणि सहजतेने करा. तुमच्या पाठीचे दुखणे वाढलेच किंवा तुमच्या पायात मुंग्या आल्यासारखे, बधीरपणा किंवा अशक्तपणा वाटू लागला तर व्यायाम थांबवा आणि तुमच्या डॉक्टरांशी ताबडतोब संपर्क साधा.

कंबरेचा भाग तिरका वर उचलणे

(यामुळे पोटाचे स्नायू बळकट होतात.)

पाठीवर झोपा, पाय गुडघ्यात दुमडून घ्या. पावले जमिनीवर टेकून हात शरीराच्या दोन्ही बाजूला ठेवा. नंतर तुमच्या पाठीचा खालचा भाग जमिनीला चांगला टेकेपर्यंत खाली दाबा म्हणजे कंबरेचा भाग थोडासा तिरका वर उचलेल. या स्थितीत थोडा वेळ राहा व उलट क्रमाने पूर्वस्थितीत या.

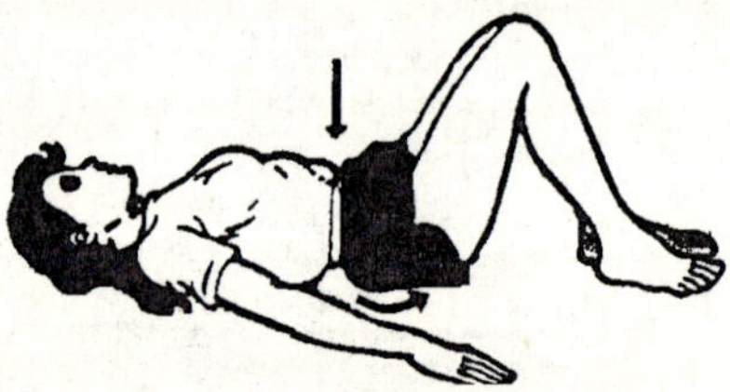

गुडघे छातीवर टेकणे

(यामुळे कमरेच्या, नितंबांच्या आणि खालच्या पाठीच्या स्नायूंना ताण बसतो.)

पाठीवर झोपा, पाय गुडघ्यात दुमडून घ्या. पावले जमिनीवर टेकून हात शरीराच्या दोन्ही बाजूला ठेवा. गुडघे सावकाशपणे छातीजवळ घ्या.

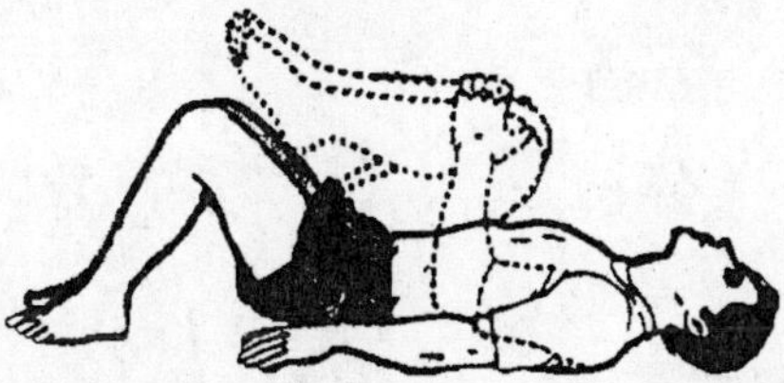

हाताच्या विळख्याने ते दुमडलेले गुडघे जितके खाली आणता येतील तितके आणून त्याच स्थितीत थोडा वेळ राहा. श्वासोच्छ्वास सहज रीतीने होऊ द्या. उलट क्रमाने पूर्वस्थितीत जा.

शरीराच्या मध्यम भागाला ताण

(पाठ, ओटीपोट आणि पाय यांच्या स्नायूंचा ताण.)

हात खांद्यांच्या सरळ रेषेत ठेवा, पाय गुडघ्यात दुमडून घ्या, पायाची बोटे आतल्या बाजूस वळलेली असावीत. पाठीच्या वरच्या भागाला बाक द्या. हळूहळू टाचांवर बसा व खांदे जमिनीच्या पृष्ठभागाला टेकवण्याचा प्रयत्न करा. या स्थितीत थोडा वेळ राहून पूर्वस्थितीत या.

मार्जारासन

(पाठीचे व ओटीपोटाचे स्नायू बळकट होतात.)

वरीलप्रमाणे हात व गुडघे टेकून ओणवे राहा. डोके जमिनीला समांतर ठेवून पाठीच्या वरच्या दिशेने बाक द्या. आणि हळूहळू पाठीला जमिनीच्या दिशेने जितकी खाली आणता येईल तितकी खाली आणा आणि सैल सोडा. श्वास सहज होऊ द्या. श्वास हळूहळू सोडा. दोन्ही हात कोपरांमध्ये न वाकवता खांद्यांच्या सरळ रेषेत ठेवा.

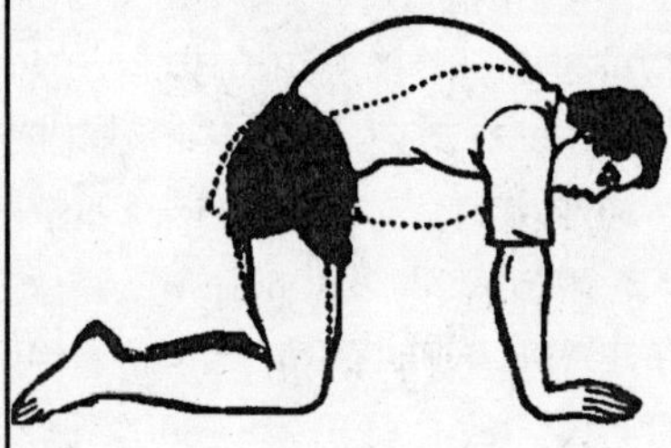

पाय गुडघ्यात दुमडून उठून बसणे
(ओटीपोटाचे स्नायू बळकट होतात.)

पाठीवर झोपा, पाय गुडघ्यात दुमडून घ्या व हाताची छातीवर घडी ठेवा. डोके व खांद्यापर्यंतचा भाग हळूहळू वर उचला. त्याच स्थितीत थोडा वेळ राहा आणि पूर्वस्थितीत या. असेच पुन्हा करा.

मात्र प्रत्येक वेळेस आधीच्या स्थितीपेक्षा अधिक वेळ अंतिम स्थितीत राहण्याचा प्रयत्न करा व पावले जमिनीवर सपाट टेकवा.

कंबरेजवळच्या भागाला ताण
(कटीप्रदेश, नितंब आणि पाठीचे स्नायू बळकट होतात.)

पोटावर झोपा. हाताची घडी करून हनुवटी त्यावर ठेवा. हळूहळू कंबरेपासून एक पाय न वाकवता जमिनीपासून वीतभर

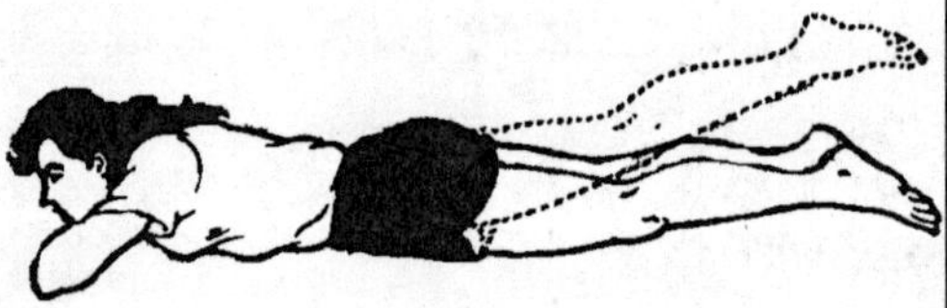

उचला. (मात्र जास्त वर उचलू नये) थोडा वेळ तसेच राहा व नंतर पूर्वस्थितीत या.

व्यायाम व त्याचे प्रकार याबद्दल खूप सांगण्यासारखे आहे. पण माझा उद्देश चाळिशीनंतर व्यायाम करायला उद्युक्त करणे एवढाच मी सीमित ठेवला आहे. ज्याने त्याने आपली प्रकृती, व्यवसाय, व्यवसायाच्या वेळा अशा अनेक गोष्टींना अनुरूप असा व्यायाम ठरवला पाहिजे आणि रोज व्यायाम केलाच पाहिजे. शारीरिक हालचालींना पर्याय नाही. तुम्हीच तुमची तब्येत चांगली राहण्यासाठी हे केलेच पाहिजे! त्या ऐवजी गोळ्या इंजेक्शने काही नाहीत! तुमची तब्येत बिघडवू न देणे ही तुमची वैयक्तिक जबाबदारी आहे, डॉक्टरची नाही! तब्येत बिघडलीच तर उपाय करणे डॉक्टराचे काम आहे. बिघडू न देणे हे तुमचे कर्तव्य आहे.

आता थोडे विश्रांतीबद्दल –

मानसिक आणि शारीरिक– रोज किमान १५ मिनिटे अशी व्यतीत केली पाहिजेत की जेव्हा तुम्ही शरीराने व मनाने काहीच करीत नाही. याला ध्यानयोग म्हणा किंवा काहीही म्हणा. शक्यतो सकाळी लवकर व ते शक्य नसल्यास शक्य असेल तेव्हा मांडी घालून स्वस्थ बसा. सर्व शरीर हालचाल न करता ढिले सोडा. मनात रोजच्या व्यवहारातील एकही विचार येऊ देऊ नका. विचारहीन अवस्था अवघड आहे पण त्यासाठी उपाय आहे. इतर विचार येण्यापेक्षा आस्तिक असाल तर मनातल्या मनात आराध्यदैवताचा जप करा. अन्यथा श्वासावर लक्ष केंद्रित करा. श्वास आत घेतला जातो. छातीत हवा भरली जाते, सोडली जाते. हे करत असताना मिटल्या डोळ्यांनी दोन्ही भुवयांमध्ये लक्ष केंद्रित करा. हे केल्यानंतर तुम्हाला जाणवेल की मन किती प्रसन्न झाले आहे. जागेपणीच्या प्रत्येक क्षणी अनेक विचारांनी मेंदू त्रस्त झालेला असतो. विचार-विकाररहित १५ मिनिटे काढलीत किंवा एकाच नामावर लक्ष केंद्रित केले तरी मेंदू व मन यांना फार मोठी विश्रांती मिळत असते आणि विश्रांतीमुळे कार्यशक्ती वाढते हा तर नोबेल प्राईझ मिळवून देणारा सर रामन यांचा सिद्धान्त आहे!

व्यायाम व विश्रांती यांचा विचार झाला, आता थोडे आहाराविषयी–

आपले वय, उंची व वजन याबाबत माहिती अन्यत्र दिली आहे. त्या अनुरूप राहण्यासाठी किती व काय खावे हे ठरवावे. रोजच्या जेवणांत कॅलरीज-उष्मांक देणाऱ्या घटकांशिवाय काय असायला हवे – जीवनसत्व ब व क, अ, ड, ई यांतील जीवनसत्व क, अ व ई ही म्हातारे होण्याच्या क्रियेस ब्रेक लावणारी आहेत. विशेषत: स्त्रियांमध्ये ऋतुनिवृत्तीनंतर ही जीवनसत्वे, व कॅलशियम असणे आवश्यक आहे. रोजची १.५ ग्रॅम कॅलशियमची गरज असते. पैकी १ ग्रॅम अन्नातून मिळेल. किमान ५०० मिलीग्रॅमची १ गोळी, १०० युनिट्सची एक ई जीवनसत्त्वाची गोळी पाळी थांबल्यानंतर महिलांनी घ्यावी. त्यामुळे त्यांची हाडे ठिसूळ होणार नाहीत. त्वचा व उत्साह चांगला राहील. ताज्या पालेभाज्या, फळे या गोष्टीही रोज खायला हव्यात. पालेभाज्या, भेंडी, गवारी या भाज्यांमध्ये जे तंतू असतात ते सेल्युलोज या पदार्थांचे असतात. ते पचविण्यासाठी आवश्यक विकर (एन्झाइम्स) मानवी शरीरात तयार होत नाहीत. त्यामुळे रोजच्या जेवणांत हे पदार्थ असल्यास या न पचलेल्या पदार्थांची संडासला साफ होण्यास मदत होते.

मानवी शरीरातील सर्वात महत्त्वाचे भाग म्हणजे विविध नळ्या –

आतडी, रक्तवाहिन्या, श्वसनमार्ग, या नळ्या जर साफ राहिल्या तर तब्येत

उत्तम राहते. पचनसंस्था नीट राहण्यासाठी रोज शौचास साफ झाली पाहिजे, शक्यतो औषधे न वापरता. अन्न मार्गावर कोठेही सूज असता कामा नये. त्यासाठी अति तिखट, अती स्निग्ध पदार्थ टाळले पाहिजेत. रक्तवाहिन्या स्वच्छ राहण्यासाठी जादा चरबी साठता कामा नये. श्वसनमार्ग चांगला राहण्यासाठी स्वच्छ हवेत थोडा वेळ तरी काढला पाहिजे. कफकारक पदार्थ उदाहरणार्थ – केळी, पेरू, सीताफळ, अति थंड पदार्थ, धूम्रपान टाळले पाहिजे.

व्यायाम व काम करताना काही गोष्टी कटाक्षाने पाळल्या पाहिजेत. व्यायाम करण्यापूर्वी दोन तास काहीही खाऊ नये. जमिनीवरील वस्तू उचलताना दोन पायांत अंतर ठेवून गुडघे थोडे वाकवावेत व मगच वस्तू उचलावी. या वयांत मणके जपणे महत्त्वाचे असते. पाठीच्या स्नायूंचे बल व ताण कमी होऊ लागतो त्यामुळे पाठीला पोक येण्यास सुरुवात होते. चालताना ताठ, छाती पुढे काढून चालण्याचा प्रयत्न करा. दिवसांतून एकदा खोलीच्या मध्ये मांडी घालून बसा. पाठीमागे एकावर एक अशा २-३ उशा किंवा गादीची गुंडाळी ठेवा व मागे झुकत हळू हळू पाठ त्यावर टेकवा. या स्थितीत पाच मिनिटे पडून रहा. संध्याकाळी कामावरून आल्यावर हे केल्यास पाठीच्या स्नायूंना आराम वाटेल.

रोजचा व्यायाम केल्यावर किंवा झोपताना शवासनाचा वापर नियमितपणे करा. झोप येत नसेल तर पाठीवर स्वस्थ झोपा व आधी पावलांना झोपण्याची आज्ञा करा. मग पाय, मांड्या, पाठ, हात, चेहरा व मान यांना झोपण्यास सांगा. चेहऱ्याच्या स्नायूंना झोपण्यास सांगितले की एकदम शांत वाटेल. या स्नांयूच्या ताणावरच आपण दिवसभर जगात वावरताना आपला मुखवटा धारण करत असतो. हे स्नायू ढिले पडल्यावर खूप तणाव कमी होतो. आपल्या स्नांयूना तर विश्रांती मिळतेच पण आपल्या स्नांयूना आज्ञा करण्याच्या नादांत आपण काही काळ आपल्या विवंचनांवर विचार करण्याचे थांबतो आणि एवढ्यातच झोपेची परी आपला ताबा घेते. विचारचक्र चालू आहे म्हणून झोप येत नाही व झोप येत नाही म्हणून विचार चालू राहतात असे हे दुष्टचक्र आहे.

व्यसने –

खरे तर ज्याच्याशिवाय चैन पडत नाही अशा कोणत्याही गोष्टीला व्यसन म्हणता येईल. मग ते अंगठा चोखणे असो, दारू की सिगरेट असो की सतत काम करणे असो, व्यसन मग ते कोणतेही असो वाईटच.

दारू पिणे व तंबाखू सेवन ही दोन व्यसने प्रामुख्याने आपल्या समाजात आढळतात.

दारू – दारू पिणाऱ्यांचे खरे तर अनेक गट होतात. कधी तरी महिन्यातून

एखादी पार्टी करणारे हे काही व्यसनी नव्हेत. रोज संध्याकाळ झाली की दारूशिवाय चैन पडत नाही ते व्यसनी लोक असतात. चाळिशीनंतर अशा व्यसनाला सोडलेच पाहिजे. दारूच्या व्यसनाचा शरीर, कार्यक्षमता या सर्वांवर परिणाम होतोच. दृढनिश्चयाशिवाय हे व्यसन सुटणार नाही. घरच्यांची, विशेषत: पत्नीची समजुतदार साथ मिळाल्यास दारूचे व्यसन सहज सुटते. थोडासा धाक आणि भरपूर प्रेम, वात्सल्य यांच्या जोरावर पत्नी जे काम करू शकते ते मोठे मोठे डॉक्टर्सही करू शकणार नाहीत. प्रेमाने सांगून व्यसन सुटत नाही असे दिसल्यास मानसोपचार तज्ज्ञांची मदत जरूर घ्यावी. अनेक संस्था व्यसनमुक्तीचे काम करीत असतात, त्यांचेही सहाय्य घ्यावे.

दारू पिणाऱ्यांचा आणखी एक प्रकार आहे आणि तो म्हणजे जवळ जवळ रोज एक किंवा दोन पेग रात्री झोपण्यापूर्वी घेणाऱ्यांचा. या गटातील लोकांना त्याचा फायदाच होतो असे त्यांचे म्हणणे आहे. शांत झोप लागते, दिवसभराचा थकवा जातो. अमेरिकेत अशा लोकांचे निरीक्षण केल्यावर असे आढळून आले आहे की त्यांना हार्ट ॲटॅक येण्याचे प्रमाण खूप कमी आहे व त्यांचे रक्तातील कोलेस्टरॉलही कमी राहते. या लोकांनी रोज १-२ पेगचे २-३ होणार नाहीत याची काळजी घेतली पाहिजे. तसेच आपल्या मनावरील ताबा पाहण्यासाठी ८-१० दिवसांनी १-२ रात्री दारूचा थेंबही घेऊ नये. अन्यथा मनावर माझा पूर्ण ताबा आहे असे म्हणता म्हणता दारू मनाचा ताबा केव्हा घेईल कळणार नाही. **तब्येत चांगली राहण्यासाठी रोज थोडी दारू घ्या असे सांगण्याचा माझा हेतू अजिबात नाही.** जे घेत आहेत त्यांनी किती व कशी घ्यावी एवढेच मी सांगत आहे.

तंबाखू – तंबाखूमुळे माणसांचे तीन प्रकार होतात असे माझा एक मित्र म्हणतो.

१) थुंके – तंबाखू खाणारे किंवा मिश्री लावणारे

२) शिंके – तपकीर वापरणारे

३) फुंके – विडी सिगरेट ओढणारे

तंबाखू, गुटखा खाणाऱ्यांना, मिश्री लावणाऱ्यांना तोंडाचा कॅन्सर व तोंडातील तंतूमय पदार्थ वाढून सबम्यूकस फायब्रोसिस होण्याचा मोठा धोका असतो. या आजारात तोंड जास्त उघडणे जमत नाही व तोंडाच्या हालचाली कमी होत जातात. समाजाच्या दृष्टीने भिंती रंगविणे व सगळीकडे थुंकून घाण करणे हे उपद्रव होतात.

तपकीर ओढण्याने देखील कॅन्सर व सबम्यूकस फायब्रोसिस हे दोन्ही धोके असतातच.

विडी सिगरेट ओढण्यास सामाजिक मान्यता असल्याने आणि हे व्यसन कोठेही करता येत असल्याने ते सोडणेही तितकेच कठीण आहे. मार्क ट्वेन सारखा बुद्धिवान माणूस म्हणतो, "धूम्रपान सोडणे इतके सोपे आहे की मी आजपर्यंत शेकडो वेळा धूम्रपान सोडले आहे!" धूम्रपान करणाऱ्यास कॅन्सरचा धोका आहेच पण वरचेवर ब्राँकॉयटिस, सर्दी होणे हे त्रास होतात, कार्यक्षमता कमी होते. थोड्या कामाने देखील दम लागतो. धूम्रपान करीत असताना त्याच्या सहवासात असणाऱ्यांनाही धूम्रपानाचे त्रास होतात. कारण तो धूर त्यांच्या श्वासावाटे फुफ्फुसांत जात राहतो.

चाळिशीनंतर कोणतेही व्यसन नव्याने तर लावून घेऊ नयेच पण आधी असल्यास सोडावे. खूप वर्षे असलेले व्यसन एकदम सुटत नाही व सोडणे धोक्याचेही ठरू शकते. व्यसन ही एक मानसिकता आहे. ते सोडण्यासाठी मानसोपचारतज्ज्ञाची मदत जरूर घ्यावी.

माझी इंटर्नशिप चालू असतानाची गोष्ट आहे. मी डोळ्याच्या विकारांच्या वॉर्डमध्ये काम करीत होतो. एकदा एका प्राथमिक शिक्षकाचे मोतीबिंदूचे ऑपरेशन झाले. गृहस्थ अगदी साधा व प्रेमळ. त्यावेळी मोतीबिंदूच्या ऑपरेशननंतर पथ्येही फार कडक असत. रात्री एक वाजता मला नर्स बोलवायला आली. ऑपरेशन झालेले गुरुजी एकदम संतप्त झाले होते. ऐकू नयेत असा शिव्यांचा भडिमार चालला होता. मी माझ्या सिनिअर डॉक्टरांना बोलावले. त्यांनी एकूण प्रकार पाहिला. गुरुजींचा मुलगा त्यांच्या सोबतीस आलेला होता. त्याला विचारले, "गुरूजींना बिडी, तंबाखू, दारू कसले व्यसन आहे का?" तो म्हणाला, "हो, दिवसाला १०-१२ बिड्या ओढतात. पण तुम्ही सांगितल्यामुळे आज एकही ओढलेली नाही." डॉक्टरांनी वॉर्डबॉयच्या खिशातून बिडीबंडल काढले आणि गुरूजींना सांगितले. "हं ओढा!" गुरूजींनी एका पाठोपाठ ३-४ बिड्या फुंकल्या आणि मग ते शांत झाले. याला म्हणतात विड्रॉवल सिंड्रोम (withdrawal syndrome). शरीरातल्या पेशीन् पेशीला ज्या विषाची सवय लागलेली असते ते मिळाले नाही म्हणजे त्यांचा सत्याग्रह सुरू होतो. चाळिशीनंतर व्यसने सोडावीतच पण सावधपणे ती यासाठीच!

ब्राऊन शुगर सारखी व्यसनेही आपल्या समाजात आहेत पण चाळिशीनंतर त्यांचा विचार करण्याची गरज नाही. कारण एक तर चाळिशीपूर्वीच हे व्यसन सोडलेले तरी असते किंवा चाळिशीपूर्वीच ही व्यसने करणारा जग सोडून गेलेला असतो!!!

झोपेच्या गोळ्यांचे व्यसन – सुरुवातीला झोप लागत नाही म्हणून डॉक्टर ८-१० दिवस गोळी घेण्यास सांगतात आणि मग या गोळ्यांचे व्यसनच जडते. डॉक्टरांनी गोळीचे प्रिस्क्रिप्शन दिले नाही तरी गोळी मिळवून रोज घेतली जाते. झोप,

शौचास होणे, भूक लागणे या नैसर्गिक क्रिया आहेत. त्या नैसर्गिक रित्याच व्हाव्या. काही कारणाने औषधांची मदत तात्पुरती घेणे ठीक आहे. पण रोजच झोप येण्यासाठी औषध घ्यावे लागता कामा नये. पुरेसा व्यायाम, समाधान मानण्याची वृत्ती, शवासन या उपायांमुळे झोप लागणे सहज शक्य आहे. आपण दिवसभर असे वागावे की ज्याची टोचणी मनाला लागून झोप उडणार नाही, उलट समाधानाने झोप यावी.

सत्तरीनंतर झोपेची गरज कमी होते. सांधे दुखत असतात, झोप लागत नाही अशा वृद्ध व्यक्तीला मी झोपेची गोळी दिली तर मुलगा विचारतो, "पण, त्यांना सवय तर लागणार नाही ना?" त्यावर एकच उत्तर मी देतो, "काय बिघडले? त्यांना झोप नाही म्हणून त्यांनी कण्हत-कुंथत-खोकत रात्र घालवायची. त्यामुळे तुमच्या झोपेतही व्यत्यय. त्यापेक्षा उरलेल्या रात्री गोळी खाऊन का होईना त्यांना सुखात झोपू दे आणि तुम्हीही सुखात झोपा."

दारू, तंबाखू, झोपेची गोळी, गांजा, अफू यामुळे तात्पुरते चैतन्य मिळते, दुःखाची धार कमी होते. एक प्रकारचा कैफ, धुंदी मिळते. पण हाच कैफ, हीच धुंदी तुम्ही–

सत्कार्यात मिळवू शकता,
अध्यात्मात मिळवू शकता,
नातवंडाच्या निरागस हास्यात मिळवू शकता,
आवडत्या गाण्याच्या कॅसेटमध्ये मिळवू शकता,
तुम्ही लावलेल्या झाडाच्या कळ्या उमलताना मिळवू शकता.

मग शरीर आणि पैसा यांची बरबादी करणारी ही व्यसने हवीतच कशाला?

तोडा ही गुलामगिरी!

योग्य आहार, विहार आणि विचारांनी आनंदी दीर्घायुष्य मिळवा!

■

तयारी मनाची

एक दिवशी मला अनंतरावांची चिठ्ठी आली, महत्त्वाचे बोलायचे आहे, तासभर सवड काढून १/२ दिवसांत केव्हाही या. अनंतराव वय वर्षे ६०. आयुष्यभर सरकारी नोकरी केली. चार जणांत मिसळावे, गप्पा टप्पा कराव्यात, हास्यविनोद करावेत हा स्वभाव नाही. कसलाही छंद नाही. घरच्यांशीसुद्धा कामापुरते बोलणार. घरी कोणी आलेले खपणार नाही त्यामुळे बायको, मुले यांच्या मित्रमैत्रिणींचेही घरात येणे-जाणे नाही. गणपतीची वर्गणी मागायला मुले गेली तरी दहा रुपये हातावर ठेऊन दार बंद करून घेतील. ऑफिस व्यतिरिक्तचा वेळ घालवण्याचा त्यांचा एकमेव मार्ग म्हणजे वर्तमानपत्र वाचन. घरात दोन वर्तमानपत्रे घेत. पेपरचे नाव आणि नावांच्या बाजूस दोन जाहिरातीपासून सुरुवात करायचे ते येथे छापून प्रसिद्ध केला पर्यंत सर्व वाचून काढायचे. यांतही उत्सुकतेपेक्षा किंमत वसुलीचा विचार जास्त असावा! असावा अशासाठी म्हटले की वर्तमानपत्रातील घडामोडींवर चर्चा केली तर इतरांना तुमची मते समजतील. चर्चा करायला अन्य कोणाशी तरी बोलले पाहिजे. बोलणे फारसे नसल्यामुळे अंदाज करणेच फक्त आपल्या हाती.

कशाकरता बोलावले असावे याचा मी विचार करू लागलो. एकदा वाटले मृत्युपत्र करावयाचे असेल, त्याबाबत बोलावले असेल. पण लगेच माझ्या लक्षात आले की मी मागे एकदा त्यांना त्याबाबत विचारले होते त्यावर त्यांनी उत्तर दिले होते, ''कायदा आहे की माझ्या माघारी कोणाला किती मिळावे याबद्दल.'' या वाक्याचा अर्थ मी जाणला. संपूर्ण इस्टेट स्वकष्टार्जित असल्याने ते तिची विल्हेवाट कशीही करू शकत होते पण कोणत्याच व्यक्तिबद्दल अगर संस्थेबद्दल त्यांना खास प्रेम नव्हतेच. त्यांना अलीकडे कमी दिसायला लागले होते त्यामुळे पेपरवाचन बंद झाले होते. मीहूनच त्यांच्याकडे एक त्यांच्याच वयाचा माणूस पेपर वाचायला पाठवला. विचार केला दोघांचाही वेळ जाईल. कसाबसा एक महिनाभर तो माणूस त्यांच्याकडे गेला, त्यानंतर वैतागून येऊन मला सांगितले, ''काय माणूस आहे हो हा अनंतराव! मी रोज ठराविक वेळी त्यांच्याकडे जाऊन पेपर वाचून दाखवित असे. रेडिओवरील बातम्या ऐकाव्यात

त्याप्रमाणे अनंतराव ऐकत. बातमीपत्र संपले की रेडिओ बंद करायचा, नंतर संवाद वगैरे नाही की बातम्यांवर चर्चा नाही. मी वैतागून त्यांच्याकडे जाणे बंद केले आहे.''

तर असे हे अनंतराव! मी त्यांच्याकडे सवड काढून गेलो. त्यांना म्हणालो, ''काय आजोबा, माझी कशी काय आठवण काढलीत?''

''अहो काय सांगू, आता नजर खराब झाली, वाचता येत नाही, ऑफिसात आठ तास वेळ जायचा तेही आता नाही. वेळ जाता जात नाही. काय करावे? जगण्याची भीती वाटते, जगण्यात काही राम उरला नाही.''

मी म्हणालो, ''असे नका म्हणू, आता आयुष्यात फक्त रामच उरावा. सकाळी रेडिओ, टी.व्ही. वर चांगली प्रवचने लागतात ती ऐका, दिवसभर त्यावर चिंतन करा, जप करा म्हणजे दिवस कसा जातो तेही कळणार नाही आणि आयुष्य कारणी लागेल.''

यावर अनंतरावांचे उत्तर फार विचित्र तर होतेच पण विचार करायला लावणारे होते. ते म्हणाले, ''मी प्रयत्न केला, पण देवाचे नावच तोंडात येत नाही. आमच्या घरी पूर्वजांनी दिलेले देव आहेत त्यांची पूजा कुलकर्णीचा बाळू रोज करतो आणि मी त्याला दरमहा पगार (दक्षिणा नव्हे– पगार!) देतो एवढाच माझा आणि देवाचा आजपर्यंतचा संबंध.''

असे लोक पाहिले की मला त्यांची कीव येते. लहानपणी आईवडिलांनी शाळेत घातले म्हणून शाळा शिकले, त्यानंतर पैसा मिळवण्याची आवश्यकता भासली म्हणून उच्च शिक्षण घेतले, पैसा मिळवू लागले. पैसा, पोझिशन आणि शरीरसुख यांच्यामागे धावता धावता नोकरीतून रिटायर झाल्यावर जाणवले की आता आपण वृद्ध झालो. नोकरी धंदा करता करता चार पैसे शिल्लक राहिले, आयकर वाचवण्याकरता उतरवलेले विमे, गुंतवणूकी यातून रिटायर झाल्यानंतर पोटापाण्याची सोय झाली. दिवसभरात वेळच्या वेळी खाणे पिणे मिळाले तरी त्यात किती वेळ जाणार? बाकीचा वेळ काय करायचे? इतर सर्वजण आपापल्या उद्योगात मग्न आहेत. टी.व्ही. किती पाहणार? तुमच्याशी रोज गप्पा मारायला वेळ कोणाला आहे? या सगळ्याचे उत्तर एकच आहे. तुम्ही बाल्यावस्थेत तारुण्याची तयारी केलीत, तारुण्यात इतके रमलात की वार्धक्य आणि मृत्यूची तयारी करायचेच विसरलात. आणि जेव्हा या अटळ गोष्टी समोर येऊन उभ्या ठाकल्या तेव्हा भांबावून गेलात!

उत्पत्ती, स्थिती आणि लय या तीनही अवस्था स्वतंत्र असूनही त्यांचा संधीकाल एकमेकात इतका बेमालूम मिसळलेला असतो की तो बदल जाणवतच नाही. थंडीच्या दिवसांत पहाटे फिरायला जा– आपण घराबाहेर पडतो तेव्हा गडद अंधार असतो पायाखालची वाटही दिसत नाही. चालता चालता आसमंत

केव्हा दिसायला लागला तेही समजत नाही. सूर्यकिरणांची चाहूलही लागत नाही. पण जरा वेळाने कोवळे ऊन अंगावर येऊ लागते. हे ऊन उबदार वाटू लागते आणि जरा वेळाने लक्षात येते आता ते प्रखर झाले आहे, काळा चष्मा लावला पाहिजे. त्याचे चटके बसू लागले आहेत, सावली शोधली पाहिजे. वामकुक्षी करून दुपारचा चहा घेताना जाणवते बारीकशी थंडी, प्रखर ऊन जाऊन सावल्या केव्हा लांबल्या हे कळतच नाही. गारठा आणि अंधार एकमेकांच्या साथीने पृथ्वीवर कब्जा करतात आणि मग शाल, स्वेटर आणि बॅटरी यांची आठवण होते.

आपण सतत नजिकच्या भविष्याचा विचार करतो. चाळिशीत आपण आयुष्यात बरेच स्थिर झालेलो असतो पण यावेळी साठीचा विचार, मृत्यूचा विचार मात्र करत नाही. उलट चाळिशीतच आपण कायम राहणार आहोत अशा थाटाने वागत राहतो. आपल्या आयुष्यात अपत्यांना शिक्षण मिळेल/ न मिळेल, लग्न, संसार होईल/ न होईल, पण जन्माला आल्यावर प्रत्येकाच्या आयुष्यात एक गोष्ट मात्र निश्चित घडणार आहे आणि ती म्हणजे मृत्यु! आपण प्रत्येक गोष्टीची तयारी करतो पण मृत्यु या कल्पनेपासूनही लांब राहतो. आश्चर्य आहे जे अटळ आहे त्याचा विचार आपण टाळतो आणि जे अनिश्चित आहे त्याच्या विचारात आयुष्य बरबाद करतो! आयुष्याच्या त्या त्या स्थितीचा विचार करून त्याची तजवीज जरूर केली पाहिजे पण हे सगळे संपण्यापूर्वी जीवनाचा आणि अंताचा विचार करणे खरे तर अपरिहार्य नाही का?

मे महिन्याच्या सुट्टीत आपण नातेवाईकांकडे कोकणांत पाहुणे म्हणून जातो. सुरुवातीला तेथला निसर्ग, माणसे पाहून तेथेच कायम रहावे असे वाटू लागते. ते डोंगर, त्या दऱ्या, ती आंबा, काजू, नारळाची झाडे, लाल माती, तिथली माणसं त्यांचे एकमेकांतील संबंध हे पाहता पाहता एक दिवस लक्षात येते आता १-२ दिवसात निघायला हवे, सुटी संपत आली. आता निघायला हवे, ही जाण आल्यापासून आंब्याची गोडी कमी होते, तेथील माणसातील आपसातील संबंध, त्या डोंगरदऱ्या सगळ्यातला रस कमी होतो आणि आपण म्हणू लागतो आता निघायची तयारी करायला हवी! कपडे, औषधे, कंगवा, वाचण्यासाठी आणलेली पुस्तके हे सर्व बॅगेत भरून आपण आदल्या दिवशीच तयार होतो. गाडी रोज २ तास लेट असते असे गावकरी सांगत असले तरी आपण म्हणतो नेमकी आज वेळेआधी यायची, अर्धा तास आधीच स्टँडवर जाऊन बसूया! आपण आयुष्यात मात्र असे वागत नाही. उलट या गाडीचे रिझर्वेशन झालेले असते, गाडी चुकणार नाही ही खात्री असते, आपल्याला घेतल्याशिवाय गाडी जाणार नाही हे माहीत असते. मी सामान बांधून तयार आहे, गाडी केव्हाही येऊ दे असे म्हणणारा विरळाच. हो, आणि सामान तरी काय बरोबर घेणार? सारे इथेच ठेवून जायचे आहे.

एका गावी एक राजा होता. खूप दानधर्म करीत असे. नेहमी म्हणायचा, मी इतका दानधर्म करतो, मी मेल्यावर नक्कीच स्वर्गात जाणार. एकदा एक संत त्याच्याकडे गेला. राजाने खूप रत्ने, माणके दिली व नेहमीप्रमाणे म्हणाला, "मी नक्की स्वर्गात जाणार कारण मी या जन्मात इतका दानधर्म करीत आहे." यावर ते संत त्याला म्हणाले, "मी तर संत माणूस. मीही नक्कीच स्वर्गात जाणार आहे. मी इतक्या लोकांना भेटत असतो की माझी तुझी भेट तेथे झाली तरी, स्वर्गात तुला मी कसा ओळखेन? माझ्यासाठी तू ही खूण म्हणून माझी सुई जवळ ठेव. स्वर्गात भेटल्यावर तू ही सुई मला दे म्हणजे मी तुला बरोबर ओळखीन." एवढे बोलून तो संत निघून गेला. राजाला आनंद झाला की स्वर्गात देखील हा महान संत आपल्याला ओळखेल. काही काळ गेल्यावर त्या राजाच्या लक्षात आले की ही सुई देखील आपण स्वर्गात नेऊ शकणार नाही. ती येथेच ठेऊन जायला लागणार! तुम्ही कितीही संपत्ती गोळा केलीत तरी ती येथेच राहणार आहे. कशाचाही मोह धरून अनाठायी संग्रह करू नका. भगवान श्रीकृष्णांनी गीतेत सांगितलेच आहे की मोहामुळे भुरळ पडते, त्यामुळे सारासार विचार, विवेकबुद्धी नष्ट होते, आणि एकदा का विचारहीनता आली की सर्वनाश हा ठरलेलाच!

भगवंताची आस, या विश्वाचे कोडे उलगडण्याचा प्रयत्न चाळिशीतच सुरू झाला पाहिजे. कोडे उलगडणे राहू दे पण भगवंत, भले त्याला अल्ला, येशू, निसर्ग काहीही म्हणा पण त्याच्या लीला तरी पहा.

वृद्धत्वाचे अतीपरखड वर्णन संत तुकारामांच्या क्षेपक अभंगात सापडते–

वृद्धपण आले ज्या । शरीर कापे थरथरा ॥ १ ॥
आयुष्य गेले हे कळेना । स्मरा वेगे पंढरी राणा ॥ २ ॥
दात दाढा पडल्या ओस । हनुवटी भेटे नाकास ॥ ३ ॥
हात, पाय, राहिले कान । नेत्र पाझरे, हाले मान ॥ ४ ॥
अंगकांती परतली । चिरगुटा ऐसी झाली ॥ ५ ॥
आड पडे जिव्हा लोटे । शब्द न ये मुखावाटे ॥ ६ ॥
लांब लोंबताती अंड । भरभरा वाजे गांड ॥ ७ ॥
तुका म्हणे आता तरी । स्मरा वेगे हरी हरी ॥ ८ ॥

तुकाराम महाराजांनी सांगितलेली अवस्था एकाएकी येत नाही. जोपर्यंत हात पाय हालत आहेत, बुद्धी शाबूत आहे, तोपर्यंत इतरेजनांसाठी काहीतरी करा. आयुष्यात स्व साठी सर्व काही केले. निरपेक्षपणे काही दुसऱ्यांसाठी करा. त्याची चव वेगळीच आहे. रोज काही परमात्म चिंतन करा. इतके सुंदर आयुष्य

आपल्याला देणाऱ्या परमेश्वराचे, त्या अगाध शक्तीचे स्मरण करा. ज्यांचा परमेश्वरावर विश्वास नाही त्यांनी सहल काढावी, निसर्गाच्या सानिध्यात दिवसांतील काही काळ तरी काढावा. सकाळी उठल्यावर पाखरे घरट्यातून कशी उडतात, दिवसभर विहार करतात, संध्याकाळी घरट्याकडे परततात, हे पहा. साध्या सूक्ष्मदर्शकातून दिसू न शकणारी गुणसूत्रे (जीन्स) त्यांचा विचार करा. आपल्या मानेवर तीळ आहे, तसाच नातवाच्या मानेवर कसा? आपल्याला बेसन लाडू आवडतात, तेच नातवाला का आवडतात? अनुवंशितकतेने एवढ्या लहान गोष्टी इतक्या लहान गुणसूत्रांमधून पिढ्यान् पिढ्या कशा चालू राहत असतील याचा विचार करा. तुम्हाला पटेल साध्या सरळ गणितात न बसणारी अनेक कोडी या जगांत आहेत. ती तयार करणारी एक शक्ती अस्तित्वात असलीच पाहिजे!

एकच गोष्ट सांगून हे प्रकरण संपवतो. एक डुक्कर होते. आयुष्यभर घाणीत लोळले. विष्ठा आनंदाने चघळली (जशी आपण इतरांची कुचेष्टा आनंदाने करीत राहिलो.) एक दिवशी त्याला पकडून मारण्यासाठी, शिजवून खाण्यासाठी काही लोक आले. सैरावैरा धावूनही त्या लोकांनी डुकराला अखेर पकडलेच. त्याचे पाय काठीला बांधून त्याला उलटे केले आणि मारण्यासाठी घेऊन जाऊ लागले. तेव्हा त्याने आयुष्यात प्रथम सुंदर असे पक्षी पाहिले, निळेभोर आकाश पाहिले, हिरवीगार झाडे पाहिली आणि ते डुक्कर मनांत उद्गारले, अहाहा जग किती सुंदर आहे!

या डुकराची अवस्था तुमची होऊ देऊ नका. परमकृपाळू परमेश्वराने वृद्धत्व दिले ते शाप म्हणून नव्हे. दृष्टी क्षीण होते ती तुम्ही अंत:चक्षूंनी जगाला पहावे, परमेश्वराला पहावे यासाठी. कानांनी कमी ऐकू येते, ते संसारिक गोष्टींकडे लक्ष देऊ नये यासाठी! जिभेची चव जाते ती तिचे चोचले बंद करावे यासाठी! स्पर्शज्ञान कमी होते ते शरीरसुख दुर्लक्षिले जावे यासाठीच! हात पाय काम देईनासे होतात ते ऐहिक काम बंद करावे यासाठीच! विस्मरण होते ते आयुष्यातील दु:ख विसरण्यासाठीच! मन मात्र जागृत राहते ते भगवंत चिंतन करण्यासाठीच!

सुखाच्या दिवसांत नतमस्तक होऊन
मी तुझा चेहरा ओळखावा
दु:खाच्या रात्री सारे जग
जेव्हा माझी फसवणूक करील
तेव्हा तुझ्याविषयी माझ्या मनांत
शंका निर्माण होऊ नये
एवढीच माझी इच्छा!!!

■

विचार करा

आजी-आजोबा, मुलगा-सून, नातवंडे यांचे परस्पर संबंध त्यातून होणारे विवाद, आर्थिक व मानसिक तणाव याबाबत आपण अनेक गोष्टी ऐकत असतो, प्रत्यक्ष पाहत असतो. अनुभवत असतो, या प्रसंगांमधून कोणत्या तरी एका पिढीवर अन्याय होताना आपण पाहतो, परंतु त्यापासून बोध घेऊन योग्य निर्णय क्वचितच घेतला जातो. "दागिन्यांना पॉलिश करण्याच्या निमित्ताने दागिने पळवले." ही बातमी जवळ-जवळ दररोज आपण वाचतो; पण दुसऱ्याच्या अनुभवावरून शहाणे होणारे फार कमी लोक असतात, असे दिसून येते, तरीदेखील काही सत्यकथा या प्रकरणात मी देत आहे. त्यावर तरुण व वृद्ध दोघांनीही विचार करावा व योग्य निर्णय घ्यावा, या उद्देशाने विशेषत: वृद्धांना सावध करण्याच्या हेतूने हे प्रकरण लिहीत आहे.

पूर्वीच्या काळी तुम्हाला काशीयात्रा करून आणतो, असे सांगून काशीला न्यायचे आणि तिथल्या गर्दीत सोडून घरी आपण एकटेच परत यायचे, असे करणारे महाभाग अनेक होते. अशा वेळी काशीमध्ये अनाथाश्रमात किंवा भीक मागून जगायचे किंवा देह गंगार्पण करायचा एवढेच पर्याय त्या वृद्ध आजी वा आजोबांसमोर असत.

अशाच गोष्टीचा आधुनिक प्रकार गतवर्षी वाचनात आला. अमेरिकेत राहणारा मुलगा भारतात आला. त्याने आई-वडिलांना "घरदार सर्व विकून त्याचे पैसे करू या. मी तुम्हाला अमेरिकेस घेऊन जातो" असे सांगितले. सर्वस्व विकून पैसे मुलाकडे दिले. मुलगा त्यांना घेऊन विमानतळावर गेला. मी काउंटरवर विमानाची चौकशी करून येतो असे सांगून गेला. ३-४ तास होऊन गेले तरी मुलगा आला नाही, वडिलांनी चौकशी केल्यावर त्यांना समजले की, विमान व त्यात बसून त्यांचा मुलगा दोन तासांपूर्वीच अमेरिकेकडे गेले होते. आता निष्कांचन अवस्थेत अंगावरच्या कपड्यांनिशी या वृद्ध जोडप्याने कोठे जावे? काय करावे?

परप्रांतात किंवा घरापासून लांबच्या गावी नोकरीस अनेक तरुण जोडपी

जातात. मूल झाल्यावर मूल सांभाळण्यासाठी आई-वडिलांची गरज भासते. वयाची साठी आल्यावर पुन्हा लेकुरवाळी होण्याची पाळी आजीवर येते. तरुणपणची शारीरिक क्षमता आता राहिलेली नसते. सकाळी ८ वाजता कामावर गेल्यावर रात्री केव्हातरी मुलगा, सून घरी येतात दिवसभर नातवाची काळजी घ्यायची, स्वयंपाकही करायचा यामध्ये आजीची दमछाक होते. शनिवार-रविवार सुट्टी असली तरी पाच दिवस भरपूर काम करून दमल्यामुळे तरुण जोडप्याला साहजिकच आराम करावेसे वाटते. शारीरिक दमणूक झाली तरी आजीचा वेळ तरी चांगला जातो. आजोबांचे हाल वेगळेच असतात. वेळ जाता जात नाही. किती टी.व्ही. पाहणार आणि वाचनात तरी किती वेळ घालणार? या दोन्ही गोष्टींचा डोळ्यांना त्रास होतो तो वेगळाच. बाहेर जावे तर मित्र नाहीत, रस्ते अनोळखी तेथील भाषा अवगत नाही अशी परिस्थिती, नातवंड जरा मोठे झाल्यावर त्याला फिरायला नेण्याची जबाबदारी आजोबांवर येते. बाळाला कडेवर घेऊन फिरवले की, दमायला होते. बाळ चालू लागल्यावर त्याच्या पळापळीला आवरणे आजोबांना आणखीच अवघड होते. पुढे नातवंडाला शाळेत नेण्याची व आणण्याची ड्युटी आलीच! पूर्णवेळ शाळा सुरू होई तोपर्यंत म्हणजेच सुमारे ७-८ वर्षे ही गडबड चालू राहते आणि त्यानंतर मुलगा-सुनेची गरजही संपते. परत आपल्या गावी, आपल्या घरी त्या वृद्ध जोडप्याची रवानगी होते. या काळापर्यंत सत्तरीत आलेल्या या जोडीची सर्व घरकाम करण्याची शारीरिक क्षमता संपत आलेली असते. मग नोकेरांवर अवलंबून राहणे, जेवणाचा डबा आणणे किंवा वृद्धाश्रम यातला पर्याय निवडावा लागतो.

परदेशात राहणाऱ्या मुलीचे/सुनेचे बाळंतपण करण्यासाठी आईंना ४-६ महिन्यांसाठी परदेशात नेले जाते. गर्भारणाच्या शेवटचे १-२ महिने प्रेमाने आणि उत्तम रितीने काळजी घेतली जाते. बाळंत झाल्यावर बाळ-बाळंतिणीची काळजी आजीशिवाय इतक्या आपुलकीने आणि पद्धतशीरपणे कोण घेऊ शकेल? बाळ एक-दीड महिन्याचे झाल्यावर त्याला आजीवर सोपवून मुलगी कामावर जाऊ लागते. दिवसभर बाळाचे संगोपन छान केले जाते. बाळ आणखी थोडे मोठे झाल्यावर बेबी सिटरकडे देता येते. मग आजीला परत भारतात पाठवण्याची तयारी सुरू होते. ''सहा महिने अमेरिकेत राहून काय-काय केलेत? काय-काय पाहिलेत?'' हा प्रश्न विचारला जाणारच त्याला उत्तर देता यावे आणि मी अमेरिका हिंडून आले असे तो - यात सांगता यावे यासाठी तरुण जोडपे ५-६ दिवसांची रजा घेऊन अमेरिका (किंवा जो असेल त्या देशाची.) साइट सीइंग आजीला घडवतात काही महागडी गिफ्ट आजीसाठी व भारतातल्या नातेवाइकांसाठी घेऊन दिल्या जातात. हे आधीचे काम आणि नंतरचा पाहुणचार एन्जॉय करण्याची शारीरिक व मानसिक क्षमता आजीमध्ये

असेल तर फारच छान पण ती नसेल, तर मात्र आजीबाईंनी परदेशी जाण्यास ठाम नकार द्यायला हवा. नायगाराचे तुषार अंगावर घेऊन न्युमोनिया होणार असेल किंवा आधीच्या बाळंतपण करण्याच्या कष्टांनी आजारी पडणार असाल तर ते मुलगा वा जावई यांना अतिशय त्रासदायक ठरू शकते.

४-६ महिने प्रेमाने, आपुलकीने आणि विश्वसनीयतेने बाळंतपण परदेशात येऊन करणारी आई ('ए' आई किंवा 'अहो' आई) असणे, ही परमभाग्याची गोष्ट आहे. आर्थिकदृष्ट्या इतके दिवस चोवीस तासाची दाई ठेवणे परवडणारी गोष्ट (तेही डॉलर्स किंवा पौंडात पगार देऊन.) नाही, त्यापेक्षा एकीचा विमान प्रवास खर्च व पाहुणचार नक्कीच फायद्याचा ठरतो.

आता माझ्या एका रुग्णाची गोष्ट. एक मुलगी, एक मुलगा, बँकेतून रिटायर होण्यापूर्वीच मुलीचे लग्न, पहिले बाळंतपण (अर्थातच माहेरी) झाले. पती-पत्नी ऐन उमेदित (वय ५५च्या आसपास) होते. त्यामुळे मुलीचे लग्न, बाळंतपण सर्व आनंदात झाले. त्यानंतर मुलाचे लग्न झाले, मुलगा व सूनही आयटीमध्ये सर्व्हिस करणारी, मोठ्या शहरामध्ये, यथावकाश सुनेला दिवस राहिले. आत्ताच्या पद्धतीप्रमाणे जरा त्रास झाला की, हॉस्पिटलला ॲडमिट, त्यानंतर काही आठवडे बेड-रेस्ट वगैरे चालू झाले. आता रिटायर झालेले आजोबा व आजी यांना वेळही होता आणि तब्येतीही ठीक होत्या. त्यामुळे मुलाचे घर चालवायला दोघेही आनंदाने मुलाकडे जाऊ शकत होते. सर्वांच्या सोईचा विचार करून काही काळ मुलाकडेच राहण्याचा योग्य निर्णय त्यांनी घेतला. मुलाचा डबा करणे, बाळ बाळंतीणीचे सर्व करणे, यात एक-दीड महिना कसा गेला हे कळलेही नाही.

आता बाळंतपणाची रजा संपली. सुनेला कामावर रुजू व्हावे लागले. बाळाचे आणि स्वयंपाकाची जबाबदारी आजीवर आणि बाहेरच्या कामांची (भाजी, वाणसामान, बँक इ.) जबाबदारी आजोबांवर आली. या काळामध्ये व टी.व्ही. वाचन, फिरायला जाणे यात आजोबांचा वेळही छान जात होता. बाळ ७-८ महिन्यांचे झाल्यावर घरात कंटाळू लागले. त्याला कडेवर घेऊन सकाळ-संध्याकाळ फिरवून आणण्यात आजोबांना आनंदच वाटत होता. याच सुमारास मुलाला, सुनेला सलग चार दिवस सुट्टी आली. आपल्या मूळगावी जावे, घराकडे पाहावे या हेतूने आजी-आजोबा सातार्‍यास आले. नेहमीप्रमाणे मला भेटले. आजींचे वजन जरा कमी झाले होते, पण त्या ठीक होत्या. आजोबांना ब्लडप्रेशरची गोळी चालू होती म्हणून बी.पी. पाहिले. वाढलेले होते. मी अलीकडे 'पूर्वीइतकेच काम केल्यावर, फिरल्यावर दम लागतो का?' विचारल्यावर उत्तर होकारार्थी आले. मी त्यांना 'फिजिशिअन'कडे पाठवले.

इ.सी.जी.मध्ये थोडा दोष आला होता. मधुमेहाची सुरुवात झाली होती. फिजिशिअनने नवीन औषधे सुरू केली आणि काही पथ्ये सांगितली. ती मुख्यतः अशी होती : गोड पदार्थ टाळणे, तूप, तेलकट पदार्थ टाळणे, शरीरिक कष्ट, जड उचलणे टाळणे, मानसिक तणाव टाळणे.

बाळ आता दुधाव्यतिरिक्त आहार घेऊ लागले होते. खास साय, तूप घालून कालवलेला भात "बाळाने एवढाच शिल्लक ठेवला आहे, खाऊन टाका ना, त्याचे दूध तयार केले, पण निम्मेच प्यायला. तुम्हीच संपवून टाका." असा आग्रह आजीकडून होऊ लागला. तिचे मन मोडायला नको आणि अन्न वाया न घालवण्याचे संस्कार यामुळे आजोबाही या आग्रहाला बळी पडायचे.

जरा वेळ बाळाला घ्या; मी अंघोळ करते, स्वयंपाक करते, असे आजी फर्मान सोडत आणि ८-१० किलोचे ते बाळ दिवसातून अनेक वेळा उचलून घ्यावे लागे. वेळी-अवेळी बाळ रडत असे, त्यामुळे अनेकदा विश्रांतीमध्ये व्यत्यय येई. त्याचे लहान-सहान आजार यांचाही तणाव टाळता येत नव्हता. या सगळ्याचा परिणाम आजोबांच्या तब्येतीवर झाला. गोळ्यांची संख्या आणि विविधता वाढली. माझ्याकडे ते सल्ल्यासाठी आले, तेव्हा मी त्यांना एवढाच सल्ला दिला की, "त्यांनी साताऱ्यास परत यावे, मुलगा-सुनेने त्यांचे प्रॉब्लेम त्यांना योग्य वाटेल त्या पद्धतीने सोडवावेत त्यांचा संसार त्यांनी सांभाळावा, तुम्हाला तुमचे आरोग्य आणि आनंद यासाठी हे करावेच लागेल."

* * *

आपला संसार सुखात चालावा यासाठी आई-वडिलांनी गृहीत धरणे व वापरणे अशा पद्धतीच्या अनेक सत्यकथा मला माहिती आहेत त्यातीलच आणखी एक :

आता माझ्या एका खास मित्राची गोष्ट, मध्यमवर्गीय कुटुंबातला व्यवसायात जम बसला. लग्न झाले, एक मुलगा, एक मुलगी त्यांची शिक्षणे पूर्ण होण्याच्या सुमारास एक सुंदर घर बांधले. एका बाजूस थोडी बाग, तळमजला व त्यावर आणखी दोन मजले होते. घर अतिशय कल्पकतेने व कलात्मकतेने सजवलेले, पुढे मुला-मुलीचे लग्न झाले. मुलाला व सुनेला आयटीमध्ये मोठ्या शहरात लठ्ठ पगाराच्या नोकऱ्या, नात झाली सारे कसे छान चालले होते. मी काही कारणाने इस्पितळात दाखल असताना हे जोडपे मला भेटायला आले. सौ. वहिनींकडे पाहून मला धक्काच बसला. चेहऱ्यावरचा टवटवीतपणा नाहीसा झालेला. डोळ्यांकडेने काळी वर्तुळे, खांदे झुकलेले, मी त्यांना याचे कारण विचारले, वैद्यकीय सल्ला

घेण्यास सुचवले. त्या म्हणाल्या, "मला कोणताच आजार नाही, पण गेल्या ९-१० महिन्यांत मला एकदाही रात्रभर शांत झोप मिळालेली नाही, नातीच्या वयाच्या पहिल्या दिवसापासून मी तिचा सांभाळ करते आहे." "अहो, मग सून काय करते आहे?" "तिचा जॉब मुंबईत चालू आहे!" आता मात्र मी मनातून चिडलो होतो, मी सरळ विचारले, "मग मूल होऊ कशाला दिले?"

या माझ्या प्रश्नाला मिळालेले उत्तर ऐकून, मी अवाक् झालो. मुलगा-सुनेने त्यांना सांगितले की, "त्यांना मुलाची हौस नाही. आजी-आजोबांना नातवंड हवे असेल, तर ते प्रथमपासून त्यांना सांभाळावे लागेल!" आपले वय, तब्येत या कशाचाही विचार न करता आम्हाला नातवंड हवेच आहे, असा निर्णय या जोडीने घेतला. आता सोसवत नाही म्हणून कोणाला सांगणार? स्वत: व मुलगा-सून भरपूर कमवत असल्याने नोकर ठेवले तरी आईला पर्याय होऊ शकत नाहीत. एक आजीच आईची जागा घेऊ शकते; पण तिला वयपरत्वे शारीरिक क्षमतेमुळे मर्यादा पडतात. या आजी-आजोबांना त्याच्या नातीसाठी उत्तम आरोग्य आणि दिर्घायुष्य लाभो हीच प्रार्थना!

* * *

आता एका समजुतदार कुटुंबाची कथा. स्वत: व पत्नी नोकरीतून रिटायर झाले. छानसा टुमदार बंगला आधीच बांधला होता. एकच मुलगा, त्याचे लग्न झाले. दोघांनाही चेन्नईमध्ये उत्तम नोकरी लागली. पुढे मूल झाल्यावर त्याला सांभाळण्याचा प्रश्न आला. साहजिकच नातवंडाला सांभाळण्यासाठी आजी-आजोबांना पाचारण करण्यात आले. दोघांचीही प्रकृती ठणठणीत होती. आजी दिवसभर नातू, स्वयंपाक यात बिझी असे. वाचन, फिरणे यात आजोबाही छान रमले.

रोज सकाळी बाळाची झोप संपण्यापूर्वी मुलगा-सून घराबाहेर पडत आणि बाळ झोपल्यानंतर रात्री १०-११ वाजता परत येत असत. शनिवार-रविवारची सुट्टी थोडी विश्रांती, बाळासह सर्वांनी बाहेर फिरायला, जेवायला जाणे असा कार्यक्रम असे. सगळेच खूश होते. हळूहळू बाळ मोठे झाले. आपला, परका ओळखू लागले. सतत आजी-आजोबांच्या सहवासात असल्याने ते त्याला नि:शंकपणे आपले वाटत. एका रविवारी सूनबाई बाळाला घेऊ लागल्या ते बाळ तिच्याकडे जाईना, उलट आजीकडे झेपावू लागले. आठवड्यातून एखाद्या वेळी भेटणारी बाई त्याला 'आपली' कशी वाटेल? आणि आईकडे जाण्यास बाळ नकार देते, हे कोणत्या आईला सहन होईल? सूनबाई रडू लागल्या. सासूबाईंनी तिला समजावले, "बाळाचे आत्ताचे वय पाहता बाळाला

आईचा आणि आईला बाळाचा सहवास ही दोघांची भावनिक गरज आहे. तुमच्या दोघांपैकी एकाच्या पगारात तुमचा संसार उत्तम चालू शकतो. तू जर नोकरी सोडून बाळ, संसार याकडे लक्ष दिलेस, तर आनंदात राहाल. आम्हा पती-पत्नींना कसलाच प्रॉब्लेम नाही. आम्हाला आमचा बंगला आहे, दोघांची पेन्शन आहे, आपापला वेळ घालवण्याचे छंद आहेत. आम्ही केव्हाही गावी परत जाण्यास तयार आहोत.''

त्या सूज्ञ सुनेने नोकरी सोडण्याचा योग्य निर्णय घेतला. आता बाळ आई-आई करत तिच्यामागे फिरत असते. सुट्टीत गावी आल्यावर त्याला आजी-आजोबांचा आणि त्यांना नातवाचा सहवासाचा आनंद मिळतो. बाळाला आईचे भरपूर प्रेम आणि आईला आपले बाळ मोठे करण्याचा आनंद मिळतो. मोठेपणी ही कथा ऐकल्यावर बाळाचा ऊर आईच्या प्रेमाने आणि अभिमानाने नक्कीच भरून येईल.

तब्येत चांगली असेपर्यंत आजी-आजोबांनी नातवंडे सांभाळण्यासाठी आपले घर सोडायचे, ही तर सर्वसामान्य गोष्ट झाली आणि त्यात मला फारसे वावगेही वाटत नाही. परंतु मुलांची पूर्णवेळ शाळा सुरू झाल्यावर आजी-आजोबांची तब्येत ढासळू लागते आणि त्यांना पैशाची नाही, तर ममतेची गरज असते. आजकाल अशाही महिला मी पाहिल्या आहेत. ज्यांना मूल तर हवे पण त्यांना मोठे करण्याचे कष्ट नकोत. मग मुलांना शिशुवर्गापासून बोर्डिंग-स्कूलमध्ये ठेवण्याची फॅशन आहे. लाखो रुपये खर्चून मुलांचे शिक्षण केले जाते. या मुलांना आई-बाप म्हणजे पैसे देणारे मशीनच वाटणार! आईचे प्रेम राहू दे, त्या मुलांना मोठे झाल्यावर आई-बापाचे प्रेम आणि अभिमान वाटेल? विचार करण्यासारखी बाब आहे म्हणून हा धोक्याचा इशारा!

कोणत्याही स्त्रीला माहेरचा ओढा असणे स्वाभाविक आहे. नुकताच एक किस्सा ऐकला. नातवंडे सांभाळण्यासाठी आजी-आजोबांना बोलावले. ते त्यांची काळजी छान घेत होते. तीनही पिढ्या (आजी-आजोबा, मुलगा-सून, नातवंडे) खूश होत्या. नातू ८ वर्षांचा झाला. त्याची मुंज करण्याचे ठरले. मुंजीसाठी सुनेची आई (विधवा) आली. कार्य आनंदात पार पाडले. आजी-आजोबा आणि विहीणबाई यांचे फारसे जुळत नसे. कार्यानंतर काही दिवसांनी सुनेने, सासू-सासऱ्यांना सांगितले की, ''आता माझी आई माझ्याजवळ राहून नातवंडाची काळजी घेणार आहे, तुम्ही तुमची व्यवस्था काय करायची ते ठरवा.'' आपल्या तुटपुंज्या पेन्शनमध्ये परवडेल, असा वृद्धाश्रम आजी-आजोबा शोधत राहिले. दुर्दैवाने सुनेची आई अचानक हृदयविकाराच्या झटक्याने वारली. सासू-सासऱ्यांचा शोध घेऊन त्यांना परत बोलावण्यात

आले. त्यांनी काय निर्णय घेतला, या सर्व काळात मुलाचा रोल काय होता, तुम्ही या आजी-आजोबांच्या जागी असता, तर काय निर्णय घेतला असता? तुम्ही म्हणाल, "नका हो असा आमचा मानसिक छळ नका करू," मी स्वत: या जागी असतो, तर काय निर्णय घेतला असता? नातवंडांच्या सुखाचा विचार केला असता? मुलाचा विचार केला असता? आमच्या भविष्याचा विचार केला असता? बास, बास!" डोक्याचे नुसते मुंग्यांचे वारूळ झाले आहे!"

* * *

हा झाला भरपूर पगार असणाऱ्या मुलगा-सून (उदा. आय.टी. क्षेत्रात इ.) यांच्याबद्दलचा विचार यावर उपाय काय?

१) मुलगा-सून दोघांनीही जॉब करण्याची (महिना अंदाजे १ लाख रुपये कमाई) गरज आहे का?
२) मूल हवे तर त्याला मोठे करण्याची जबाबदारी कोणाची?
३) आईला मुलांचे व मुलांना आईचे प्रेम ही नैसर्गिक भावना तुमच्यापाशी आहे का?
४) मुलगी शिकलेली, भरपूर कमवण्याची क्षमता असलेली हवी, तर तिच्या शिक्षणाचा क्षमतेचा विचार नवरा-बायकोने करायचा, की तिच्या सासू-सासऱ्यांनी?
५) पार्ट टाइम किंवा घर बसल्या लॅपटॉपवर काम करता येईल, असा जॉब पाहावा का?

अशा अनेक बाजूंनी विचार करावा लागेल. स्त्री-पुरुष समतेचा कितीही उद्घोष केला, तरी पुरुषाला प्रेग्नंट राहता येण्याचा शोध लागत नाही, तोवर मातृत्वाची जबाबदारी स्त्रीवरच राहणार हे सत्य आहे!

* * *

आत्तापर्यंत आपण विचार केला तो आय.टी. क्षेत्रासारख्या प्रचंड पगार असलेल्या वर्गातील कुटुंबाचा.

वास्तविक सर्वच आर्थिक स्तरांमधील मुलगा-सून यांनी पैसे कमवणे आणि नातवंडांचा सांभाळ हा प्रश्न सर्वच स्तरांमध्ये आहे. सुनेने अर्थार्जन करणे ही अनेक कुटुंबाची गरज आहे. मुलाच्या पगार वा व्यवसायातील आवक संसार चालवण्यास अपुरी पडते. सुनेकडे कमवण्याची क्षमता आहे, पण चूल आणि मूल यातून वेळ उरत नाही. अशा वेळी आपापल्या शारीरिक, मानसिक व

आर्थिक क्षमतेप्रमाणे आजी-आजोबांनी त्यांच्या मुलगा-सुनेच्या संसाराला हातभार लावला पाहिजे. आम्ही आमची मुले शिकवली, मोठी केली, तुम्ही तुमच्या मुलांचे पाहा. ही वृत्ती व्यक्ती आणि परिस्थिती सापेक्ष आहे. आजी-आजोबांना त्यांचे आवडीचे छंद जोपासणे, आपल्या आरोग्याची काळजी घेणे आणि पुढल्या पिढीची काळजी या सर्वांचा समतोल कोठेतरी साधता आला पाहिजे.

* * *

मध्यम वर्गीयातील एक उदाहरण घेऊ. मुलाला काम सकाळी १० ते सायंकाळी ६. सुनेलाही तसेच. नातवंडांची, स्वयंपाक, घराची जबाबदारी आजी-आजोबांनी घेतली, तर त्यांचे सकाळी फिरणे व सायंकाळी सहानंतर त्यांना पूर्ण स्वातंत्र्य देणे आवश्यक आहे. सकाळी १० ते सायंकाळी ६पर्यंत तुमचा संसार आजी-आजोबांनी सांभाळला आहे. त्या वेळा व्यतिरिक्त त्यांना पूर्ण स्वातंत्र्य दिले पाहिजे. मी आता ८ तास काम करून दमले आहे. आई तुम्ही स्वयंपाकाचे पाहा. हे योग्य नाही. हीच कसरत करत आई-बापांनी तुम्हाला मोठे केले आहे, त्याची बूज राखा. त्यांना आराम, छंद, आरोग्यासाठी काही व्यायाम, चार माणसांना भेटणे, हे स्वातंत्र्य दिलेच पाहिजे. मध्यम वर्गीयांमध्ये सुनेने कमविणे ही गरज असते, यासाठी नातवंडांना सांभाळण्यात, घरकामात आजी-आजोबांनी शक्यतो मदत करावी; पण पगार रु. १०,०००/- असेल तर त्यातील २-३ हजार पोळ्या करण्यासाठी बाई, बाळाला सांभाळण्यासाठी नोकर यावर खर्च केला, तरी सात हजारांचा संसाराला हातभार लागेल आणि आजी-आजोबांवरही फार ताण येणार नाही.

पैसे वाचवणे हे पैसे कमावण्यासारखेच आहे, ते या मुलींनी मनावर घातले पाहिजे. अनावश्यक खरेदीचा मोह टाळता आला पाहिजे. महागडी खेळणी जे ४-५ वेळा खेळल्यावर मूल कंटाळते त्याची किंमत भंगारातच होणार, लहान मुलांचे कपडे जे सहा महिन्यांत त्यांना लहान होणार आहेत त्यावर हजारो रुपये खर्च करावेत का? तुमच्या घरातसुद्धा कदाचित किमतीचे लेबल न काढलेला (न वापरलेला.) गेल्यावर्षी बाळाला घेतलेला ड्रेस सापडेल.

दोघेही नोकरी करणाऱ्यांच्या कुटुंबात त्यांच्या पगारातील किती हिस्सा हॉटेलवर खर्च होतो, हा विचार त्यांनी केलाच पाहिजे. मोठ्या पगाराच्या नोकरीमध्ये नाष्टा व दुपारचे जेवण कामाच्या ठिकाणीच कँटीनमध्ये होते. रात्री परत येताना आज जेवणाचे पार्सल कोणत्या हॉटेलमधून आणि काय आणायचे हे मोबाईल फोनवर ठरते. दोघेही नोकरी करणाऱ्या बाबत ही काही प्रमाणात मजबूरी असू शकते. पण केवळ गृहिणी असलेल्या नोकरी न

करणाऱ्यांची परिस्थिती कित्येक कुटुंबात वेगळी नाही.

माझ्या मित्राचे कुटुंब खास मध्यमवर्गीय संस्कृती सांभाळणारे, मे महिन्याच्या सुट्टीत क्वचित आइस्क्रीम, वडापाव विकत आणणारे कुटुंब, त्यात वाढलेली आता लग्न होऊन मोठ्या शहरात राहणारी, नोकरी न करणारी त्यांची मुलगी तिला मी एकदा विचारले की, आठवड्यांतून किती वेळा हॉटेलचे खातात? तिचे उत्तर धक्कादायक होते, ''मी एखाद्या दिवशी घरी स्वयंपाक करते.''

हॉटेलमधील पदार्थांची किंमत घरी केलेल्या पदार्थांच्या किमतीच्या किमान पाचपट असते. त्या अन्नाची प्रत (क्वालिटी) वापरलेली तेले, मसाले याने शरीरावर होणारे दुष्परिणाम, दररोज १०-१२ तास कॉम्प्युटरसमोर बसणे, कामावर जाताना व येताना गाडी चालवणे एवढेच काय ते शारीरिक कष्ट अशी जीवनशैली असणाऱ्या या नवश्रीमंत तरुणांची मला फार काळजी वाटते. पन्नाशी पूर्वीच ही पिढी मनाने आणि शरीराने म्हातारी होणार आहे! आजकाल मुले होऊ देणे ही लक्झरी वाटावी, अशी एकूण परिस्थिती आहे. आमच्या पिढीचे प्राथमिक शिक्षण दरमहा १-२ रुपये फीमध्ये झाले. माध्यमिक शिक्षण – मासिक फी ५-१० रुपये, मला एम.बी.बी.एस.ला टर्म फी नव्वद रुपये होती आणि जेवण, कपडे सर्व खर्च धरून वर्षाला रुपये तीन हजार मला जास्तीत जास्त खर्च येई. आज या शिक्षणाचे खर्चाचे आकडे मी सांगण्याची गरज नाही. तुम्ही ते जाणता साहजिकच मुलगा-सून दोघांनीही कमावणे आवश्यक होऊन बसते. कुटुंबाचा मासिक खर्च २-३ हजारांवरून (सन १९७०-८०च्या दशकात पती-पत्नीचा जगण्याचा खर्च.) १० हजारांवर गेला.

आजी-आजोबांचा उपजीविकेचा खर्च औषधे, मोतिबिंदूसारखे ऑपरेशन, अचानक येणाऱ्या मोठ्या आजारांचा खर्च, मुलगा-सुनेचा पगार, जेवण खर्च नातवंडांच्या आजारपणाचा, दैनंदिन आहाराचा खर्च, पुढे त्यांच्या शिक्षणाचा लाखो रुपयांचा खर्च, प्रत्येक पिढीची मानसिकता या सर्व गोष्टींचा सातत्याने विचार करून तोल सांभाळत ही तारेवरची कसरत करणे, ही सर्वांचीच अतिकठोर परीक्षा आहे, असे नाही का तुम्हास वाटत?

* * *

'आता खास तरुणांसाठी एक सल्ला. तुम्हाला अमेरिकन संस्कृती आवडते. खावे, प्यावे, चंगळ करावी, आई-बाप कोणाचीही जबाबदारी नको. पण तुम्हाला असेही वाटते की, वाट्टेल तितकी फी भरून, वेळी डोनेशन देऊन आपले शिक्षण

करावे, कॉलेजला गेल्यावर बाइक घेऊन द्यावी, पॉकेट मनीही भरपूर द्यावा हे दुटप्पी धोरण का? अमेरिकन संस्कृती हवी तर पूर्णपणे स्वीकारा, हिंमत असेल तर अठराव्या वर्षी घराबाहेर पडा, कमवा आणि शिका! मग आई-बापाची जबाबदारी तुम्ही घ्यावी, ही अपेक्षाही कोणी करणार नाही.'

■